THE TALE OF KIỀU

NGUYỄN DU

THE TALE OF KIỀU

A BILINGUAL EDITION OF *TRUYỆN KIỀU*

Translated and Annotated by Huỳnh Sanh Thông,
with a Historical Essay by Alexander B. Woodside

Yale University Press, New Haven and London

Illustrations by Hồ Đắc Ngọc.

Designed by Nancy Ovedovitz
and set in Monophoto Times type by
Asco Trade Typesetting Ltd., Hong Kong.
Printed in the United States of America

Library of Congress Cataloging in Publication Data

Nguyễn Du, 1765–1820.
 The tale of Kiều.

 English and Vietnamese. I. Huỳnh Sanh Thông, 1926–   II. Title.
 PL4378.9.N5T713 1983   895.9′2212   82–10979
 ISBN 978-0-300-04051-7
 ISBN 0-300-04051-2 (pbk.)

20 19 18 17 16 15 14 13 12

To Vietnamese refugees and their friends throughout the world

Tặng đồng-bào tị-nạn Việt-Nam cùng thân-hữu khắp thế-giới

CONTENTS

PREFACE

In 1973 Random House published my translation of Nguyễn Du's masterpiece under the title *The Tale of Kieu*, and it was received with a chorus of praise. Scholars and critics, glad to have a readable English version of the Vietnamese classic at last, chose to ignore its defects and notice only its virtues. But, as the one who had struggled for months with the long poem, line by line, often floundering in the gulf between the poet's pristine Vietnamese and my secondhand English, I viewed the result less kindly: I considered it to be no more than a tentative draft.

Ten years later, I now have an opportunity to provide readers with a revised edition, *The Tale of Kiều*. That *Kieu* has become *Kiều* implies not a small change but, rather, a breakthrough in American publishing of Vietnamese studies: alongside the translation, on facing pages, this book reproduces the complete text of *Truyện Kiều* in romanized script.

The parallel presence of the Vietnamese text also suggests something different about the translation: it is less free-wheeling and verbose, and it hews more closely to the original than did the 1973 version.

While the old edition was prepared chiefly with the general reader in mind, this one is intended to meet the needs of students and scholars: though by no means exhaustive and certainly inadequate as far as *Kiều* aficionados are concerned, the annotation has been increased manyfold. The introduction has been modified somewhat to take into account recent research and the history of the Vietnamese people over the past decade.

Alexander B. Woodside, who wrote the historical essay for the 1973 edition, has allowed it to be reprinted here with minor alterations. I am indebted to him for much more than that scholarly exercise alone: he was the first to recommend publication of what I had intended merely for classroom use at Yale, and since then he has never failed to support my efforts to make Vietnamese poetry available to the English-speaking world.

Many other colleagues and friends, with generous enthusiasm, have raised *The Tale of Kieu* to the status of required reading for Vietnamese studies and even for Southeast Asian or East Asian studies. Notable among them are John M. Echols, Alton Becker, John K. Whitmore, David G. Marr, Gerald C. Hickey, Nguyễn Đình Hòa, Eric Henry, John C. Schafer, John Balaban, Marion W. Ross, Huệ-Tâm Hồ-Tai, Công-Huyền Tôn-Nữ Nha-Trang, Keith Taylor, Charles Benoit Jr., Trần Văn Dình, and Trương Bửu Lâm.

That this bilingual edition of *Truyện Kiều* has appeared at all, when Vietnamese studies hardly flourish in the United States, is owing to the initiative of two Yale scholars whose areas of interest lie outside Vietnam: James C. Scott, a specialist in Malaysian politics; and James R. Rush, an Indonesia historian. Encouraged by their insistence that the Vietnamese classic should not stay out of print in English, I mustered enough faith and energy to undertake the difficult task of reworking my earlier rendition.

This book would not have been possible without the labor of numerous *Kiều* scholars, living or dead, whose names are listed in the bibliography. Special thanks I must save for Phạm Thái Chi, a gentleman of vast knowledge who, through both written messages and telephone calls from California to Connecticut, helped me make some textual decisions in an informed manner.

People at Yale University Press handled my manuscript with the care and flair that have graced all their publications. I would like to single out Ellen Graham, the editor, and Anne Mackinnon, the copy-editor, who brought consummate skill and sensitivity to her job.

After all due acknowledgments, the fact remains that this revised translation still does scant justice to the music and magic of Nguyễn Du's verse, and I must assume sole responsibility for any shortcomings of the book.

THE HISTORICAL BACKGROUND

Alexander B. Woodside

All students of East Asian and Southeast Asian history and civilization will be profoundly grateful to Huỳnh Sanh Thông for giving English-speaking peoples, at last, such a shrewd and fastidious translation of one of the masterpieces of traditional Asian literature. To the Vietnamese people themselves, *The Tale of Kiều* is much more than just a glorious heirloom from their literary past. It has become a kind of continuing emotional laboratory in which all the great and timeless issues of personal morality and political obligation are tested and resolved (or left unresolved) for each new generation. Western readers who are curious about Vietnam and the Vietnamese may well gain more real wisdom from cultivating a discriminating appreciation of this one poem than they will from reading the entire library of scholarly and journalistic writings upon modern Vietnam which has accumulated in the West in the past two decades. As a vivid transcript of Vietnamese approaches to the dilemmas of the human condition, *The Tale of Kiều* has survived in, and gained new strength from, hundreds of different contexts. But what was the historical setting in which it was actually created?

At the beginning of the nineteenth century, Vietnam was a society of perhaps seven or eight million people. In other words, its population was probably larger than that of the United States at the time of Washington's Farewell Address and almost as large as that of Great Britain, then just beginning to industrialize. Like the Japanese and the Koreans, the Vietnamese people had for many centuries belonged to what might well be called the East Asian classical world: they regarded themselves as the devoted heirs of those traditions of government, philosophy, literature, and moral and social theory which had been developed first in China in the age of the great Chinese philosophers, Confucius and Mencius and others, and then elaborated and changed by hundreds of succeeding generations of Chinese classical scholars. Even Vietnamese Buddhism eventually

acquired an East Asian classical complexion. It was the Mahayana
Buddhism of China, Korea, and Japan, rather than the Theravada
Buddhism of Siam and Burma, and all Vietnamese Buddhist sutras
were carefully written in the classical Chinese language. The author
of *The Tale of Kiều*, Nguyễn Du, who visited China as a Vietnamese
ambassador to the Peking court, was a superb East Asian classicist in
his own right, and as Huỳnh Sanh Thông so justly observes, *The Tale
of Kiều* is a genuine "treasure-trove of classical Chinese learning."

But the false conclusion many Western readers might be inclined
to draw from such a summary is that Vietnam was simply a callow
imitation, on a much smaller scale, of the Chinese empire. Nothing
could have been farther from the truth. Each one of the four tradi-
tional East Asian societies had created its own distinct cultural world
within the broader framework of the classical civilization to which all
paid homage; Vietnamese ruling elites themselves deliberately con-
trolled their cultural borrowing from China, and influences from
elsewhere in Southeast Asia were also at work in many important and
subtle ways in the march of Vietnamese daily life. To some extent,
Nguyễn Du's relationship to the East Asian classical world was really
somewhat like the relationship of many of his Western literary con-
temporaries to their Greek and Roman classical traditions, and
perhaps this observation may be of some help to readers who are
baffled by the parade of Chinese allusions in *The Tale of Kiều*.

If Nguyễn Du makes some fifty references in his poem to the
Chinese *Book of Odes* (whose songs date from about the tenth to the
seventh century B.C.), much of the form and spirit of his English
contemporary Wordsworth's "Ode: Intimations of Immortality
from Recollections of Early Childhood" is borrowed from Pindar,
the Greek poet of the fifth century B.C. When another one of Nguyễn
Du's English contemporaries, John Keats, writes about the "dizzy
pain" he feels after gazing at the Elgin Marbles in the British
Museum, or about the permanent "friend to man" that he finds in a
Grecian urn, or about the world of high romance he tasted by looking
into Chapman's Homer, he expresses a rapturous adoration of the
Greek classical tradition that Vietnamese poets matched, but could
hardly transcend, in their admiration of the Chinese classical past.

It would not even be very difficult to go farther and compare the
intense classical atmospheres in which political debates were con-
ducted, and political decisions made, in Vietnam and in Western
countries during the lifetime of Nguyễn Du. When a Western mis-

sionary informed the emperor Gia Long, Nguyễn Du's master, that Christianity was 1,815 years old, the statement became intelligible to the Vietnamese court only when Gia Long's official astronomer, Nguyễn Hữu Thận, converted the date of Christianity's genesis to a point in the reign of the Chinese Han Yüan-ti emperor (a rather creative conversion, since Han Yüan-ti had ruled China from 48 to 32 B.C.). Gia Long himself sententiously declared in 1816 that the Chinese Han dynasty (206 B.C.–A.D. 220, roughly contemporary with Rome), and not the many dynasties that had come after it, exemplified the highest ideals and the most successful patterns of human political behavior. But Gia Long's obeisances to the memory of the Han empire were not remarkably different from Western invocations of the memory of Greece and Rome at about the same time. Political oratory during the French Revolution modeled itself upon Cicero's speeches, and the entire Napoleonic era in France flaunted its Roman symbolism, from political titles to regimental insignia to David's paintings. Even in the young American republic, the Senate took its name from a Roman institution, the names of cities and towns as far apart as Cincinnati, Ohio, and Athens, Georgia, were inspired by talismanic memories from Greek and Roman history, and Thomas Jefferson's Virginia home was built as a proud imitation of a Roman villa.

To a considerable degree, then, *The Tale of Kiều* was the product of a world in which the hegemony of classical ideas and ornamentation was still almost as striking in the West as it was in East Asia; it was not a world in which the West had completely and irrevocably discarded its classical heritage and East Asia alone remained enclosed in a cocoon of traditionalism.

Moreover, Vietnam was not a completely static society whose institutions were in perfect equilibrium, even if it was not, like Europe, on the verge of dramatic industrial change. The author of *The Tale of Kiều* spent most of the first thirty-five years of his life (1765–1800) attempting to survive the Tây-sơn revolution. This vast social and political movement began in the south central frontier lands of Bình-định Province in 1771, demolished all the existing governments of Vietnam with a flamboyant program of "virtuous and charitable banditry," which included some very modest redistribution of upper-class wealth, and attained a brilliant climax with the triumphant defeat of an invading Chinese army in 1788–89. Nguyễn Du was not a supporter of the Tây-sơns, and this fact demonstrates the "historical limitations" of his thought in the eyes of some modern Vietnamese Marxist critics who cherish Du's poetry but also regard the Tây-sơn revolution as a miracle of military prowess and of attempted social emancipation. Impeccably loyal to the Lê dynasty (1427–1788), which the Tây-sơns had eventually destroyed, Du spent much of this period as an impoverished backwoods scholar, haunted by the tragedy of a vanished "orthodox succession" of emperors to which his family had been deeply attached and by the whirlpool of unstable, promiscuous political affiliations which had replaced it. It can be justly claimed, however, that Du was under very few illusions about the perversion of bureaucratic government and social morality in Vietnam which had stimulated the Tây-sơn movement. His descriptions of corrupt officials and of dealers in prostitutes—and, as Mr. Thông suggests, the spectral presence of the inspirational leader of the Tây-sơns, Nguyễn Huệ, in the character Từ Hải—make this clear.

Du spent the last two decades of his life (1800–20) considering and practicing an unenthusiastic collaboration with the new rulers of Vietnam, the Nguyễn dynasty. The Nguyễn house, whose roots were in the central region and the south rather than in the north, ultimately repressed the exhausted Tây-sơn movement and made a new national capital at Huế in central Vietnam in 1802. Members of the old northern scholar class, of which Nguyễn Du was a member, found it possible to serve the first Nguyễn emperor, Gia Long (1802–20), because his reign promised peace and unification after nearly three centuries of disguised and undisguised political division and because the Nguyễn dynasty itself had not directly caused the downfall of their deeply mourned Lê monarchy. Their cooperation, however, often concealed an inner havoc of melancholy self-recrimination, resentment of the misfortunes of the past, and doubts about the future.

They knew that Gia Long did not depend entirely upon them: his power had also been augmented by the assistance of several hundred French engineers and soldiers of fortune. These exotic private servants of the new emperor designed imposing walled citadels for him on the sites of many provincial towns and also at Huế. But what one of Gia Long's senior officials called, in 1804, the "sighs and grievances" of the luckless Vietnamese peasants who were forced to build the walls of Huế suggested that the dynasty was fatally widening the gulf between itself and ordinary Vietnamese society at a time when a shattering military confrontation with the West was less than sixty years away. Nguyễn Du, of course, had no premonition of this coming confrontation. He could hardly have been oblivious, however, to recurrent storm signals from the countryside: some 105 peasant uprisings have been counted for the brief eighteen years of Gia Long's reign, including 18, or one per year, in Quảng Ngãi Province alone and a Triad Society insurrection in the north in the year 1807. It was against this background—the reluctant superimposition of a loyalty of convenience upon the memory of a true loyalty buried in the past, combined with an apprehensive consciousness of continuing social unrest despite the country's formal reunification—that Nguyễn Du wrote *The Tale of Kiều*.

It should be added that Nguyễn Du never enjoyed real political power of any kind after 1802, despite his formidable erudition and his nominal adherence to the political causes of Gia Long's empire. His official court biography, compiled in the nineteenth century, tells us that he served as a provincial prefect but resigned this post because of illness, that he was summoned to Huế in 1806 to serve in one of the imperial "scholars' pavilions," that he became a provincial registrar in 1809, that he served as an envoy on a Vietnamese tribute mission to China in 1813, that he was promoted for these services to the position of vice-president of the Huế Board of Rites, and that he died in 1820 as he was about to depart on another mission to China. But the Huế scholars' pavilions were usually little more than airless, apolitical sanctuaries which collected and employed elderly Lê dynasty scholars or supplied learned tutors to the children of the imperial family. Diplomatic missions to China, for their part, were customarily staffed with poetic masters of Chinese literature, who could represent Vietnamese politics in unimpeachably Chinese terms within the frigidly condescending atmosphere of a Peking audience hall.

Real power in Vietnam, almost to the time of Du's death, was awarded to the military paladins of the "Bangkok honor roll," to those homespun and unevenly educated soldiers from central and southern Vietnam who had endured exile with Gia Long in Siam before his final victory over the Tây-sơns. Northern civilians like Du were patronized but never generously admitted to the inner circles of the dynasty. And as late as 1836—sixteen years after Du's death, and at a time when Confucian civil service examinations rather than the "Bangkok honor roll" occupied the predominant place in Vietnamese political life—a bureaucrat serving in Du's home region in north-central Vietnam could still observe that "there is a great amount of differentiation between southerners and northerners: because southerners are lucky enough to be flatterers, everything that they say and do occupies the position of advantage, and northerners in their innermost thoughts consider themselves to be shamed." Du himself publicly epitomized, almost unnaturally, this psychology of shamed subservience. On the occasion of his death, in 1820, the official "veritable records" of the court characterized him as a "frightened man who, each time he presented himself at an imperial audience, was terrified and anxious and could not reply."

The court chroniclers who produced this disdainful verdict had never made a greater error. Du was better able to reply than any other poet in Southeast Asia. Out of his personal agonies, which were shared by a whole generation of northern, upper-class scholars who had had to come to terms with a cankered world of compromises, he described the complicated moral pilgrimage of Kiều. Kiều's story stood, in effect, as a parable of the questings and the sadnesses of his own political life. Merely to write such a poem might have been dangerous, but Du's talents as a "national poet" seem to have won him the respect of the Nguyễn rulers.

A very thin and shadowy line separated literature from sedition in late traditional Vietnam. The forty-seven moral injunctions of the Lê emperors, first promulgated in 1663 and reissued in 1760, five years before Du was born, declared that only "classics, histories, philosophy, belles-lettres, and essays" could be printed and circulated among the Vietnamese population, that the "cutting of printing blocks and the engraving and printing" of "national tales" and of ballads and poems "which are associated with profligacy" were strictly forbidden. In the first year of Gia Long's reign, 1802, the uneducated soldier Nguyễn Văn Nhàn, who candidly admitted that he had not begun to read Chinese texts himself until he was fifty years old, designed a program for local education, "deeply commended" by the emperor, which ordered Vietnamese children to read the Chinese Five Classics and threatened with swift punishment all villagers who had become "addicted to songs and ballads." In this culturally authoritarian environment, insecure rulers suspected that even the flutes and the gongs of the tiniest village theatrical groups might convey the most deadly iconoclasms.

To look for philosophical uniformities in *The Tale of Kiều* would of course be idle. Different philosophies mingle in the poem, and

Confucian language mingles with Buddhist language. Yet the work is a moral tale in which the commonplace determinisms of Buddhist popular evangelism, while inevitably present, may well be sharply subdued. The Buddhist doctrine of "cause and effect"—the belief that there are inescapable relationships between present existences and past and future existences, and that crimes committed during past existences preordain miseries in the present—is prominent enough, but is it the central theme? Du does not make the slightest effort to portray anything but the current existence of Kiều. He divides her life into two parts, the time of misfortune and degradation which comes to an end when she throws herself into the Ch'ien-t'ang River, and the time of restoration and happiness after she is rescued, when she is compensated for her sufferings. The Buddhist belief that the full passions of love are "retribution," mechanically leading to more pain—"To passion sorrow clings and won't let go," intones the prophetess Tam Hợp—may not be of cardinal importance to Nguyễn Du's extraordinary vision either. After all, he does not make Kiều regret her one lifelong love, but instead makes her fear that she has committed an offense against her lover, Kim Trọng, by her forced ventures into decadence. Perhaps the real meaning of Nguyễn Du (at least on one level) is that passion does not, by itself, bring punishment in the next world but must, to be moral, carry important redemptive, self-denying obligations with it in this world. Morality is painful and difficult, and happiness is only a qualified and far from utopian reward at the end, not the constant comfort of even the truly moral person. Despite its trappings of astrology and metempsychosis, the poem in this sense becomes a remarkable hymn to individual fortitude and individual moral responsibility.

What, however, would this signify in historical terms? Du's apparent emphasis upon decision making and the moderately positive results it can bring in this world, rather than upon utopian salvation in the next, suggests a tougher, less mystical creed than those cherished by many other members of Vietnamese society in the early 1800s. Popular Buddhist movements among the peasantry—for example, the "Precious Mountain Miraculous Fragrance" (*Bửu Sơn Kỳ Hương*) movement which evolved in Sa-đéc Province in the south in 1849—rarely pretended that "hidden merits" and individual moral industry could "tip the scale" in this world rather than in the next. The adherents of these powerful, Vietnamized offshoots of the Chinese White Lotus religion hoped instead for a dazzling apocalypse, for the time of the great "dragon flower" meeting when the messiah Buddha would descend to earth in a cloud of fragrant scents and ethereal fireworks and end all human tribulations. There appears to be, in short, an outlook in *The Tale of Kiều* that was by no means completely ordinary in early nineteenth-century Vietnam, an outlook that modern, more secularized Vietnamese intellectuals find hospitable and that Vietnamese revolutionaries, faced with their own fatiguing and sometimes temporarily humiliating pilgrimages to a better future, find inspiring. The historian must take note of the surprisingly modern qualities in this work, as well as of its synoptic recitation of the vicissitudes of a bygone classical age.

Thanks to Huỳnh Sanh Thông's imaginative, painstaking artistry, a great literary synthesis of the Vietnamese experience has finally been imported into the English-speaking world. In this world, one historian is confident, the wandering soul of Nguyễn Du will find more than a few admirers of a poignant if highly deceptive "tale of love recorded in old books."

INTRODUCTION

Annexed to the Chinese empire for almost a millennium, Vietnam did not become an independent state until 939. Even then, the ruling elite clung to Chinese government institutions as the best safeguards against reconquest. Classical Chinese remained the official language up to the second half of the nineteenth century, when the French imposed their dominion over the country.

But as national self-confidence grew, a movement arose to promote Vietnamese as a vehicle for creative expression among scholars. During the fourteenth century a demotic script called *chữ nôm* (the "Southern script," as opposed to the script of the "Northerners" or the Chinese) first came into currency. It was a rather cumbersome system for representing the sounds of the vernacular with characters adapted from Chinese, but it had an electrifying effect on literature, freeing writers to explore and exploit the resources of their native culture.

The marriage of Chinese classical influences and Vietnamese folk traditions begot the most remarkable genre in Vietnamese literature, the long narrative poem known as *truyện nôm*, or the "tale in the Southern script." Often based on Chinese works of prose fiction, the poems were written in a form accessible to the masses: *lục-bát*, or "six-eight," verse, the prevalent meter of folk poetry.* Reduced to its smallest unit, six-eight verse is a couplet with six syllables in the first line and eight syllables in the second; in contrast, most Chinese poetry has an odd number of syllables (five or seven) in each line.

Many Vietnamese folk poems are simply six-eight couplets, shorter than Japanese *haiku*. But any number of the couplets can be strung together into a continuous, unbroken whole without inducing monotony. By using end rhymes and internal rhymes at the sixth syllable of an eight-syllable line, one can make each line rhyme with

---

*For a fuller discussion of six-eight verse, read the introduction to *The Heritage of Vietnamese Poetry*, edited and translated by Huỳnh Sanh Thông (Yale University Press: New Haven and London, 1979), pp. xxv–xlv.

the next and at the same time introduce a fresh rhyme in every other line. Two more characteristics of six-eight verse should be noted: it is predominantly iambic, and the accented syllables follow a definite pattern of flat and sharp tones.

Since rhyme, meter, and tonal regularity all make long stretches of six-eight verse easier to memorize and recite than any other form of poetry, it is an ideal medium for oral transmission, perfectly adapted to the needs of a writer of long narrative poems. In old Vietnam, publication of books was severely limited, not only because printing was scarce in a subsistence economy but also because of government curbs. Furthermore, only the educated minority could read books, since the Southern script required an extensive knowledge of Chinese characters. To reach the general public, the sole method was to have professional or amateur bards learn the poems by heart and recite them.

The long narrative poem in six-eight verse, which developed during the seventeenth or eighteenth century, reached its culmination in *The Tale of Kiều* by Nguyễn Du (1765–1820). According to tradition, the poet originally entitled it *Đoạn trường tân thanh* ("A New Cry from a Broken Heart"). He showed the manuscript to his fellow scholar Phạm Quý Thích (1760–1825), who loved it so much that, after doing some minor editing, he undertook the task of having it engraved and printed in Hanoi under a different title: *Kim Vân Kiều tân truyện* ("A New Version of the Tale of Kim, Vân, and Kiều"). To millions of Vietnamese it is known as *The Tale of Kim, Vân, and Kiều* (*Truyện Kim-Vân-Kiều*), as *The Tale of Kiều* (*Truyện Kiều*), or simply as *Kiều*. A perfect example of the long narrative poem in six-eight verse, it has also stood unchallenged since its publication and dissemination in the second decade of the nineteenth century as the supreme masterwork of Vietnamese literature. And through its pervasive popularity, little short of adulatory worship, among both scholars and illiterates and in all spheres of life, its author, Nguyễn Du, has achieved a status seldom equaled by a writer in his or her own country. The only other example that readily comes to mind is Alexander Pushkin, for *Eugene Onegin*.

Both the original title and the one given by Phạm Quý Thích suggest that Nguyễn Du did not invent the story himself but borrowed it from another source. It was, in fact, a Chinese prose novel, a copy of which he may have found while he was traveling in China from 1813 to 1814 as a diplomatic envoy to the Manchu court. It is a narrative entitled *Chin Yün Ch'iao chuan* ("The Tale of Chin, Yün, and Ch'iao") by a shadowy figure who called himself the "Pure-Hearted Man of Parts" (Ch'ing-hsin Ts'ai-jen; in Vietnamese, Thanh-tâm Tài-nhân). American scholars such as Charles Benoit, Jr., and Eric P. Henry believe that the author must have lived during the earlier years of the Ch'ing dynasty. Each of the twenty chapters carries appreciative comment ascribed—fraudulently, in all likelihood—to the famous critic Chin Sheng-t'an (Kim Thánh Thán; ca. 1610–61), who could not have lavished praise on such a mediocre work. The novel is about historical figures who lived and died under the Ming dynasty. In 1554, Governor Hu Tsung-hsien (Hồ Tôn Hiến) mounted a campaign to quell the revolt led by Hsü Hai (Từ Hải), whose troops controlled the seacoast area of Fukien and Chekiang. Unable to vanquish him by force of arms, Hu bribed Hsü's mistress, a former courtesan named Wang Ts'ui-ch'iao (Vương Thúy Kiều): she persuaded the rebel to surrender, and he was killed. Forced to marry a "barbarian" (a tribal chief), she drowned herself. But in the novel the anonymous author allowed her to be rescued and reunited with her family.

The Vietnamese poem broadly follows the events in the Chinese novel (which includes Wang Ts'ui-ch'iao's life in Peking and love affair with Chin Chung before she sold herself to ransom her father and unwittingly embarked upon a career in vice). But Nguyễn Du has reduced the number of incidents and personae, condensing a longish novel into a spare poem of 1,627 couplets which, through the magic of his art, springs to life as a world revolving around a creature of fiction that has become a person of flesh and blood in the minds and hearts of most Vietnamese: Kiều.

As a medium for literature in Vietnam, the native tongue had been fighting a difficult battle against classical Chinese since the early part of the fifteenth century, when Nguyễn Trãi (1380–1442) wrote his short poems of four or eight lines. In a poem of over three thousand lines, Nguyễn Du led that fight to a victorious conclusion. Weaving foreign and national elements into a seamless, shimmering fabric, the poet dressed Kiều the prostitute in clothing fit for a queen: his masterpiece is a celebration of the Vietnamese language in all its diversity, with all its resources of rhythm and tone, of sound and image, of terse and rich expression. By triumphantly rescuing Vietnamese poetry from the stranglehold of classical Chinese, Nguyễn Du performed for the vernacular what Dante had once done for Italian, liberating it from its position of subservience to Latin.

The *Kiều* poem's appeal to scholars is easy to understand. Nguyễn

Du pays loving attention to the fine points of a classical poet's craft.
For example, when Kiều first sees the abandoned grave of Đạm Tiên,
a courtesan, she contents herself with writing a *chüeh-chü* ("cut-off
lines") quatrain to commemorate the occasion. But after Đạm Tiên's
ghost appears in answer to her prayer, Kiều gets carried away—"a
poet's feelings, rife with anguish, flowed" (line 131)—and she writes a
ku-shih ("old-style") poem, a freer form with a flexible rhyme scheme,
which does not require a fixed number of lines or words in a line.

The poem is a treasure-trove of classical Chinese learning. A study
made in Hanoi has identified in it some fifty quotations from *The
Book of Odes*, the Confucian anthology of verse; some fifty references
to other Confucian classics; some sixty translations or adaptations of
various Chinese poems; some seventy allusions to Chinese works of
fiction; and about twenty mentions of Buddhist or Taoist scriptures.
Such erudition, if indiscriminately displayed in an imaginative work,
runs the risk of boring or even offending. But in *Kiều* it fits so
gracefully into the texture of the poem, it is so apposite to the purpose
in each case, that it may elude the average reader while it surprises
and delights the connoisseur. When Kiều is trapped in a second
bawdyhouse and complains of Heaven's cruelty toward women, she
does so by a play on words: *Hồng-quân* ("Heaven") and *hồng-quần*
("[those who wear] red skirts"). Then, addressing *Hồng-quân*, she
says, "You've spun me so, yet you won't let me off" (line 2158). The
metaphor takes alert readers aback—suddenly it dawns on them that
the phrase *Hồng-quân*, which is vaguely understood by most people
to indicate Heaven, God, or the Creator, is being used here in its exact
meaning: the Great Potter's Wheel.

Nguyễn Du's allusions to other poets and poems are also both
pertinent and unobtrusive. Consider the line "Birds flocked the
branch, winds stirred the leaves" (line 1231). In context, it implies
that Kiều attracts many customers to the brothel. While nobody can
miss the point, a reader's enjoyment will be sharpened after realizing
that the line is a neat paraphrase of two lines from a poem by a
renowned T'ang courtesan, Hsüeh T'ao (Tiết Đào): "The branch
greets birds from south and north. / The leaves sway back and forth
with winds." Similarly, the poet describes the rebel Từ Hải as follows:
"Plying his oar, he roved the streams and lakes / with sword and lute
upon his shoulders slung" (lines 2173–74). Anyone can picture Từ as
a free spirit and a sensitive soul, but the informed reader will also
recognize here the self-portrait of Huang Ch'ao (Hoàng Sào), the

T'ang scholar-rebel who captured Ch'ang-an in 881 and reigned briefly as emperor. When Kiều's younger sister, Vân, urges her to wed Kim Trọng after a fifteen-year separation, she says: "The tree still bears some three or seven plums, / the peach stays fresh" (lines 3075–76). It is clear she means that Kiều is not too old for matrimony, but the East Asian classicist will spot at once deft allusions to two songs of courtship and marriage in *The Book of Odes.*

Nguyễn Du's artistry goes far beyond esoteric games, however. His poem illustrates the craft of fiction in its more universal aspects and deserves to be called a novel in the modern sense. His numerous pithy, yet vivid, descriptions of nature, for example, never appear for their picturesque value alone but always accomplish a narrative or psychological purpose.

There is the cycle of seasons—"the moon hare and the sun crow whirled round" (line 1269)—as the plot unfolds. It all started on a beautiful third day of the third month: "Swift swallows and spring days were shuttling by—/of ninety radiant ones three score had fled. / Young grass spread all its green to heaven's rim; / some blossoms marked pear branches with white dots" (lines 39–42). Summer begins: "As windswept days and moonlit nights wheeled round, / red dimmed, green deepened—spring was past and gone" (lines 369–70) and "For summer cuckoos cried beneath the moon; / above the wall pomegranates kindled fire" (lines 1307–08). In the ominous autumn, things happen as leaves turn: "Now, in the courtyard, planes mixed gold with jade. / Along the hedge, frost-hardy mums peeped out" (lines 1386–87). The seasonal circuit is also associated with the healing process of time, as when young Thúc gradually accustoms himself to the erroneous idea that Kiều has perished in a fire: "Just as the lotus wilts, the mums bloom forth—/ time softens grief, and winter turns to spring" (lines 1795–96).

When Kiều awakes to love and portents of sorrow after she has met Kim Trọng and found Đạm Tiên's grave on the same day, the moon becomes a silent witness to the secrets of a soul torn between hope and fear: "Outside the window, squinting, peeped the moon—/ gold spilled on waves, trees shadowed all the yard" (lines 173–74). At a crucial moment of their tryst, the lovers are not alone: "The stark bright moon was gazing from the skies / as with one voice both mouths pronounced the oath" (lines 449–50). Necessity compels her to break that oath, and as she follows Scholar Mã, who has bought her, she is reminded of her betrayal: "A road that stretched far off in

hushed, still night: / she saw the moon, felt shame at her love vows"
(lines 915–16).

Not only the moon but nature as a whole joins in the story,
providing an appropriate background for the action, adumbrating
events to come or mirroring the state of mind of the chief protagon-
ists. In Confucian society, for a nubile girl to obey her impulses and
go to her lover's apartments was tantamount to a deadly sin, so the
poet prepares the reader of his times for the shock. Seemingly in-
nocent passages of description foreshadow Kiều's deed: "East
drooped a red camellia, toward the next house: / as dewdrops fell, the
spring branch bent and bowed" (lines 175–76) and "Outside the
window chirped an oriole—/over the wall a catkin flew next door"
(lines 239–40). As young Thúc leaves his spouse behind and rides at a
gallop to rejoin Kiều, his true love, the landscape takes on the hues of
his mood: "waters, all gleaming, mirrors for the sky, / walls wreathed
in sapphire mist, peaks gilt with sun" (lines 1603–04). But, "when
you feel grief, can what you see give joy?" (line 1244). The lyricism of
folk poetry informs the depiction of a twilight scene viewed through
Kiều's eyes as she, a captive in the brothel, wonders about her future:
"She sadly watched the harbor in gray dusk—/ whose boat was that
with fluttering sails, far off? / She sadly watched the river flow to
sea—/ where would this flower end, adrift and lost? / She sadly
watched the field of wilted grass, / the bluish haze where merged the
earth and clouds. / She sadly watched the wind whip up the cove /
and set all waves a-roaring round her seat" (lines 1047–54).

Despite the strict economy of a poem in which fewer than thirty-
five hundred lines encompass a host of incidents, Nguyễn Du brings a
wide range of techniques to bear on character delineation. With
precise strokes, he conjures up a gallery of portraits that breathe both
in their physical presence and in their psychological identity. Here is
Kim Trọng, "a scion of the noblest stock" (line 148), endowed with
the expected attributes of a member of the Confucian aristocracy, yet
memorable in himself: "They saw a youthful scholar come their
way / astride a colt he rode with slackened rein. / He carried poems
packing half his bag, / and tagging at his heels were some page
boys. / His frisky horse's coat was dyed with snow. / His gown blent
tints of grass and pale blue sky" (lines 135–40); "His figured slippers
trod the green—the field / now sparkled like some jade-and-ruby
grove" (lines 143–44); and "Born into wealth and talent, he'd
received / his wit from heaven, a scholar's trade from men. / Manner

and mien set him above the crowd: / he studied books indoors, lived high abroad" (lines 149–52).

Though he uses clichés that embody Chinese canons of feminine beauty, Nguyễn Du succeeds in contrasting the two Vương sisters: "Bodies like slim plum branches, snow-pure souls: / each her own self, each perfect in her way" (lines 17–18). Destined for domestic felicity, the younger sister evinces a somewhat dull, placid sort of comeliness: "In quiet grace Vân was beyond compare: / her face a moon, her eyebrows two full curves; / her smile a flower, her voice the song of jade; / her hair the sheen of clouds, her skin white snow" (lines 19–22). We do not count on her to feel too deeply about anything, and when she chides Kiều for crying over Đạm Tiên's grave her words ring true: "My sister, you should be laughed at, / lavishing tears on one long dead and gone!" (lines 105–06). On the other hand, Kiều's melancholy charm and artistic temperament indicate a predisposition to sorrow: "Her eyes were autumn streams, her brows spring hills. / Flowers grudged her glamour, willows her fresh hue. / A glance or two from her, and kingdoms rocked! / Supreme in looks, she had few peers in gifts. / By Heaven blessed with wit, she knew all skills: / she could write verse and paint, could sing and chant. / Of music she had mastered all five tones / and played the lute far better than Ai Chang. / She had composed a song called *Cruel Fate* / to mourn all women in soul-rending strains" (lines 25–34).

But it is in the portrayal of villains that Nguyễn Du's brush, unhampered by the dead weight of stereotypes, is most striking. Here is Mã, scholar turned pimp: "Past forty, far beyond the bloom of youth, / he wore a smooth-shaved face and smart attire" (lines 627–28) and "Scholar Mã, the rogue, / had always patronized the haunts of lust. / The rake had hit a run of blackest luck: / in whoredom our whoremaster sought his bread" (lines 805–08). Mã shows his truest colors when he is allowed to speak in his own behalf. In this interior monologue, caught between profit and lust, he debates whether he should exercise his marital right to Kiều or deliver her intact to his wife, Dame Tú, who runs a brothel: "The flag has come to hand! / I view rare jade—it stirs my heart of gold! / The kingdom's queen of beauty! Heaven's scent! / One smile of hers is worth pure gold—it's true. / When she gets there, to pluck the maiden bud, / princes and gentlefolk will push and shove. / She'll bring at least three hundred liang, about / what I have paid—net profit after that. / A morsel dangles at my mouth—what God / serves up I crave, yet money hate to lose. / A heavenly peach within a mortal's grasp: / I'll bend the branch, pick it, and quench my thirst. / How many flower-fanciers on earth / can really tell one flower from the next? / Juice from pomegranate skin and cockscomb blood / will heal it up and lend the virgin look. / In dim half-light some yokel will be fooled: / she'll fetch that much, and not one penny less. / If my old broad finds out and makes a scene, / I'll take it like a man, down on my knees! / Besides, it's still a long, long way from home: / if I don't touch her, later she'll suspect" (lines 823–44).

From the soliloquy we can surmise that the academic pimp has met more than his match in the "old broad," "whose wealth of charms was taxed by creeping age" (line 810). We catch a glimpse of her outward appearance: "One noticed at first glance her pallid skin— / what did she feed upon to gain such bulk?" (lines 923–24). The bawd's vulgarity, however, can be fully conveyed only in her own words, which gush out when she learns that Scholar Mã has tampered with Kiều: "Her devils, fiends, and demons all broke loose: / 'What happened is as plain as day to see! / She caught my man alive for her own use! / I sent him for some lass to bring back here / and put to work as hostess, earn our bread. / But that false-hearted knave, that beastly rogue / had his damn itch—he played and messed with her. / Now that the cloth has lost all starch and glaze, / there goes to hell the money I put up! / You little strumpet, they sold you to me, / and in my house you go by my house rules. / When that old lecher tried his dirty trick, / why did you listen? Slap his face, instead! / Why did you just lie there and take it all? / The merest chit, do you already rut? / I must teach you how I lay down the law.' / She grabbed a whip, about to pounce and lash" (lines 962–78).

Miss Hoạn is in a class by herself as a villain. The daughter of a prime minister, she is married to young Thúc, who prefers the charms of a prostitute. Ferocious in her jealousy, she still commands our admiration by her self-control and ability to present a brave front to the world despite her husband's escapade: "His garden boasted now a fresh-blown rose— / so she had heard from every mouth but his. / The fire of wrath kept smoldering in her breast / against the knave whose fickle heart had roamed: / 'If only he'd confessed, told me the truth, / I might have favored her with my good grace. / I'd be a fool to lose my stately calm / and gain the stigma of a jealous shrew. / But he's thought fit to pull his boyish prank / and hide his open secret— what a farce! / He's fancied distance keeps me unaware. / Let's hide and seek—I too shall play his game. / I entertain no worry on this score: / the ant's inside the cup—where can it crawl? / I'll make them loathe and shun each other's sight. / I'll crush her so she cannot rear her head. / I'll rub the spectacle in his bare face / and make the traitor feel my iron hand' " (lines 1535–52). This is a preview of what is lying in store for her husband and Kiều: "She locked her anger deep inside her heart / and let all rumors breeze right past her ears. / Later, two louts came bearing their report, / hoping to earn due wages for their pains. / The lady in high dudgeon thundered forth: / 'I loathe pert knaves who'll weave, embroider things! / My husband's not a common, vulgar churl: / mouths with less truth than froth have spat this lie.' / She bade her lackeys execute her law, / slapping their mouths and knocking out their teeth. / An awestruck hush now settled on her house: / nobody risked another single peep. / In her pink room she'd idle morn and eve, / she'd chat and laugh as if naught were amiss" (lines 1553–66). She will give a hellish time to her rival—yet it is part of Nguyễn Du's humane touch to make us feel much sympathy for the "lioness": she is defending the integrity of her home. This is clear as she puts her case before Kiều at the trial: "I have a woman's mind, a petty soul, / and jealousy's a trait all humans share" (lines 2365–66) and "I felt esteem for you in my own heart— / what woman, though, would gladly share her man?" (lines 2369–70). Forgiving her and letting her go scot-free, Kiều shows mercy founded on a special sense of justice.

When a highborn lady eschews rhetoric and speaks the plain language of passion, it is realism—an important facet of Nguyễn Du's artistry which endears him to a vast public. Linked to such fidelity to life is his sense of comedy, a rare attribute in a classical poet. It was deemed far beneath the dignity of a Confucian gentleman to smile, let alone laugh. With few exceptions, classical Vietnamese literature presents an air of grim seriousness at best and dismal gloom at worst, and this lack of gaiety fails to reflect the temperament of the average, un-Confucianized Vietnamese, who can joke under the most solemn or trying circumstances. Colloquial speech abounds in words and phrases for mirth and derision.

Nguyễn Du often imparts an ironic twist to some learned cliché and makes it look fresh again. A favorable wind once drove the young Wang Po's boat to Prince T'eng's palace, where he attended a banquet and delivered a brilliant address in parallel prose and thus made his name overnight. To scholars the phrase *duyên Đằng* ("fate that takes one to Prince T'eng's palace") has served as a metaphor for good fortune and success in the literary world. But the Vietnamese poet chooses to apply the trope to a nonliterary event, young Thúc's marriage to Miss Hoạn—which, on reflection, is quite apropos after all: since scholars viewed literature mostly as an avenue to membership in the ruling elite with all its privileges and perquisites, to wed the daughter of a minister of state was, for all practical purposes, to reach Prince T'eng's palace in time for a feast. Likewise, the expression "fish-cress and perch" (*thuần úc*) is supposed to evoke homesickness by its allusion to Chang Han, who resigned from office on an autumn day and went back to his village because he missed the taste of those two common dishes of his native countryside. But Nguyễn Du uses the stock phrase to suggest that young Thúc begins to get tired of home cooking and his wife as the sights and sounds of autumn prompt him to dream of more exotic fare: "To perch and fish-cress he'd begun to take / when down the well planes dropped a few gold leaves" (lines 1593–94).

If that kind of wit is too subtle for those unfamiliar with the allusions, Nguyễn Du's sense of humor chuckles almost audibly in other places, such as Scholar Mã's soliloquy. Sometimes, the poet lets a ludicrous situation speak for itself: "Between, an altar all rigged out: above, / the image of that god with hoary brows. / In bawdy-houses old tradition bids / them worship him as patron of their trade, / offer him flowers, burn incense day and night. / When some jinxed gal drew too few customers, / in front of him she'd doff her shirt and skirt, / then light some incense candles mumbling prayer. / She'd take all faded flowers to line her mat, / and bees would swarm a-buzzing all around!" (lines 929–38). More often, for comic relief, the poet draws on the inexhaustible supply of folk sayings, which he chooses with an uncanny flair. How else to poke fun at the marriage of an aging prostitute and an aging debauchee but to call it a meeting of "sawdust and a bitter melon"? The proverbial phrase "sawdust and bitter melon" (*mạt cưa mướp đắng*) comes from a folk tale: a hawker who foisted sawdust (*mạt cưa*) as rice bran on unwary customers came across another who passed bitter melons (*mướp đắng*) off for cucumbers—the two traded their goods, duping each other.

Yet, despite the squalor and sordidness in the story, *Kiều* is basically a romance—another reason for its enduring popularity. Love is the subject of many Vietnamese tales in verse, but no poet other than Nguyễn Du has depicted it in all its mystery and variety. There is no rational explanation for it: "Unbidden, love will seek those meant for love" (line 2206). It may strike someone as hardened as a ruler of men: "Entranced, he heard her; spellbound, he watched her. / O miracle, love disturbed an iron mask!" (lines 2579–80). To Kiều, love happens three times, for three quite different men, Kim Trọng, Thúc Kỳ Tâm, and Từ Hải: "Of course, when two kin spirits meet, one tie / soon binds them in a knot none can yank loose" (lines 1287–88)—still, each tie has its own texture, its own resiliency.

With Kim, it is first love, at first sight: "What stirred their hearts their eyes still dared not say" (line 164). Nguyễn Du knows how to express the psychic turmoil that accompanies an adolescent's discovery of the other sex: "How strange, the race of lovers! Try as you will, / you can't unsnarl their hearts' entangled threads" (lines 243–44). Seldom has the erratic behavior of a boy in the throes of love been rendered with such acute yet affectionate perception, as if the poet were reminiscing about his own youth and mocking himself: "Since Kim was back inside his book-lined walls, / he could not drive her from his haunted mind. / He drained the cup of gloom: it filled anew— / one day without her seemed three autumns long. / Silk curtains veiled her windows like dense clouds, / and toward the rose within he'd dream his way. / The moon kept waning, oil kept burning low: / his face yearned for her face, his heart her heart. / The study-room turned icy, metal-cold— / brushes lay dry, lute strings hung loose on frets. / Hsiang bamboo blinds stirred rustling in the wind— / incense roused longing, tea lacked love's sweet taste. / If fate did not mean them to join as mates, / why had the temptress come and teased his eyes? / Forlorn, he missed the scene, he missed the girl: / he rushed back where by chance the two had met. / A tract of land with grasses lush and green, / with waters crystal-clear: he saw naught else. / The breeze at twilight stirred a mood of grief— / the reeds waved back and forth as if to taunt. / A lover's mind is full of her he loves: / he walked straight on and made toward her Blue Bridge" (lines 245–66).

According to Confucian ethics it was unspeakable for a well-bred girl to meet a boy in secret in his room—yet Nguyễn Du convinces us of the purity of Kiều's motives and gives us a romantic heroine's eloquent case for premarital continence: "Treat not our love as just a game— / please stay away from me and let me speak. / What is a mere peach blossom that one should / fence off the garden, thwart the bluebird's quest? / But you've named me your bride—to serve her man, /

she must place chastity above all else. / They play in mulberry groves along the P'u, / but who would care for wenches of that ilk? / Are we to snatch the moment, pluck the fruit, / and in one sole day wreck a lifelong trust? / Let's ponder those love stories old and new—what well-matched pair could equal Ts'ui and Chang? / Yet passion's storms did topple stone and bronze: / she cloyed her lover humoring all his whims. / As wing to wing and limb to limb they lay, / contempt already lurked beside their hearts. / Under the western roof the two burned out / the incense of their vow, and love turned shame. / If I don't cast the shuttle in defense, / we'll later blush for it—who'll bear the guilt? / Why force your wish on your shy flower so soon? / While I'm alive, you'll sometime get your due" (lines 501–22). Kim is never to get his due, however. At the end of the story, he and Kiều are reunited and joined in wedlock, but the union remains unconsummated. He reluctantly complies with her scruples: "To live in concord, need two share one bed?" (line 3178) and "Their wishes all came true since fate so willed, / and of two lovers marriage made two friends" (lines 3225–26).

But it would be a mistake to infer from this that Nguyễn Du was a prude. He is one of the very few classical East Asian poets to celebrate physical love frankly but within the bounds of good taste. He cannot be accused of pandering to any prurient interest—a mildly pornographic passage in the original Chinese novel is reduced in his poem to this professional lecture by the bawd: "The trade of love, my girl, takes care and pains, / and we who ply it must know all its tricks. / . . . / Men are all alike: / they'll get their money's worth or won't come here. / There are more things to love than meet the eye / and ways to cope with men by day or dark. / Know these by heart—learn seven ploys to catch / and hold a man, eight ways to please in bed. / Play love with them until you've played them out, / till heads must swim, till hearts of stone must spin. / Now flirt with eyebrows, now coquet with lips. / Now sing the moon, now sport among the flowers. / There you have it, our house's stock in trade: / learn it and be a mistress of our craft" (lines 1201–16).

The love between Kiều and the weak-willed Thúc eventually matures into a deep attachment, but sexual attraction is its main ingredient, and Nguyễn Du takes care to stress the point. Here is homage paid to Kiều's beauty: "A woman's charms, O wondrous tidal waves / that tumble homes and topple halls like toys!" (lines 1301–02) and "Lo, such pure jade and such white ivory! / Her body stood as Heaven's masterwork" (lines 1311–12). Sexual intercourse is described in a restrained but intense manner: "Behind the tasseled drapes he faced the flower: / his fancy relished each of all her charms. / The young camellia, shimmering on its stem, / would glow still brighter with each fresh spring shower! / Man and girl, girl and man in fevered clasp: / on a spring night, how can one quell the heart?" (lines 1281–86). We are made to feel the poignancy of the lovers' grief when they have to part: "She walked back home to face the night alone, / and by himself he fared the long, long way. / Who split the lovers' moon? Half stayed and slept / by her lone pillow, half lit his far road" (lines 1523–26).

In most ways the opposite of young Thúc, Từ Hải is the strong man whom Kiều can look up to and lean on. When "eyes meet eyes and heart encounters heart" (line 2178), she is shrewd enough to sense his potential greatness. He is both flattered by and grateful for her keen insight: "Two kindred souls have joined ... / We're not those giddy fools who play at love. / For long I've heard them rave about your charms, / but none's won favor yet in your clear eyes. / How often have you lucked upon a *man*? / Why bother with caged birds or fish in pots?" (lines 2179–84) and "Through life how many know what moves one's soul? / Those eyes be praised that, keen and worldly-wise, / can see the hero hid in common dust! / Your words prove you discern me from the rest— / we'll sit together when I sit on high" (lines 2200–04). Từ feels for Kiều a tender, protective, indulgent kind of love; he wants to right the wrongs she has suffered, see to her comfort and well-being, grant her every wish and desire. In the end, he meets his doom because "love for a woman bent a hero's will" (line 2176). She takes full blame for his death: "A hero was my Từ—he went his way / beneath the skies, he roamed the open seas. / I talked, he listened overtrusting me— / the victor laid down arms to serve at court! / He hoped to gain the world for man and wife— / alas, he came to nothing in a trice. / Five years he roved between the sky and sea, / then dropped his body on the field like trash" (lines 2549–56)

In addition to its romance, Nguyễn Du's poem shares other features with works of fiction that have mass appeal. It is a melodrama that throbs with violent incidents, including war: "Gray phantoms, fumes of slaughter leapt the skies / as sharks roved streams and armored men prowled roads" (2251–52) and "Imperial troops rushed forward giving chase— / death vapors blasted men, choked up the skies" (lines 2523–24). It is a story that caters to folk beliefs in supernatural phenomena: the brooding presence of Đạm Tiên's ghost, fortune-telling, witchcraft, Từ Hải's deification in death. The Vietnamese people have given Nguyễn Du's poem the ultimate accolade in this respect: they have consulted it for divination purposes, to which it lends itself quite well because, within its scope, it covers most life circumstances, from the highest to the lowest, the happiest to the saddest.

But the beauty and forcefulness of the work cannot alone explain the spell Nguyễn Du's poem has cast over the Vietnamese, peasants and scholars alike. They all have found in it some common denominator about their world that touches a chord in their collective psyche. A clue, perhaps, is a word that recurs throughout the poem: *oan*. The nearest equivalent in English is a past participle: *wronged*. A story purporting to recount events that occurred in Ming China manages to project one stark, readily recognizable image about Vietnam—the picture of victims, of people punished for crimes or sins they are not aware they have committed.

Down the ages, more than most other peoples, the Vietnamese have known a history marked by turbulence and torment, by natural or human forces unleashed against helpless individuals. Time and again, typhoons have devastated the delta and coastal area of north and central Vietnam with its dense population: they are, indeed, "disasters that come flying on the wind" (*vạ gió tai bay*), acts of God visited on innocent heads. But more often than not, the phrase refers figuratively (as it does in the poem) to misfortunes wreaked on men by more powerful men, who impose their arbitrary will from above. Those masters could be foreigners: after conquest and despite endemic rebellion, the Chinese and the French ruled the country and had the people at their mercy for a total of over a thousand years. But the Vietnamese suffered at the hands of their fellow countrymen, too; with few exceptions, native rulers were also tyrants. To survive constant Chinese pressure as well as the challenge of other pretenders to the throne and the ever-present threat of peasant revolts, Vietnamese monarchs had to adopt and maintain a state apparatus patterned on the Chinese model, an instrument designed more for repression and suppression than for justice.

In theory, the sovereign acted as the "lamp of Heaven" (*đèn Trời*), shining justice on all, but in practice he never would or could get close enough to the people to hear their grievances: "This wrong / could they appeal to Heaven far away?" (lines 595–96); "When wronged, can flies and ants demand redress?" (line 1758). To keep law and order through the realm, the sovereign had to depend on local scholar-officials who, often underpaid, were tacitly encouraged to live off their charges. Corruption was built into the system—in dealing with officials, the people had to learn to "pave this way and clear that path" (*lót đó luồn dây*). There were high-principled mandarins, of course, but even they tended to prefer a decorous aloofness from the populace, lest familiarity should breed contempt and undermine authority: "Play with a dog, and it will lick your face" (*Chơi với chó chó liếm mặt*), says the proverb. Those who wielded actual power with the people on a daily basis were the mandarins' subordinates: clerks and scribes, sheriffs and runners. In a position to bully and to squeeze, they were the most feared and hated members of the government: "Lawmen behaved that day as is their wont, / wreaking dire havoc just for money's sake" (lines 597–98). Rare were those underlings who would not abuse the authority delegated to them: "There was an elderly scrivener surnamed Chung, / a bureaucrat who somehow had a heart" (lines 607–08). In one scene Nguyễn Du shows how men who represented the law perverted it for their own selfish ends: "With cudgels under arm and swords in hand, / those fiends and monsters rushed around, berserk. / They cangued them both, the old man, his young son— / one cruel rope trussed two dear beings up. / Then, like bluebottles buzzing through the house, / they smashed workbaskets, shattered looms to bits. / They grabbed all jewels, fineries, personal things, / scooping the household clean to fill greed's bag" (lines 577–84); "Fear gripped the household—cries of innocence / shook up the earth, injustice dimmed the clouds. / All day they groveled, begged and prayed—deaf ears / would hear no plea, harsh hands would spare no blow. / A rope hung each from girders, by his heels— / rocks would have broken, let alone mere men. / Their faces spoke sheer pain and fright—this wrong / could they appeal to Heaven far away?" (lines 589–96).

What crime were the Vương father and son guilty of to call down such punishment? A laconic line mentions an unspecified charge brought by "some knave who sold raw silk" (line 588). The failure to give more precise details might be regarded as a lapse in narrative skill, but it points up the arbitrary nature of the arrest: on the flimsiest of grounds, lives and families could be wrecked at the whim of those in power.

For the three hundred liang (or taels) of silver needed to buy her father's freedom, Kiều sells herself as a concubine to Scholar Mã, later revealed to be a pimp, and she is swept into a life of turpitude: she becomes a toy, an object dizzily spun by some occult force variously called the "blue potter's wheel" (*khuôn xanh*), the "sacred potter's wheel" (*khuôn thiêng*), and the "great potter's wheel" (*hồng-quân*). Like Kiều, many people in an unjust society have been struck by "disasters that come flying on the wind," by inexplicable catastrophes, and they have empathized with her lot, feeling no reluctance to identify with a prostitute. If Confucian moralists condemn women who "deal in powder and sell perfume" (*buôn phần bán hương*), the people take a kinder view of those who must "sell their rumps to feed their mouths" (*bán trôn nuôi miệng*). Prostitution is a temporary necessity from which a woman will escape at the first chance. According to a folk saying, "a whore works in nine places, but she saves one place to get a husband" (*làm đĩ chín phương, để một phương lấy chồng*). The ethical authority of marriage and the family is such that a man may "make a whore his wife, but no one should make his wife a whore" (*lấy đĩ làm vợ, không ai lấy vợ làm đĩ*). Kiều the prostitute conforms to that ingrained prejudice in favor of marriage and the family: she runs away with the cad Sở Khanh in hope that he will make an honest woman of her; she asks for a concubine's modest niche in young Thúc's home ("Should she, displeased, object and raise a storm, / tell her I know my place and honor hers"); she attains transient respectability as the consort of the rebel Từ Hải during his five-year period of victories; and in the end, she is reunited with Kim Trọng, who generously accepts her as a platonic bride. She expresses her gratitude to Kim in these terms: "If ever my soiled body's cleansed of stains, / I'll thank a gentleman, a noble soul / . . . / A home, a refuge—what won't you give me? / My honor lives again as of tonight" (lines 3181–86).

More sinned against than sinning, Kiều, as a folk symbol, stands for the victim's struggle to survive by drawing comfort and sustenance from a mixture of the popular belief in Heaven's will and the Buddhist concept of fate: "This we have learned: with Heaven rest all things. / Heaven appoints each human to a place. / If doomed to roll in dust, we'll roll in dust; / we'll sit on high when destined for high seats" (lines 3241–44) and "Our karma we must carry as our lot— / let's stop decrying Heaven's whims and quirks" (lines 3249–50). The idea of injustice, of wronged innocence, is so intolerable to sane minds that, in order to preserve their mental balance and endure, powerless victims of either natural calamity or human wickedness must justify their misfortunes in some quasi-rational fashion. Many Vietnamese, like Kiều, have accepted the twin concepts of Heaven's will and of karma, or atonement for sins committed in an earlier existence. But fatalism, as a passive defense mechanism of individuals, denies the usefulness of any attempt to change the world, and it is this message within Nguyễn Du's poem that Marxist critics have quarreled with.

If the masses have found catharsis and solace in Kiều, members of the Vietnamese elite have looked upon her as their alter ego as well. It can even be claimed that in the plaintive voice of a girl sold into prostitution and slavery, Nguyễn Du himself airs personal discontents with his official career. At both the start and the finish of his tale he seems to hint at this purpose: "A hundred years—in this life span on earth / talent and destiny are apt to feud" (lines 1–2) and "In talent take no overweening pride, / for talent and disaster form a pair" (lines 3247–48). In classical literature, when talent is deplored as the target of ill fate, it belongs to a man rather than to a woman: "talent for men, beauty for women" (*trai tài gái sắc*).

The poem also contains a debate on women's chastity and fidelity. Toward the end of the story, when Kim urges Kiều to abide by her vow and marry him regardless of all that has happened to her, she answers: "A home where love and concord reign, / whose heart won't yearn for it? But I believe / that to her man a bride should bring the scent / of a close bud, the shape of a full moon. / It's priceless, chastity—by nuptial torch, / am I to blush for what I'll offer you?" (lines 3091–96) and "How dare I, boldfaced, soil with worldly filth / the homespun costume of a virtuous wife?" (lines 3103–04). But Kim will not yield to her line of reasoning and retorts: "How skilled you are in spinning words! / You have your reasons—others have their own. / Among those duties falling to her lot, / a woman's chastity means many things. / For there are times of ease and times of stress: / in crisis must one rigid rule apply? / True daughter, you upheld a woman's role: / what dust or dirt could ever sully you?" (lines 3113–20).

Such verbal give-and-take is reminiscent of an animal tale in verse, *Trinh Thử* ("The Constant Mouse"), written by a Vietnamese scholar, presumably in the nineteenth century. It is about a she-mouse who, in the absence of her husband, resists the advances of a rat and refutes all his arguments against chastity and fidelity. If classical writers seem obsessed with the notion that women should remain immaculate in thought and deed, a student of East Asian literature realizes that, more often than not, the issue serves as an allegory for a crucial problem in feudal times: political allegiance. For example, the T'ang poet Chang Chi (765–830) responded to overtures from the rebel Li Shih-tao with a poem entitled "Song of a Chaste Wife" (*Chieh fu yin*): "My lord, you knew I had a husband— / yet you sent me two shiny pearls. / Affected by your loving thought, / I sewed them to my red gauze blouse. / My home stands tall near the Imperial Park. / My man bears arms and guards the Radiant Hall. / I know your pure heart glows like sun and moon— / but to my man I'm pledged for life. / I give you back your pearls with my two tears. / Oh, why had you and I not met before?"

What we know of Nguyễn Du's life seems to confirm the suspicion that he saw himself as a political Kiều, a man forced to betray his loyalties and convictions by the duty to shield his family from harm. Although he belonged to a prominent Northern clan whose members had served the Lê sovereigns, the Trịnh lords, and the Tây-sơn rebels, he became a courtier in Huê, serving the Southern upstarts—the Nguyễn house. In 1802, with the help of French missionaries and mercenaries, Nguyễn Ánh emerged as the victor in a long civil war and, assuming Gia Long as his reign title, unified Vietnam. In all likelihood, the poet rallied to the winning side less from enthusiasm than from fear that his clan, badly compromised with Nguyễn Ánh's erstwhile enemies, might be persecuted. The theme of filial piety runs like a litany through his poem. Despite the prestige he enjoyed as a scholar and as a poet, Nguyễn Du's proud nature never adjusted to the stifling atmosphere of Huê, where a young, insecure dynasty ruthlessly crushed any sign of insubordination. It is reported that while he behaved humbly at court, he maintained a glum reserve and was afflicted with an incurable melancholia until his death. His secret wishes and dreams apparently flowed into the creation of the most astonishing character in his poem: Từ Hải.

In the original Chinese novel, Hsü Hai is little more than a bandit chief or warlord. Nguyễn Du's rebel, on the contrary, rises to epic heights—a hero *sans peur et sans reproche*, admired even by Hồ Tôn Hiến, who sets out to destroy him: "A tiger's beard, a swallow's jaw, and brows / as thick as silkworms—he stood broad and tall. / A towering hero, he outfought all foes / with club or fist and knew all arts of war. / Between the earth and heaven he lived free" (lines 2167–71) and "Bamboos split fast; tiles slip, soon fall apart; / his martial might now thundered far and wide. / In his own corner he installed his court / for peace or war and cut the realm in two. / Time after time he stormed across the land / and trampled down five strongholds in the South. / He fought and honed his sword on wind and dust, / scorning those racks for coats, those sacks for rice. / He stalked and swaggered through his border fief, / with no less stature than a prince, a king. / Who dared oppose his flag, dispute his sway? / For five years, by the sea, he reigned sole lord" (lines 2439–50).

When he is asked to trade his independence for a high post at court, Từ Hải's thoughts no doubt reflect Nguyễn Du's own loathing for a courtier's role: "My own two hands have built this realm—at will, / I've roamed the sea of Ch'u, the streams of Wu. / If I turn up at court, bound hand and foot, / what will become of me, surrendered man? / Why let them swaddle me in robes and skirts? / Why play a duke so as to cringe and crawl? / Had I not better rule my march-domain? / For what can they all do against my might? / At pleasure I stir heaven and shake earth— / I come and go, I bow my head to none" (lines 2463–72). But listening to Kiều's advice, Từ Hải surrenders and falls into an ambush. Great in life, he looms larger yet in death: "The fiercest tiger, taken unawares, / will lick the dust and meet an abject end. / Now doomed, Từ fought his own last fight on earth / to show them all a soldier's dauntless heart. / When his brave soul left him to join the gods, / he still stood on his feet amidst his foes. / His body, firm as rock and hard as bronze, / who in the whole wide world could shake or move?" (lines 2515–22).

In Confucian society, rebellion is *the* cardinal sin—yet here is a courtier singing a rebel's life in rapturous accents. If Nguyễn Du jettisoned the Chinese model of the original prose tale, neither did he create Từ Hải wholly out of his imagination. In the early part of the nineteenth century, Vietnam still echoed to a real-life epic—the meteoric career of Nguyễn Huệ. Flaunting his "cotton shirt and red flag" (*áo vải cờ đào*), he led the Tây-sơn revolt to one of the greatest triumphs in the history of peasant uprisings. He defeated the Trịnh lords in the north and the Nguyễn lords in the south, and in 1789 he launched a Tết or New Year's offensive to rout the two hundred thousand troops of the Chinese emperor Ch'ien-lung: "He beat the world / in wit and grit, shook heaven by sheer might" (lines 2903–04). His reign as Emperor Quang Trung was ephemeral, however: after his death in 1792 at the age of forty, the Tây-sơn dynasty fell apart.

Along with that of the heroine, Kiều, the portrait of Từ Hải, inspired by a genuine folk hero, firmly fixes Nguyễn Du's tale in the Vietnamese people's affections. As emblematic figures that carry the hopes and dreams of the downtrodden, prostitute and rebel complement each other. If she personifies passive resistance to injustice and oppression, he embodies a man's ability to break through the evil system and take the law into his own hands, righting wrongs and rewarding virtues: the trial scene, where he lets her pay foes and friends their due wages, is a favorite with most Vietnamese.

In the second half of the nineteenth century, however, the significance of Nguyễn Du's poem came to transcend both private anguish and popular identification. By an accident of history between East and West, the autobiography of a divided soul epitomized a moral dilemma that confronted all Vietnamese—scholars and intellectuals, in particular. After 1862, political allegiance became the paramount question as the Huê court, under military pressure, was forced to cede the three eastern provinces in the South to France. Phan Thanh Giản committed suicide after the further loss, in 1867, of the three western provinces entrusted to his care. The blind scholar-poet Nguyễn Đình Chiểu totally ignored the enemy, turning down offers of financial aid, refusing to wash with French-made soap or walk on French-built roads. Other scholars, like Tôn Thất Thuyết and Phan Đình Phùng, organized resistance groups, which soon disintegrated in the face of superior military power. Less hardy spirits chose the safest course: they collaborated with the French occupation forces.

When scholars and intellectuals accept a foreign master and do his bidding, even for the sake of a mere livelihood, let alone wealth and rank, their behavior is properly called prostitution. In his controversy with Phan Văn Trị after 1862, the collaborationist Tôn Thọ Tường wrote a poem apologizing for his pro-French conduct and comparing his own plight to Kiều's—"when evil strikes, you bow to circumstance" (line 600). Like Nguyễn Du, Tường was never reconciled to what he did; toward the end of his life, in another poem, he likened himself to an old whore who had become a Buddhist nun and fasted for penance.

During the 1920s and 30s, a political debate revolved heatedly around The Tale of Kiều. The Director of Political Affairs for French Indochina, Louis Marty, appointed a brilliant scholar, Phạm Quỳnh, to preside over a cultural movement that would attract Vietnamese intellectuals and advance French interests. In many articles, the movement's chief organ, the monthly review Nam Phong ("South

Wind" or "Southern Ethos"), published a detailed study of Nguyễn
Du's poem to prove that French rule and influence posed no per-
manent threat because, in Phạm Quỳnh's oft-quoted words, "as long
as *The Tale of Kiều* lasts, our language will last; and as long as our
language lasts, our country will last." Deliberately glossing over the
ambiguities in Kiều's character, Phạm Quỳnh canonized her and
proclaimed *The Tale of Kiều* a "pure" masterpiece, subtly suggesting
that "pure" literary pursuit was a glorious (and profitable) alterna-
tive to politics or revolution.

Scholars who opposed the French control of their country, notably
Ngô Đức Kế (1878–1929) and Huỳnh Thúc Kháng (1876–1947), saw
through Phạm Quỳnh's game and sought to denounce him. Under
the watchful eyes of the secret police, they had to attack him on the
sly. Suspecting that he cast himself in the role of Kiều, a filial Viet-
namese who sold out to the colonialists for the fatherland's sake, they
wrote satirical poems in which they savaged a certain "brothel": of
course, their butt was the *Nam Phong* group, headed by Phạm
Quỳnh, whom they regarded as a Scholar Mã, a pimp, not as a whore
with a heart of gold. Mostly, they reviled Nguyễn Du's masterpiece,
calling it poisonous trash and its heroine a depraved sinner. Because
Phạm Quỳnh had preempted one end of the critical spectrum, they
went to the other extreme to dramatize their hostility toward some-
one they considered the most dangerous henchman of French im-
perialism: if *The Tale of Kiều* meant everything to a traitor, then it
meant nothing, or worse than nothing, to patriots.

In the last third of the twentieth century, Vietnam was once again
forced to "go through a play of ebb and flow / and watch such things
as make you sick at heart." Thoughtful Vietnamese cannot help
recognizing in their country the image of a karma-cursed woman:
Kiều. Between 1965 and 1975, the Washington crusade for a world
safe from Soviet Russia and Red China tore asunder the warp and
woof of society in South Vietnam and bred prostitution, sexual and
otherwise, on a vast scale. Unseen, unheard B-52 bombers that rained
death and destruction out of the blue gave a new meaning to the
phrase "disasters that come flying on the wind." The United States
government intervened in the belief that the wealthiest power on
earth, boasting the most advanced knowledge of warfare, simply
could not lose. But Nguyễn Du says: "In talent take no overweening
pride, / for talent and disaster form a pair." The Americans pro-
ceeded to prove the poet's point: they visited untold harm on those

they meant to rescue from communism while inflicting serious
damage on themselves as well.

After the collapse of South Vietnam and the communist conquest
in 1975, hundreds of thousands of Vietnamese have fled from their
homeland and now live in exile, scattered over various parts of the
globe. Often psychologically and socially estranged from a host
country whose language they do not understand, many derive spiri-
tual comfort from Nguyễn Du's masterpiece. They know most of its
lines by heart, and when they recite them out loud, they speak their
mother tongue at its finest. To the extent that the poem implies
something at the very core of Vietnamese experience, it addresses
them intimately as victims, as refugees, as survivors. In the course of
Vietnam's tormented history, the individual, like Kiều herself, has all
too often become the toy of necessity, has been compelled to do the
bidding of some alien power, to serve a master other than the one to
whom he or she should owe allegiance. Beyond its literal meaning,
Kiều's prostitution is interpreted as a metaphor for the betrayal of
principle under duress, the submission to force of circumstances.
More generally, Kiều stands for Vietnam itself, a land well endowed
with natural and human resources, but too often doomed to see such
riches gone to waste or destroyed. And yet, despite its grim details
and sordid aspects, Kiều's story conveys a message of hope for both
the individual and the country: if, like Kiều, the Vietnamese accept
and endure with fortitude whatever happens to them, someday they
will have paid the cost of their evil karma and will achieve both
personal and national salvation.

TRUYỆN KIỀU

Lạ gì thanh-khí lẽ hằng,
một dây một buộc ai giằng cho ra.

THE TALE OF KIỀU

Of course, when two kin spirits meet, one tie
soon binds them in a knot none can yank loose.

I

Trăm năm trong cõi người ta,
chữ tài chữ mệnh khéo là ghét nhau.
Trải qua một cuộc bể-dâu,
những điều trông thấy mà đau-đớn lòng.
Lạ gì bỉ sắc tư phong?   5
Trời xanh quen thói má hồng đánh ghen.

Cảo thơm lần giở trước đèn,
phong-tình cổ-lục còn truyền sử xanh.
Rằng năm Gia-tĩnh triều Minh,
bốn phương phẳng-lặng hai kinh vững-vàng.   10
Có nhà viên-ngoại họ Vương,
gia-tư nghĩ cũng thường-thường bậc trung.
Một trai con thứ rốt lòng,
Vương Quan là chữ nối dòng nho-gia.
Đầu lòng hai ả tố-nga,   15
Thúy Kiều là chị em là Thúy Vân.
Mai cốt-cách tuyết tinh-thần,
mỗi người một vẻ mười phân vẹn mười.
Vân xem trang-trọng khác vời:
khuôn trăng đầy-đặn nét ngài nở-nang;   20
hoa cười ngọc thốt đoan-trang,
mây thua nước tóc tuyết nhường màu da.
Kiều càng sắc-sảo mặn-mà,
so bề tài sắc lại là phần hơn.
Làn thu-thủy nét xuân-sơn,   25
hoa ghen thua thắm liễu hờn kém xanh.
Một hai nghiêng nước nghiêng thành,
sắc đành đòi một tài đành họa hai.
Thông-minh vốn sẵn tư trời,
pha nghề thi họa đủ mùi ca ngâm.   30
Cung-thương làu bậc ngũ-âm,
nghề riêng ăn đứt hồ-cầm Ngại Trương.
Khúc nhà tay lựa nên chương,
một thiên *Bạc-Mệnh* lại càng não nhân.
Phong-lưu rất mực hồng-quần,   35
xuân xanh xấp-xỉ tới tuần cập-kê.

I

A hundred years—in this life span on earth
talent and destiny are apt to feud.
You must go through a play of ebb and flow*
and watch such things as make you sick at heart.
Is it so strange that losses balance gains?*   5
Blue Heaven's wont to strike a rose from spite.*

By lamplight turn these scented leaves and read
a tale of love recorded in old books.*
Under the Chia-ching reign when Ming held sway,*
all lived at peace—both capitals stood strong.*   10
  There was a burgher in the clan of Vương,*
a man of modest wealth and middle rank.
He had a last-born son, Vương Quan—his hope*
to carry on a line of learned folk.
Two daughters, beauties both, had come before: 15
Thúy Kiều was oldest, younger was Thúy Vân.*
Bodies like slim plum branches, snow-pure souls:
each her own self, each perfect in her way.
  In quiet grace Vân was beyond compare:
her face a moon, her eyebrows two full curves;   20
her smile a flower, her voice the song of jade;
her hair the sheen of clouds, her skin white snow.
  Yet Kiều possessed a keener, deeper charm,
surpassing Vân in talents and in looks.
Her eyes were autumn streams, her brows spring hills.   25
Flowers grudged her glamour, willows her fresh hue.
A glance or two from her, and kingdoms rocked!*
Supreme in looks, she had few peers in gifts.
By Heaven blessed with wit, she knew all skills:
she could write verse and paint, could sing and chant.   30
Of music she had mastered all five tones*
and played the lute far better than Ai Chang.*
She had composed a song called *Cruel Fate*
to mourn all women in soul-rending strains.
A paragon of grace for womanhood,*   35
she neared that time when maidens pinned their hair.*

*An asterisk indicates that the notes contain explanation or comment on the line(s).

3

Êm-đềm trướng rủ màn che,
tường đông ong-bướm đi về mặc ai.

Ngày xuân con én đưa thoi,
thiều-quang chín chục đã ngoài sáu mươi.   40
Cỏ non xanh tận chân trời,
cành lê trắng điểm một vài bông hoa.
Thanh-minh trong tiết tháng ba,
lễ là tảo-mộ hội là đạp-thanh.
Gần xa nô-nức yến-anh,   45
chị-em sắm-sửa bộ-hành chơi xuân.
Dập-dìu tài-tử giai-nhân,
ngựa-xe như nước áo-quần như nen.
Ngổn-ngang gò-đống kéo lên,
thoi vàng vó rắc tro tiền giấy bay.   50
Tà-tà bóng ngã về tây,
chị-em thơ-thẩn dan tay ra về.
Bước dần theo ngọn tiểu-khê,
lần xem phong-cảnh có bề thanh-thanh.
Nao-nao dòng nước uốn quanh,   55
nhịp cầu nho-nhỏ cuối ghềnh bắc ngang.
Sè-sè nấm đất bên đường,
dàu-dàu ngọn cỏ nửa vàng nửa xanh.
Rằng: "Sao trong tiết Thanh-minh
"mà đây hương-khói vắng tanh thế mà?"   60
Vương Quan mới dẫn gần xa:
"Đạm Tiên nàng ấy xưa là ca-nhi.
"Nổi danh tài sắc một thì,
"xôn-xao ngoài cửa hiếm gì yến-anh.
"Kiếp hồng-nhan có mong-manh,   65
"nửa chừng xuân thoắt gãy cành thiên-hương.
"Có người khách ở viễn-phương,
"xa nghe cũng nức tiếng nàng tìm chơi.
"Thuyền tình vừa ghé tới nơi,
"thì đà trâm gãy bình rơi bao giờ.   70
"Buồng không lặng ngắt như tờ,
"dấu xe-ngựa đã rêu lờ-mờ xanh.
"Khóc-than khôn xiết sự-tình:
"'Khéo vô-duyên bấy là mình với ta!
"Đã không duyên trước chẳng mà,   75

She calmly lived behind drawn shades and drapes,
as wooers swarmed, unheeded, by the wall.*

    Swift swallows and spring days were shuttling by—
of ninety radiant ones three score had fled.   40
Young grass spread all its green to heaven's rim;
some blossoms marked pear branches with white dots.
Now came the Feast of Light in the third month*
with graveyard rites and junkets on the green.
As merry pilgrims flocked from near and far,*   45
the sisters and their brother went for a stroll.
    Fine men and beauteous women on parade:
a crush of clothes, a rush of wheels and steeds.*
Folks clambered burial knolls to strew and burn
sham gold or paper coins, and ashes swirled.   50
    Now, as the sun was dipping toward the west,
the youngsters started homeward, hand in hand.
With leisured steps they walked along a brook,
admiring here and there a pretty view.
The rivulet, babbling, curled and wound its course   55
under a bridge that spanned it farther down.
Beside the road a mound of earth loomed up
where withered weeds, half yellow and half green.
    Kiều asked: "Now that the Feast of Light is on,
why is no incense burning for this grave?"   60
Vương Quan told her this tale from first to last:
"She was a famous singer once, Đạm Tiên.*
Renowned for looks and talents in her day,
she lacked not lovers jostling at her door.*
But fate makes roses fragile—in mid-spring*   65
off broke the flower that breathed forth heaven's scents.
From overseas a stranger came to woo
and win a girl whose name spread far and wide.
But when the lover's boat sailed into port,
he found the pin had snapped, the vase had crashed.*   70
A death-still silence filled the void, her room;*
all tracks of horse or wheels had blurred to moss.
He wept, full of a grief no words could tell:
'Harsh is the fate that has kept us apart!
Since in this life we are not meant to meet,   75

"thì chi chút ước gọi là duyên sau.'
　"Sắm-sanh nếp tử xe châu,
"bụi hồng một nắm mặc dầu có-hoa.
　"Trải bao thỏ lặn ác tà,
"ấy mồ vô-chủ ai mà viếng-thăm."　　　　　　80
　　Lòng đâu sẵn mối thương-tâm,
thoắt nghe Kiều đã đầm-đầm châu sa:
　"Đau-đớn thay phận đàn bà!
"Lời rằng bạc-mệnh cũng là lời chung.
　"Phũ-phàng chi bấy hóa-công,　　　　　85
"ngày xanh mòn-mỏi má hồng phôi-pha.
　"Sống làm vợ khắp người ta,
"hại thay thác xuống làm ma không chồng!
　"Nào người phượng chạ loan chung?
"Nào người tiếc lục tham hồng là ai?　　　90
　"Đã không kẻ đoái người hoài,
"sẵn đây ta thắp một vài nén hương.
　"Gọi là gặp-gỡ giữa đường,
"họa là người dưới suối vàng biết cho."
　　Lầm-rầm khấn-khứa nhỏ to,　　　　95
sụp ngồi và gật trước mồ bước ra.
　　Một vùng cỏ áy bóng tà,
gió hiu-hiu thổi một và bông lau.
　　Rút trâm sẵn giắt mái đầu,
vạch da cây vịnh bốn câu ba vần.　　　100
　　Lại càng mê-mẩn tâm-thần,
lại càng đứng lặng tần-ngần chẳng ra.
　　Lại càng ủ-dột nét hoa,
sầu tuôn đứt nối châu sa vắn dài.
　　Vân rằng: "Chị cũng nực cười,　　　105
"khéo dư nước mắt khóc người đời xưa!"
　　Rằng: "Hồng-nhan tự thuở xưa,
"cái điều bạc-mệnh có chừa ai đâu.
　"Nỗi-niềm tưởng đến mà đau,
"thấy người nằm đó biết sau thế nào."　　110
　　Quan rằng: "Chị nói hay sao!
"Một lời là một vận vào khó nghe.
　"Ở đây âm-khí nặng-nề,
"bóng chiều đã ngã dặm về còn xa."
　　Kiều rằng: "Những đấng tài-hoa,　　　115

let me pledge you my troth for our next life.'
He purchased both a coffin and a hearse*
and rested her in dust beneath this mound,
among the grass and flowers. For many moons,*
who's come to tend a grave that no one claims?"   80
    A well of pity lay within Kiều's heart:
as soon as she had heard her tears burst forth.*
"How sorrowful is women's lot!" she cried.
"We all partake of woe, our common fate.
Creator, why are you so mean and cruel,   85
blighting green days and fading rose-fresh cheeks?*
Alive, she played the wife to all the world,
alas, to end down there without a man!
Where are they now who shared in her embrace?*
Where are they now who lusted for her charms?*   90
Since no one else gives her a glance, a thought,
I'll light some incense candles while I'm here.
I'll mark our chance encounter on the road—
perhaps, down by the Yellow Springs, she'll know."*
    She prayed in mumbled tones, then she knelt down   95
to make a few low bows before the tomb.
Dusk gathered on a patch of wilted weeds—
reed tassels swayed as gently blew the breeze.
She pulled a pin out of her hair and graved
four lines of stop-short verse on a tree's bark.*   100
Deeper and deeper sank her soul in trance—
all hushed, she tarried there and would not leave.
The cloud on her fair face grew darker yet:
as sorrow ebbed or flowed, tears dropped or streamed.
    Vân said: "My sister, you should be laughed at,   105
lavishing tears on one long dead and gone!"
"Since ages out of mind," retorted Kiều,
"harsh fate has cursed all women, sparing none.*
As I see her lie there, it hurts to think
what will become of me in later days."   110
    "A fine speech you just made!" protested Quan.
"It jars the ears to hear you speak of her
and mean yourself. Dank air hangs heavy here—
day's failing, and there's still a long way home."
    Kiều said: "When one who shines in talent dies,   115

"thác là thể-phách còn là tinh-anh.

"Dễ hay tình lại gặp tình,
"chờ xem ắt thấy hiển-linh bây giờ."

Một lời nói chửa kịp thưa,
phút đâu trận gió cuốn cờ đến ngay.   120

Ào-ào đổ lộc rung cây,
ở trong dường có hương bay ít nhiều.

Đè chừng ngọn gió lần theo,
dấu giày từng bước in rêu rành-rành.

Mặt nhìn ai nấy đều kinh.   125
Nàng rằng: "Này thật tinh-thành chẳng xa!

"Hữu-tình ta lại gặp ta,
"chớ nề u-hiển mới là chị-em."

Đã lòng hiển-hiện cho xem,
tạ lòng nàng lại nối thêm vài lời.   130

Lòng thơ lai-láng bối-hồi,
gốc cây lại vạch một bài cổ-thi.

Dùng-dằng nửa ở nửa về,
nhạc vàng đâu đã tiếng nghe gần-gần.

Trông chừng thấy một văn-nhân,   135
lỏng buông tay khấu bước lần dặm băng.

Đề-huề lưng túi gió-trăng,
sau chân theo một vài thằng con-con.

Tuyết in sắc ngựa câu giòn,
cỏ pha màu áo nhuộm non da trời.   140

Nẻo xa mới tỏ mặt người,
khách đà xuống ngựa tới nơi tự-tình.

Hài văn lần bước dặm xanh,
một vùng như thể cây quỳnh cành dao.

Chàng Vương quen mặt ra chào,   145
hai kiều e-lệ nép vào dưới hoa.

Nguyên người quanh-quất đâu xa,
họ Kim tên Trọng vốn nhà trâm-anh.

Nền phú-hậu bậc tài-danh,
văn-chương nết đất thông-minh tính trời.   150

Phong-tư tài-mạo tốt vời,
vào trong phong-nhã ra ngoài hào-hoa.

Chung-quanh vẫn đất-nước nhà,
với Vương Quan trước vốn là đồng-thân.

the body passes on, the soul remains.
In her, perhaps, I've found a kindred heart:
let's wait and soon enough she may appear."
  Before they could respond to what Kiều said,
a whirlwind rose from nowhere, raged and raved.   120
It blustered, strewing buds and shaking trees
and scattering whiffs of perfume in the air.
They strode along the path the whirlwind took
and plainly saw fresh footprints on the moss.
They stared at one another, terror-struck.   125
"You've heard the prayer of my pure faith!" Kiều cried.
"As kindred hearts, we've joined each other here—
transcending life and death, soul sisters meet."
  Đạm Tiên had cared to manifest herself:
to what she'd written Kiều now added thanks.   130
A poet's feelings, rife with anguish, flowed:
she carved an old-style poem on the tree.*

  To leave or stay—they all were wavering still*
when nearby rang the sound of harness bells.
They saw a youthful scholar come their way   135
astride a colt he rode with slackened rein.
He carried poems packing half his bag,*
and tagging at his heels were some page boys.
His frisky horse's coat was dyed with snow.
His gown blent tints of grass and pale blue sky.   140
He spied them from afar, at once alit
and walked toward them to pay them his respects.
His figured slippers trod the green—the field
now sparkled like some jade-and-ruby grove.*
Young Vương stepped forth and greeted him he knew   145
while two shy maidens hid behind the flowers.
  He came from somewhere not so far away,
Kim Trọng, a scion of the noblest stock.*
Born into wealth and talent, he'd received
his wit from heaven, a scholar's trade from men.   150
Manner and mien set him above the crowd:
he studied books indoors, lived high abroad.
Since birth he'd always called this region home—
he and young Vương were classmates at their school.

Trộm nghe thơm nức hương-lân,   155
một nền Đồng-tước khóa xuân hai Kiều.
    Nước-non cách mấy buồng thêu,
những là trộm dấu thầm yêu chóc-mòng.
    May thay giải-cầu tương-phùng,
gặp tuần đố lá thỏa lòng tìm hoa.   160
    Bóng hồng nhác thấy nẻo xa,
xuân-lan thu-cúc mặn-mà cả hai.
    Người quốc-sắc kẻ thiên-tài,
tình trong như đã mặt ngoài còn e.
    Chập-chờn cơn tỉnh cơn mê,   165
rốn ngồi chẳng tiện dứt về chín khôn.
    Bóng tà như giục cơn buồn,
khách đà lên ngựa người còn ghé theo.
    Dưới dòng nước chảy trong veo,
bên cầu tơ liễu bóng chiều thướt-tha.   170

    Kiều từ trở gót trướng hoa,
mặt trời gác núi chiêng đà thu-không.
    Gương nga chênh-chếch dòm song,
vàng gieo ngấn nước cây lồng bóng sân.
    Hải-đường lả ngọn đông-lân,   175
giọt sương gieo nặng cành xuân la-đà.
    Một mình lặng ngắm bóng nga,
rộn đường gần với nỗi xa bời-bời:
    "Người mà đến thế thì thôi,
"đời phồn-hoa cũng là đời bỏ đi!   180
    "Người đâu gặp-gỡ làm chi,
"trăm năm biết có duyên gì hay không?"
    Ngổn-ngang trăm mối bên lòng,
nên câu tuyệt-diệu ngụ trong tính-tình.
    Chênh-chênh bóng nguyệt xế mành,   185
tựa ngồi bên triện một mình thiu-thiu.
    Thoắt đâu thấy một tiểu-kiều,
có chiều phong-vận có chiều thanh-tân.
    Sương in mặt tuyết pha thân,
sen vàng lãng-đãng như gần như xa.   190
    Rước mừng đón hỏi dò-la:
"Đào-nguyên lạc lối đâu mà đến đây?"
    Thưa rằng: "Thanh-khí xưa nay,

His neighbors' fame had spread and reached his ear: 155
two beauties locked in their Bronze Sparrow Tower!*
But, as if hills and streams had barred the way,
he had long sighed and dreamt of them, in vain.
How lucky, in this season of new leaves,*
to roam about and find his yearned-for flowers!   160
He caught a fleeting glimpse of both afar:*
spring orchid, autumn mum—a gorgeous pair!
   Beautiful girl and talented young man—
what stirred their hearts their eyes still dared not say.
They hovered, rapture-bound, 'tween wake and dream: 165
they could not stay, nor would they soon depart.
The dusk of sunset prompted thoughts of gloom—
he left, and longingly she watched him go.
Below a stream flowed clear, and by the bridge
a twilit willow rustled threads of silk.   170

   When Kiều got back behind her flowered drapes,
the sun had set, the curfew gong had rung.
Outside the window, squinting, peeped the moon—
gold spilled on waves, trees shadowed all the yard.
East drooped a red camellia, toward the next house:*   175
as dewdrops fell, the spring branch bent and bowed.
   Alone, in silence, she beheld the moon,*
her heart a raveled coil of hopes and fears:
"Lower than that no person could be brought!
It's just a bauble then, the glittering life.   180
And who is he? Why did we chance to meet?
Does fate intend some tie between us two?"
Her bosom heaved in turmoil—she poured forth
a wondrous lyric fraught with all she felt.
   The moonlight through the blinds was falling slant.   185
Leaning against the window, she drowsed off.
Now out of nowhere there appeared a girl
of worldly glamour joined to virgin grace:
face washed with dewdrops, body clad in snow,
and hovering feet, two golden lotus blooms.*   190
   With joy Kiều hailed the stranger, asking her:
"Did you stray here from that Peach Blossom Spring?"*
"We two are sister souls," the other said.*

"mới cùng nhau lúc ban ngày đã quên?

   "Hàn-gia ở mé tây-thiên,   195
"dưới dòng nước chảy bên trên có cầu.

   "Mấy lòng hạ-cố đến nhau,
"mấy lời hạ-tứ ném châu gieo vàng.

   "Vâng trình Hội-chủ xem tường,
"mà sao trong Sổ Đoạn-Trường có tên.   200

   "Âu đành quả-kiếp nhân-duyên,
"cùng người một hội một thuyền đâu xa!

   "Này mười bài mới mới ra,
"câu thần lại mượn bút hoa vẽ-vời."

   Kiều vâng lãnh ý đề bài,   205
tay tiên một vẫy đủ mười khúc ngâm.

   Xem thơ nấc-nở khen thầm:
"Giá đành tú khẩu cẩm tâm khác thường!

   "Ví đem vào Tập Đoạn-Trường,
"thì treo giải nhất chi nhường cho ai!"   210

   Thềm hoa khách đã trở hài,
nàng còn cầm lại một hai tự-tình.

   Gió đâu sịch bức mành-mành,
tỉnh ra mới biết rằng mình chiêm-bao.

   Trông theo nào thấy đâu nào,   215
hương thừa dường hãy ra vào đâu đây.

   Một mình lưỡng-lự canh chầy,
đường xa nghĩ nỗi sau này mà kinh.

   Hoa trôi bèo giạt đã đành,
biết duyên mình biết phận mình thế thôi.   220

   Nỗi riêng lớp lớp sóng dồi,
nghĩ đòi cơn lại sụt-sùi đòi cơn.

   Giọng Kiều rên-rĩ trướng loan.
Nhà huyên chợt tỉnh hỏi: "Cơn-cớ gì?

   "Cớ sao trằn-trọc canh khuya,   225
"màu hoa lê hãy dầm-dề giọt mưa?"

   Thưa rằng: "Chút phận ngây-thơ,
"dường sinh đôi nợ tóc-tơ chưa đền.

   "Buổi ngày chơi mả Đạm Tiên,
"nhắp đi thoắt thấy ứng liền chiêm-bao.   230

   "Đoạn-trường là sổ thế nào,
"bài ra thế ấy vịnh vào thế kia.

   "Cứ trong mộng-triệu mà suy,

"Have you forgotten? We just met today!
My cold abode lies west of here, out there,   195
above a running brook, below a bridge.
By pity moved, you stooped to notice me
and strew on me poetic pearls and gems.
I showed them to our League Chief and was told*
your name is marked in the Book of the Damned.*   200
We both reap what we sowed in our past lives:
of the same League, we ride the selfsame boat.
Well, ten new subjects our League Chief just set:
again please work your magic with a brush."

    Kiều did as asked and wrote—with nymphic grace   205
her hand dashed off ten lyrics at one stroke.
Đạm Tiên read them and marveled to herself:
"Rich-wrought embroidery from a heart of gold!
Included in the Book of Sorrow Songs,*
they'll yield the palm to none but win first prize."   210

    The caller crossed the doorsill, turned to leave,
but Kiều would hold her back and talk some more.
A sudden gust of wind disturbed the blinds,
and Kiều awakened, knowing she had dreamed.
She looked, but nowhere could she see the girl,   215
though hints of perfume lingered here and there.

    Alone with her dilemma in deep night,
she viewed the road ahead and dread seized her.
A rose afloat, a water fern adrift:
such was the lot her future held in store.   220
Her inmost feelings surged, wave after wave—
again and yet again she broke and cried.

    Kiều's sobs sent echoes through the phoenix drapes.
Aroused, her mother asked: "What troubles you*
that you still stir and fret at dead of night,   225
your cheeks like some pear blossoms drenched with rain?" *
Kiều said: "You once bore me, you've brought me up,
a double debt I've not repaid one whit.
Today, while strolling, I found Đạm Tiên's grave,
then in a dream she just revealed herself.   230
She told me how by fate I'm doomed to grief,
delivered themes on which I wrote some songs.
As I interpret what the dream portends,

"phận con thôi có ra gì mai sau!"

    Dạy rằng: "Mộng-huyễn chắc đâu,   235
"bỗng không mua não chác sầu nghĩ nao!"

    Vâng lời khuyên-giải thấp cao,
chưa xong điều nghĩ đã dào mạch Tương.

    Ngoài song thỏ-thẻ oanh vàng,
nách tường bông liễu bay sang láng-giềng.   240

    Hiên tà gác bóng nghiêng-nghiêng,
nỗi riêng riêng chạnh tấc riêng một mình.

    Cho hay là giống hữu-tình,
đố ai gỡ mối tơ mành cho xong.

    Chàng Kim từ lại thư-song,   245
nỗi nàng canh-cánh bên lòng biếng khuây.

    Sầu đong càng lắc càng đầy,
ba thu dồn lại một ngày dài ghê.

    Mây Tần khóa kín song the,
bóng hồng liệu nẻo đi về chiêm-bao.   250

    Tuần trăng khuyết đĩa dầu hao,
mặt mơ-tưởng mặt lòng ngao-ngán lòng.

    Buồng văn hơi giá như đồng,
trúc se ngọn thỏ tơ chùng phím loan.

    Mành Tương phân-phất gió đàn,   255
hương gây mùi nhớ trà khan giọng tình.

    Ví chăng duyên-nợ ba sinh,
làm chi đem thói khuynh-thành trêu ngươi.

    Bâng-khuâng nhớ cảnh nhớ người,
nhớ nơi kỳ-ngộ vội dời chân đi.   260

    Một vùng cỏ mọc xanh rì,
nước ngâm trong vắt thấy gì nữa đâu.

    Gió chiều như giục cơn sầu,
vi-lô hiu-hắt như màu khẩy-trêu.

    Nghề riêng nhớ ít tưởng nhiều,   265
xăm-xăm đè nẻo Lam-kiều lần sang.

    Thâm-nghiêm kín cổng cao tường,
cạn dòng lá thắm dứt đường chim xanh.

    Lơ-thơ tơ liễu buông mành,
con oanh học nói trên cành mía-mai.   270

    Mấy lần cửa đóng then cài,
dẫy thềm hoa rụng biết người ở đâu?

my life in days ahead won't come to much!"
Her mother said: "Are dreams and vapors grounds   235
whereon to build a tale of woe? Just think!"
   Kiều tried to heed such words of sound advice,
but soon her tears welled up and flowed again.*
Outside the window chirped an oriole—
over the wall a catkin flew next door.*   240
The tilting moonlight lay aslant the porch—
she stayed alone, alone with her own grief.

   How strange, the race of lovers! Try as you will,*
you can't unsnarl their hearts' entangled threads.
Since Kim was back inside his book-lined walls,   245
he could not drive her from his haunted mind.
He drained the cup of gloom: it filled anew—
one day without her seemed three autumns long.
Silk curtains veiled her windows like dense clouds,
and toward the rose within he'd dream his way.   250
The moon kept waning, oil kept burning low:
his face yearned for her face, his heart her heart.
The study-room turned icy, metal-cold—*
brushes lay dry, lute strings hung loose on frets.
Hsiang bamboo blinds stirred rustling in the wind—*   255
incense roused longing, tea lacked love's sweet taste.
If fate did not mean them to join as mates,*
why had the temptress come and teased his eyes?*
Forlorn, he missed the scene, he missed the girl:
he rushed back where by chance the two had met.   260
A tract of land with grasses lush and green,
with waters crystal-clear: he saw naught else.
The breeze at twilight stirred a mood of grief—
the reeds waved back and forth as if to taunt.
A lover's mind is full of her he loves: 265
he walked straight on and made toward her Blue Bridge.*
   Fast gate, high wall: no stream for his red leaf,*
no passage for his bluebird bearing word.*
A willow dropped its curtain of silk threads—
perched on a branch, an oriole chirped jeers.   270
All doors were shut, all bolts were locked in place.
A threshold strewn with flowers—where was she?

Tần-ngần đứng suốt giờ lâu,
dạo quanh chợt thấy mé sau có nhà.

Là nhà Ngô-Việt thương-gia,   275
buồng không để đó người xa chưa về.

Lấy điều du-học hỏi thuê,
túi đàn cặp sách đề-huề dọn sang.

Có cây có đá sẵn-sàng,
có hiên Lãm-thúy nét vàng chưa phai.   280

Mừng thầm chốn ấy chữ bài:
"Ba sinh âu hẳn duyên trời chi đây!"

Song hồ nửa khép cánh mây,
tường đông ghé mắt ngày ngày hằng trông.

Tấc-gang động khóa nguồn phong,   285
tịt-mù nào thấy bóng hồng vào ra.

Nhẫn từ quán khách lân-la,
tuần trăng thấm-thoắt nay đà thềm hai.

Cách tường phải buổi êm trời,
dưới đào dường có bóng người thướt-tha.   290

Buông cầm xốc áo vội ra,
hương còn thơm nức người đã vắng tanh.

Lần theo tường gấm dạo quanh,
trên đào nhác thấy một cành kim-thoa.

Giơ tay với lấy về nhà: 295
"Này trong khuê-các đâu mà đến đây?"

"Gẫm âu người ấy báu này.
"Chẳng duyên chưa dễ vào tay ai cầm."

Liền tay ngắm-nghía biếng nằm,
hãy còn thoang-thoảng hương trầm chưa phai.   300

Tan sương đã thấy bóng người,
quanh tường ra ý tìm-tòi ngắn-ngơ.

Sinh đà có ý đợi-chờ,
cách tường lên tiếng xa đưa ướm lòng:

"Thoa này bắt được hư-không,   305
"biết đâu Hợp-phố mà mong châu về?"

Tiếng Kiều nghe lọt bên kia:
"Ơn lòng quân-tử sá gì của rơi.

"Chiếc thoa nào của mấy mươi,
"mà lòng trọng nghĩa khinh tài xiết bao!"   310

Sinh rằng: "Lân-lý ra vào,
"gần đây nào phải người nào xa-xôi.

He lingered, standing there as time passed by,
then to the rear he strolled—he saw a house.
Its owner, traveling heathen climes for trade,*   275
was still away—left vacant were the rooms.
    Young Kim, as student, came to rent the house—
he brought his lute, his books, and settled in.
He lacked for nothing—trees and rocks, a porch
inscribed in vivid gold: "Kingfisher View." *   280
The porch's name made him exult inside:
"It must be Heaven's will that we should meet!" *
He left his window open just a crack
and daily glanced his eyes toward that east wall.*
Nearby both spring and grotto stayed tight shut:*   285
he failed to see the nymph flit in and out.*
    Since he left home to dwell at this strange lodge,
twice on its rounds the moon had come and gone.
Now, on a balmy day, across the wall,
he glimpsed a lissome form beneath peach trees.   290
He dropped the lute, smoothed down his gown, rushed out:
her scent was wafting still—of her no trace.
    As he paced round the wall, his eye espied
a golden hairpin caught on a peach branch.
He reached for it and took it home. He thought: 295
"It left a woman's chamber and came here.
This jewel must be hers. Why, fate binds us—
if not, could it have fallen in my hands?"
Now sleepless, he admired and stroked the pin
still faintly redolent of sandalwood.   300
    At dawn when mists had cleared, he found the girl
peering along the wall with puzzled eyes.
The student had been lurking there in wait—
across the wall he spoke to test her heart:
"From nowhere I have found this hairpin here: 305
I would send back the pearl, but where's Ho-p'u?" *
    Now from the other side Kiều's voice was heard:
"I thank him who won't keep a jewel found.
A pin's worth little, but it means so much
that in your scale what's right weighs more than gold."   310
    He said: "We come and go in these same parts—
we're neighbors, not two strangers, not at all!

"Được rày nhờ chút thơm rơi,
"kể đà thiếu-não lòng người bấy nay!
     "Bây lâu mới được một ngày,   315
"dừng chân gạn chút niềm tây gọi là."
     Vội về thêm lấy của nhà,
xuyến vàng đôi chiếc khăn là một vuông.
     Bậc mây rón bước ngọn tường,
phải người hôm nọ rõ-ràng chẳng nhe.   320
     Sượng-sùng giữ ý rụt-rè,
kẻ nhìn rõ mặt người e cúi đầu.
     Rằng: "Từ ngẫu-nhĩ gặp nhau,
"thầm trông trộm nhớ bấy lâu đã chồn.
     "Xương mai tính đã rũ-mòn,   325
"lần-lừa ai biết hãy còn hôm nay.
     "Tháng tròn như gửi cung mây,
"trần-trần một phận ấp cây đã liều.
     "Tiện đây xin một hai điều,
"đài gương soi đến dấu bèo cho chăng?"   330
     Ngần-ngừ nàng mới thưa rằng:
"Thói nhà băng-tuyết chất hằng phỉ-phong.
     "Dầu khi lá thắm chỉ hồng,
"nên chăng thì cùng tại lòng mẹ-cha.
     "Nặng lòng xót liễu vì hoa,   335
"trẻ-thơ đã biết đâu mà dám thưa."
     Sinh rằng: "Rày gió mai mưa,
"ngày xuân đã dễ tình-cờ mấy khi.
     "Dầu chăng xét tấm tình si,
"thiệt đây mà có ích gì đến ai?   340
     "Chút chi gắn-bó một hai,
"cho đành rồi sẽ liệu bài mối-manh.
     "Khuôn thiêng dầu phụ tấc thành,
"cùng liều bỏ quá xuân xanh một đời.
     "Lượng xuân dầu quyết hẹp-hòi,   345
"công đeo-đuổi chẳng thiệt-thòi lắm ru!"
     Lặng nghe lời nói như ru,
chiều xuân dễ khiến nét thu ngại-ngùng.
     Rằng: "Trong buổi mới lạ-lùng,
"nể lòng có lẽ cầm lòng cho đang.   350
     "Đã lòng quân-tử đa-mang,
"một lời vàng tạc đá-vàng thủy-chung."

I owe this moment to some scent you dropped,
but countless torments I've endured till now.
So long I've waited for just this one day!   315
Stay on and let me ask your private thoughts."

He hurried off and fetched some things from home:
gold bracelets in a pair, a scarf of silk.
By ladder he could climb across the wall:
she was the one he'd met that day, no doubt!   320
Ashamed, the girl maintained a shy reserve:
while he gazed at her face, she hung her head.

He said: "We chanced to meet—and ever since
I have in secret yearned and pined for you.
My slender frame has wasted—who'd have thought   325
that I could linger on to see this day?
For months I dreamt my goddess in the clouds;*
lovelorn, I hugged my post, prepared to drown.*
But you are here—I beg to ask one thing:
will on a leaf of grass the mirror shine?"*   330

She faltered—after some demur she said:
"Our ways are snow-pure, plain as turnip greens.
When comes the time for love, the marriage bond,*
my parents' wish will tie it or will not.
You deign to care for me, but I'm too young   335
to know what's right and dare not give my word."

He said: "It blows one day and rains the next—
how often does chance favor us in spring?
If you ignore and scorn my desperate love,
you'll hurt me—yet what will it profit you?   340
Let's pledge our troth with something—once that's done,
I'll plan our wedding through a go-between.
Should Heaven disappoint my fondest hopes,*
I'll throw away a life in vernal bloom.
If to a lover's plea you shut your heart,   345
I'll have pursued you all in vain, for naught!"

All hushed, she drank in words whose music lulled—
love stirred the autumn calm of her fair eyes.
She said: "Although our friendship's still quite new,
how can my heart resist your heart's behest?   350
To your kind bosom you have taken me—
I'll etch your word, our troth, in stone and bronze."*

Được lời như cởi tấm lòng,
giở kim-hoàn với khăn hồng trao tay.
Rằng: "Trăm năm cùng từ đây.   355
"Của tin gọi một chút này làm ghi."
     Sẵn tay bả quạt hoa quì,
với cành thoa ấy tức-thì đổi-trao.
     Một lời vừa gắn tất-giao.
mé sau dường có xôn-xao tiếng người.   360
     Vội-vàng lá rụng hoa rơi,
chẳng về viện sách nàng dời lầu trang.

     Từ phen đá biết tuổi vàng,
tình càng thắm-thía dạ càng ngẩn-ngơ.
     Sông Tương một dải nông sờ,   365
bên trông đầu nọ bên chờ cuối kia.
     Một tường tuyết chở sương che,
tin xuân đâu dễ đi về cho năng.
     Lần-lần ngày gió đêm trăng,
thưa hồng rậm lục đã chừng xuân qua.   370
     Ngày vừa sinh-nhật ngoại-gia,
trên hai đường dưới nữa là hai em.
     Tưng-bừng sắm-sửa áo-xiêm,
biện dâng một lễ xa đem tắc thành.
     Nhà lan thanh-vắng một mình,   375
ngẫm cơ hội-ngộ đã dành hôm nay.
     Thời-trân thức thức sẵn bày,
gót sen thoăn-thoắt dạo ngay mé tường.
     Cách hoa sẽ dặng tiếng vàng,
dưới hoa đã thấy có chàng đứng trông.   380
     Trách: "Lòng hờ-hững với lòng,
"lửa-hương chốc để lạnh-lùng bấy lâu.
     "Những là đắp nhớ đổi sầu,
"tuyết-sương nhuốm nửa mái đầu hoa râm."
     Nàng rằng: "Gió bắt mưa cầm,   385
"đã cam tệ với tri-âm bấy chầy.
     "Vắng nhà được buổi hôm nay,
"lấy lòng gọi chút ra đây tạ lòng."
     Lần theo núi giá đi vòng,
cuối tường dường có nẻo thông mới rào.   390
     Xắn tay mở khóa động đào,

Her words untied a knot within his breast—
to her he passed gold bracelets and red scarf.
"Henceforth I'm bound to you for life," he said.   355
"Call these small gifts a token of my love."
In hand she had a sunflower-figured fan:*
she traded it that instant for her pin.
      They had just sworn an oath to seal their pact
when from the backyard voices came, abuzz.   360
Both fled—in flurries leaves and flowers fell,
and he regained his study, she her room.

      The stone and gold had touched—and from that time,
their love grew deeper, more distraught their minds.
The Hsiang, the stream of longing tears, ran low: 365
he waited at the spring, she at the mouth.*
The wall rose like a snow-capped mountain range,
and words of love could not go back and forth.
      As windswept days and moonlit nights wheeled round,
red dimmed, green deepened—spring was past and gone.   370
A birthday feast fell due in Mother's clan:
with their two younger children, both old folks
in gay attire left home to journey forth
presenting their best wishes and a gift.
      A hushed, deserted house—she stayed alone: 375
a chance to see him on this day, she thought.
She set out fare in season, treats galore,
then toward the wall she bent her nimble steps.
She sent a soft-voiced call across the flowers:
he was already there awaiting her.   380
      He said: "Your heart cares not for what I feel—
so long you've let love's fire burn to cold ash.
Sorrow and yearning I have felt by turns,
and half my head of hair frost's tinged with gray."
She said: "Wind's held me up, rain's kept me back—   385
I've hurt your feelings much against my wish.
I'm home alone today—I've come out here
to make amends repaying love for love."
      She slid around the rock garden and reached
a fresh-barred passage at the wall's far end.   390
She rolled up sleeves, unlocked the fairy cave,*

rẽ mây trông tỏ lối vào Thiên-thai.
  Mặt nhìn mặt càng thêm tươi.
Bên lời vạn-phúc bên lời hàn-huyên.
  Sánh vai về chốn thư-hiên,   395
góp lời phong-nguyệt nặng nguyền non-sông.
  Trên yên bút-giá thi-đồng,
đạm-thanh một bức tranh tùng treo trên.
  Phong-sương đượm vẻ thiên-nhiên,
mặn khen nét bút càng nhìn càng tươi.   400
  Sinh rằng: "Phác-họa vừa rồi.
"Phẩm-đề xin một vài lời thêm hoa."
  Tay tiên gió táp mưa sa,
khoảng trên dừng bút thảo và bốn câu.
  Khen: "Tài nhả ngọc phun châu!   405
"Nàng Ban á Tạ cũng đâu thế này?
  "Kiếp tu xưa ví chưa dày,
"phúc nào nhắc được giá này cho ngang."
  Nàng rằng: "Trộm liếc dung-quang,
"chẳng sân ngọc-bội cũng đường Kim-môn.   410
  "Nghĩ mình phận mỏng cánh chuồn,
"khuôn xanh biết có vuông-tròn mà hay?
  "Nhớ từ năm hãy thơ-ngây,
"có người tướng-sĩ đoán ngay một lời:
  "'Anh-hoa phát-tiết ra ngoài,   415
"nghìn thu bạc-mệnh một đời tài-hoa.'
  "Trông người lại ngắm đến ta,
"một dày một mỏng biết là có nên?"
  Sinh rằng: "Giải-cấu là duyên.
"Xưa nay nhân định thắng thiên cũng nhiều.   420
  "Ví dầu giải-kết đến điều,
"thì đem vàng-đá mà liều với thân."
  Đủ điều trung-khúc ân-cần,
lòng xuân phơi-phới chén xuân tàng-tàng.
  Ngày vui ngắn chẳng đầy gang,   425
trông ra ác đã ngậm gương non đoài.
  Vắng nhà chẳng tiện ngồi dai,
giã chàng nàng mới kíp dời song sa.

  Đến nhà vừa thấy tin nhà,
hai thân còn dở tiệc hoa chưa về.   430

and cleared through clouds the path to Paradise!*
    Face gazed at face to glow with purest joy.
Fond greetings they exchanged. Then, side by side,
they walked together toward his study-room   395
while mingling words of love and vows of troth.
    Brush rack and tube for poems on his desk—
above, there hung a sketch of pale green pines.
Frost-bitten and wind-battered, they looked real:
the more she gazed, the more they sprang to life.   400
"It's something I dashed off just now," he said.
"Please write your comments, lending it some worth."
Her nymphic hand moved like a lashing storm
and penned some quatrains right atop the pines.
"Your magic conjures gems and pearls!" he cried.   405
"Could Pan and Hsieh have measured up to this?*
If I did not earn merit in past lives,
could I be blessed with you, my treasure, now?"
    She said: "I've dared to peek and read your face:
you shall wear jade or cross the Golden Gate.*   410
But I deem my own lot a mayfly's wing:*
will Heaven square things out and round things off?*
Back in my childish years, I still recall,
a seer observed my features—he foretold:
'All charms and splendors from within burst forth: 415
she'll live an artist's life, a life of woe.'
I look at you, then on myself look back:
how could good luck, ill luck conjoin and thrive?"
    He said: "That we have met means fate binds us.
Man's will has often vanquished Heaven's whim.   420
But should the knot which ties us fall apart,
I'll keep my troth and sacrifice my life." *
They bared and shared all secrets of their souls—
spring feelings quivered hearts, spring wine turned heads.
    A happy day is shorter than a span: 425
the western hills had swallowed up the sun.*
With none at home, she could no longer stay:
she left him, rushing back to her own room.

    News of her folks she learned when she reached home:
her feasting parents would not soon be back.   430

Cửa ngoài vội rủ rèm the,
xăm-xăm băng lôi vườn khuya một mình.

Nhặt thưa gương giọi bóng cành,
ngọn đèn trông lọt trướng huỳnh hắt-hiu.

Sinh vừa tựa án thiu-thiu,   435
dở chiều như tỉnh dở chiều như mê.

Tiếng sen sẽ động giấc hòe,
bóng trăng đã xê hoa lê lại gần.

Bâng-khuâng đỉnh Hiệp non thần,
còn ngờ giấc mộng đêm xuân mơ-màng.   440

Nàng rằng: "Khoảng vắng đêm trường,
"vì hoa nên phải đánh đường tìm hoa.

"Bây giờ rõ mặt đôi ta,
"biết đâu rồi nữa chẳng là chiêm-bao."

Vội mừng làm lễ rước vào,   445
đài sen nổi sáp lư đào thêm hương.

Tiên thề cùng thảo một chương,
tóc mây một món dao vàng chia đôi.

Vầng trăng vằng-vặc giữa trời,
đinh-ninh hai miệng một lời song-song.   450

Tóc-tơ căn-vặn tấc lòng,
trăm năm tạc một chữ đồng đến xương.

Chén hà sánh giọng quỳnh-tương,
dải là hương lộn bình gương bóng lồng.

Sinh rằng: "Gió mát trăng trong,   455
"bấy lâu nay một chút lòng chưa cam.

"Chày sương chưa nện cầu Lam,
"sợ lần-khân quá ra sàm-sỡ chăng."

Nàng rằng: "Hồng-diệp xích-thẳng,
"một lời cùng đã tiếng rằng tương-tri.   460

"Đừng điều nguyệt nọ hoa kia,
"ngoài ra ai lại tiếc gì với ai."

Rằng: "Nghe nổi tiếng cầm-đài,
"nước-non luống những lắng tai Chung Kỳ."

Thưa rằng: "Tiện-kỹ sá chi,   465
"đã lòng dạy đến dạy thì phải vâng."

Hiên sau treo sẵn cầm trăng,
vội-vàng sinh đã tay nâng ngang mày.

Nàng rằng: "Nghề mọn riêng tay,
"làm chi cho bận lòng này lắm thăn!"   470

She dropped silk curtains at the entrance door,
then crossed the garden in dark night, alone.
The moon through branches cast shapes bright or dark—
through curtains glimmered flickers of a lamp.*
    The student at his desk had nodded off,   435
reclining half awake and half asleep.
The girl's soft footsteps woke him from his drowse:
the moon was setting as she hovered near.
He wondered—was this Wu-hsia the fairy hill,*
where he was dreaming now a spring night's dream?   440
    "Along a lonesome, darkened path," she said,
"for love of you I found my way to you.
Now we stand face to face—but who can tell
we shan't wake up and learn it was a dream?"
He bowed and welcomed her, then he replaced   445
the candle and refilled the incense urn.
Both wrote a pledge of troth, and with a knife
they cut in two a lock of her long hair.
The stark bright moon was gazing from the skies
as with one voice both mouths pronounced the oath.   450
Their hearts' recesses they explored and probed,
etching their vow of union in their bones.
    Both sipped a nectar wine from cups of jade—
silks breathed their scents, the mirror glassed their selves.
"The breeze blows cool, the moon shines clear," he said,   455
"but in my heart still burns a thirst unquenched.
The pestle's yet to pound on the Blue Bridge—*
I fear my bold request might give offense."
She said: "By the red leaf, the crimson thread,*
we're bound for life—our oath proves mutual faith.   460
Of love make not a sport, a dalliance,
and what would I begrudge you otherwise?"
He said: "You've won wide fame as lutanist:
like Chung Tzu-ch'i I've longed to hear you play." *
"It's no great art, my luting," answered she,   465
"but if you so command, I must submit."
In the back porch there hung his moon-shaped lute:
he hastened to present it in both hands,
at eyebrow's height. "My petty skill," she cried,
"is causing you more bother than it's worth!"   470

So lần dây vũ dây văn,
bốn dây to nhỏ theo vần cung-thương.

Khúc đâu *Hán Sở chiến-trường*,
nghe ra tiếng sắt tiếng vàng chen nhau.

Khúc đâu Tư Mã *Phượng-cầu*,   475
nghe ra như oán như sầu phải chăng.

Kê Khang này khúc *Quảng-lăng*,
một rằng lưu-thủy hai rằng hành-vân.

Quá-quan này khúc Chiêu Quân,
nửa phần luyến chúa nửa phần tư gia.   480

Trong như tiếng hạc bay qua,
đục như tiếng suối mới sa nửa vời.

Tiếng khoan như gió thoảng ngoài,
tiếng mau sầm-sập như trời đổ mưa.

Ngọn đèn khi tỏ khi mờ,   485
khiến người ngồi đó cũng ngơ-ngẩn sầu.

Khi tựa gối khi cúi đầu,
khi vò chín khúc khi chau đôi mày.

Rằng: "Hay thì thật là hay,
"nghe ra ngậm đắng nuốt cay thế nào!   490

"Lựa chi những bậc tiêu-tao,
"dột lòng mình cũng nao-nao lòng người?"

Rằng: "Quen mất nết đi rồi.
"Tẻ vui thôi cũng tính trời biết sao.

"Lời vàng vâng lãnh ý cao,   495
"họa dần-dần bớt chút nào được không."

Hoa hương càng tỏ thức hồng,
đầu mày cuối mắt càng nồng tấm yêu.

Sóng tình dường đã xiêu-xiêu,
xem trong âu-yếm có chiều lả-lơi.   500

Thưa rằng: "Đừng lấy làm chơi.
"Rẽ cho thưa hết một lời đã nao!

"Vẻ chi một đóa yêu-đào,
"vườn hồng chi dám ngăn-rào chim xanh.

"Đã cho vào bậc bô-kinh,   505
"đạo tòng-phu lấy chữ trinh làm đầu.

"Ra tuồng trên Bộc trong dâu,
"thì con người ấy ai cầu làm chi.

"Phải điều ăn xổi ở thì,
"tiết trăm năm nỡ bỏ đi một ngày.   510

By turns she touched the strings, both high and low,
to tune all four to five tones, then she played.
An air, *The Battlefield of Han and Ch'u,**
made one hear bronze and iron clash and clang.
The Ssu-ma tune, *A Phoenix Seeks His Mate,**   475
sounded so sad, the moan of grief itself.
Here was Chi K'ang's famed masterpiece, *Kuang-ling—**
was it a stream that flowed, a cloud that roamed?
*Crossing the Border-gate—*here was Chao-chün,
half lonesome for her lord, half sick for home.*   480
Clear notes like cries of egrets flying past;
dark tones like torrents tumbling in mid-course.
Andantes languid as a wafting breeze;
allegros rushing like a pouring rain.
     The lamp now flared, now dimmed—and there he sat   485
hovering between sheer rapture and deep gloom.
He'd hug his knees or he'd hang down his head—
he'd feel his entrails wrenching, knit his brows.
"Indeed, a master's touch," he said at last,
"but it betrays such bitterness within!   490
Why do you choose to play those plaintive strains
which grieve your heart and sorrow other souls?"
"I'm settled in my nature," she replied.
"Who knows why Heaven makes one sad or gay?
But I shall mark your golden words, their truth,   495
and by degrees my temper may yet mend."
     A fragrant rose, she sparkled in full bloom,
bemused his eyes, and kindled his desire.
When waves of lust had seemed to sweep him off,
his wooing turned to wanton liberties.   500
     She said: "Treat not our love as just a game—
please stay away from me and let me speak.
What is a mere peach blossom that one should
fence off the garden, thwart the bluebird's quest?
But you've named me your bride—to serve her man,*   505
she must place chastity above all else.
They play in mulberry groves along the P'u,**
but who would care for wenches of that ilk?
Are we to snatch the moment, pluck the fruit,*
and in one sole day wreck a lifelong trust?   510

"Ngẫm duyên kỳ-ngộ xưa nay,
"lứa-đôi ai dễ đẹp tày Thôi Trương.
    "Mây-mưa đánh đổ đá-vàng,
"quá chiều nên đã chán-chường yên-anh.
    "Trong khi chắp cánh liền cành,   515
"mà lòng rẻ-rúng đã dành một bên.
    "Mái tây để lạnh hương nguyền,
"cho duyên đằm-thắm ra duyên bẽ-bàng.
    "Gieo thoi trước chẳng giữ-giàng,
"để sau nên thẹn cùng chàng bởi ai?   520
    "Vội chi liễu ép hoa nài?
"Còn thân ắt lại đền-bồi có khi."
    Thấy lời đoan-chính dễ nghe,
chàng càng thêm nể thêm vì mười phân.
    Bóng tàu vừa lạt vẻ ngân,   525
tin đâu đã thấy cửa ngăn gọi vào.
    Nàng thì vội trở buồng thêu,
sinh thì dạo gót sân đào bước ra.

II

    Cửa sài vừa ngỏ then hoa,
gia-đồng vào gửi thư nhà mới sang.   530
    Đem tin thúc-phụ từ-đường,
bơ-vơ lữ-thấn tha-hương đề-huê.
    Liêu-dương cách-trở sơn-khê,
xuân-đường kíp gọi sinh về hộ-tang.
    Mảng tin xiết nỗi kinh-hoàng,   535
băng mình lên trước đài trang tự-tình.
    Gót đầu mọi nỗi đinh-ninh,
nỗi nhà tang-tóc nỗi mình xa-xôi:
    "Sự đâu chưa kịp đôi-hồi.
"Duyên đâu chưa kịp một lời trao tơ.   540
    "Trăng thề còn đó trơ-trơ,
"dám xa-xôi mặt mà thưa-thớt lòng.
    "Ngoài nghìn dặm chốc ba đông,
"mỗi sầu khi gỡ cho xong còn chầy.
    "Gìn vàng giữ ngọc cho hay,   545
"cho đành lòng kẻ chân mây cuối trời."
    Tai nghe ruột rối bời-bời.

Let's ponder those love stories old and new—
what well-matched pair could equal Ts'ui and Chang?*
Yet passion's storms did topple stone and bronze:*
she cloyed her lover humoring all his whims.
As wing to wing and limb to limb they lay,*   515
contempt already lurked beside their hearts.
Under the western roof the two burned out
the incense of their vow, and love turned shame.
If I don't cast the shuttle in defense,*
we'll later blush for it—who'll bear the guilt?   520
Why force your wish on your shy flower so soon?
While I'm alive, you'll sometime get your due."
     The voice of sober reason gained his ear,
and tenfold his regard for her increased.
As silver paled along the eaves, they heard   525
an urgent call from outside his front gate.
She ran back toward her chamber while young Kim
rushed out and crossed the yard where peaches bloomed.

II

     The brushwood gate unbolted, there came in
a houseboy with a missive fresh from home.   530
It said Kim's uncle while abroad had died,
whose poor remains were now to be brought back.
To far Liao-yang, beyond the hills and streams,*
he'd go and lead the cortege, Father bade.*
     What he'd just learned astounded Kim—at once   535
he hurried to her house and broke the news.
In full detail he told her how a death,
striking his clan, would send him far away:
"We've scarcely seen each other—now we part.
We've had no chance to tie the marriage tie.*   540
But it's still there, the moon that we swore by:
not face to face, we shall stay heart to heart.
A day will last three winters far from you:
my tangled knot of grief won't soon unknit.
Care for yourself, my gold, my jade, that I,   545
at the world's ends, may know some peace of mind."
     She heard him speak, her feelings in a snarl.

Ngập-ngừng nàng mới giải lời trước sau:
 "Ông tơ ghét bỏ chi nhau?
"Chưa vui sum-họp đã sầu chia-phôi.   550
 "Cùng nhau trót đã nặng lời,
"dầu thay mái tóc dám dời lòng tơ.
 "Quản bao tháng đợi năm chờ?
"Nghĩ người ăn gió nằm mưa xót thầm.
 "Đã nguyền hai chữ đồng tâm,   555
"trăm năm thề chẳng ôm cầm thuyền ai.
 "Còn non còn nước còn dài,
"còn về còn nhớ đến người hôm nay."
 Dùng-dằng chưa nỡ rời tay,
vầng đông trông đã đứng ngay nóc nhà.   560
 Ngại-ngùng một bước một xa,
một lời trân-trọng châu sa mấy hàng.
 Buộc yên quảy gánh vội-vàng,
mỗi sầu xé nửa bước đường chia hai.
 Buồn trông phong-cảnh quê người,   565
dầu cành quyên nhặt cuối trời nhạn thưa.
 Nào người cử gió tuần mưa,
một ngày nặng gánh tương-tư một ngày.

 Nàng còn đứng tựa hiên tây,
chín hồi vân-vít như vầy mỗi tơ.   570
 Trông chừng khói ngất song thưa,
hoa trôi-giạt thắm liễu xơ-xác vàng.
 Tần-ngần dạo gót lầu trang,
một đoàn mừng thọ ngoại-hương mới về.
 Hàn-huyên chưa kịp giải-giề,   575
sai-nha bỗng thấy bốn bề xôn-xao.
 Người nách thước kẻ tay đao,
dầu trâu mặt ngựa ào-ào như sôi.
 Già-giang một lão một trai,
một dây vô-loại buộc hai thâm-tình.   580
 Dậy nhà vang tiếng ruồi xanh,
rụng-rời khung dệt tan-tành gói may.
 Đồ tế-nhuyễn của riêng-tây,
sạch-sành-sanh vét cho đầy túi tham.
 Điều đâu bay buộc ai làm?   585
Vì ai đan rập giật giàm bỗng dưng?

With broken words, she uttered what she thought:
"Why does he hate us so who spins silk threads?*
Before we've joined in joy we part in grief.   550
Together we did swear a sacred oath:
my hair shall gray and wither, not my love.
What matter if I must wait months and years?
I'll think of my wayfaring man and grieve.
We've pledged to wed our hearts—I'll never leave   555
and play my lute aboard another's boat.*
As long as hills and streams endure, come back,
remembering her who is with you today."
       They lingered hand in hand and could not part,
but now the sun stood plumb above the roof.   560
Step by slow step he tore himself away—
at each farewell their tears would fall in streams.
Horse saddled and bags tied in haste, he left:
they split their grief in half and parted ways.
       Strange landscapes met his mournful eyes—on trees   565
cuckoos galore, at heaven's edge some geese.
Grieve for him who must bear through wind and rain
a heart more loaded down with love each day.

       There she remained, her back against the porch,
her feelings snarled like raveled skeins of silk.   570
Through window bars she gazed at mists beyond—
a washed-out rose, a willow gaunt and pale.
       Distraught, she tarried walking back and forth
when from the birthday feast her folks returned.
Before they could trade news of health and such,   575
in burst a mob of bailiffs on all sides.*
       With cudgels under arm and swords in hand,
those fiends and monsters rushed around, berserk.*
They cangued them both, the old man, his young son—
one cruel rope trussed two dear beings up.   580
Then, like bluebottles buzzing through the house,*
they smashed workbaskets, shattered looms to bits.
They grabbed all jewels, fineries, personal things,
scooping the household clean to fill greed's bag.
       From nowhere woe had struck—who'd caused it all?   585
Who'd somehow set the snare and sprung the trap?

Hỏi ra sau mới biết rằng:
phải tên xưng-xuất là thằng bán tơ.

Một nhà hoảng-hốt ngẩn-ngơ,
tiếng oan dậy đất án ngờ lòa mây.   590

Hạ-từ van-lạy suốt ngày,
điếc tai lân-tuất phù tay tối-tàn.

Rường cao rút ngược dây oan,
dẫu rằng đá cũng nát gan lọ người.

Mặt trông đau-đớn rụng-rời,   595
oan này còn một kêu trời nhưng xa.

Một ngày lạ thói quan-nha,
làm cho khốc-hại chẳng qua vì tiền.

Sao cho cốt-nhục vẹn-tuyền?
Trong khi ngộ-biến tòng quyền biết sao.   600

Duyên hội-ngộ đức cù-lao,
bên tình bên hiếu bên nào nặng hơn?

Để lời thệ hải minh sơn,
làm con trước phải đền ơn sinh-thành.

Quyết tình nàng mới hạ tình: 605
"Rẽ cho để thiếp bán mình chuộc cha."

Họ Chung có kẻ lại già,
cũng trong nha-dịch lại là từ-tâm.

Thấy nàng hiếu trọng tình thâm,
vì nàng nghĩ cũng thương thầm xót vay.   610

Tính bài lót đó luồn đây,
có ba trăm lạng việc này mới xuôi.

Hãy về tạm phó giam ngoài,
dặn nàng qui-liệu trong đôi ba ngày.

Thương tình con trẻ thơ-ngây,   615
gặp cơn vạ gió tai bay bất-kỳ.

Đau lòng tử-biệt sinh-ly,
thân còn chẳng tiếc tiếc gì đến duyên.

Hạt mưa sá nghĩ phận hèn,
liệu đem tấc cỏ quyết đền ba xuân.   620

Sự lòng ngỏ với băng-nhân,
tin sương đồn-đại xa gần xôn-xao.

Gần miền có một mụ nào,
đưa người viễn-khách tìm vào vấn-danh.

Hỏi tên rằng "Mã Giám-sinh."   625

Upon inquiry it was later learned
some knave who sold raw silk had brought a charge.*
Fear gripped the household—cries of innocence
shook up the earth, injustice dimmed the clouds.   590
All day they groveled, begged, and prayed—deaf ears
would hear no plea, harsh hands would spare no blow.
A rope hung each from girders, by his heels—
rocks would have broken, let alone mere men.
Their faces spoke sheer pain and fright—this wrong   595
could they appeal to Heaven far away?
Lawmen behaved that day as is their wont,
wreaking dire havoc just for money's sake.*

    By what means could she save her flesh and blood?
When evil strikes, you bow to circumstance.   600
As you must weigh and choose between your love
and filial duty, which will turn the scale?
She put aside all vows of love and troth—
a child first pays the debts of birth and care.
Resolved on what to do, she said: "Hands off—   605
I'll sell myself and Father I'll redeem."
    There was an elderly scrivener surnamed Chung,*
a bureaucrat who somehow had a heart.*
He witnessed how a daughter proved her love
and felt some secret pity for her plight.   610
Planning to pave this way and clear that path,
he reckoned they would need three hundred liang.
He'd have her kinsmen freed for now, bade her
provide the sum within two days or three.
    Pity the child, so young and so naïve—   615
misfortune, like a storm, swooped down on her.*
To part from Kim meant sorrow, death in life—
would she still care for life, much less for love?
A raindrop does not brood on its poor fate;*
a leaf of grass repays three months of spring.*   620
    Matchmakers were advised of her intent—
brisk rumor spread the tidings near and far.
There lived a woman in that neighborhood,
who brought a suitor, one from out of town.
When asked, he gave his name as Scholar Mã*   625

Hỏi quê rằng "Huyện Lâm-thanh cũng gần."
    Quá niên trạc ngoại tứ-tuần,
mày-râu nhẵn-nhụi áo-quần bảnh-bao.
    Trước thầy sau tớ lao-xao,
nhà băng đưa mối rước vào lầu trang.   630
    Ghế trên ngồi tót sỗ-sàng,
buồng trong mối đã giục nàng kíp ra.
    Nỗi mình thêm tức nỗi nhà,
thềm hoa một bước lệ hoa mấy hàng.
    Ngại-ngùng rợn gió e sương,   635
nhìn hoa bóng thẹn trông gương mặt dày.
    Mối càng vén tóc bắt tay,
nét buồn như cúc điệu gầy như mai.
    Đắn-đo cân sắc cân tài,
ép cung cầm nguyệt thử bài quạt thơ.   640
    Mặn-nồng một vẻ một ưa,
bằng lòng khách mới tùy cơ dặt-dìu.
    Rằng: "Mua ngọc đến Lam-kiều,
"sính-nghi xin dạy bao nhiêu cho tường."
    Mối rằng: "Đáng giá nghìn vàng!   645
"Dớp nhà nhờ lượng người thương dám nài."
    Cò-kè bớt một thêm hai,
giờ lâu ngã giá vàng ngoài bốn trăm.
    Một lời thuyền đã êm giầm.
Hãy đưa canh-thiếp trước cầm làm ghi,   650
    định ngày nạp-thái vu-qui.
Tiền lưng đã sẵn việc gì chẳng xong.
    Một lời cậy với Chung-công,
khất-từ tạm lãnh Vương-ông về nhà.
    Thương tình con trẻ cha già.   655
Nhìn nàng ông những máu sa ruột dàu:
    "Nuôi con những ước về sau,
"trao tơ phải lứa gieo cầu đáng nơi.
    "Trời làm chi cực bấy trời!
"Này ai vu-thác cho người hợp-tan.   660
    "Búa-rìu bao quản thân tàn,
"nỡ đày-đọa trẻ càng oan-khốc già.
    "Một lần sau trước cũng là,
"thôi thì mặt khuất chẳng thà lòng đau!"
    Theo lời càng chảy dòng châu,   665

and claimed his home to be "Lin-ch'ing, near here." *
Past forty, far beyond the bloom of youth,
he wore a smooth-shaved face and smart attire.
Master and men behind came bustling in—
the marriage broker ushered him upstairs.   630
He grabbed the best of seats and sat in state
while went the broker bidding Kiều come out.
    Crushed by her kinsfolk's woe and her own grief,
she crossed the sill, tears flowing at each step.
She felt the chill of winds and dews, ashamed   635
to look at flowers or see her mirrored face.
The broker smoothed her hair and stroked her hand,
coaxing a wilted mum, a gaunt plum branch.
    He pondered looks, gauged skills—he made her play
the moon-shaped lute, write verses on a fan.   640
Of her lush charms he relished each and all:
well pleased, he set to bargaining a deal.
    He said: "For jade I've come to this Blue Bridge:*
tell me how much the bridal gift will cost."
The broker said: "She's worth her weight in gold!   645
But in distress they'll look to your big heart."
They haggled hard and long, then struck a deal:
the price for her, four hundred and some liang.*
All was smooth paddling once they gave their word—*
as pledges they swapped horoscopic cards   650
and set the day when, full paid for, she'd wed.
When cash is ready, what cannot be fixed?
Old Chung was asked to help—at his request,
old Vương could on probation go back home.
    Pity the father facing his young child.   655
Looking at her, he bled and died within:
"You raise a daughter wishing she might find
a fitting match, might wed a worthy mate.*
O Heaven, why inflict such woes on us?
Who slandered us to tear our home apart?   660
I would not mind the ax for these old bones,
but how can I endure my child's ordeal?
Death now or later happens only once—
I'd rather pass away than suffer so."
    After he'd said those words he shed more tears   665

liều mình ông rắp gieo đầu tường vôi.

    Vội-vàng kẻ giữ người coi,
nhỏ to nàng lại tìm lời khuyên-can:

    "Vẻ chi một mảnh hồng-nhan,
"tóc-tơ chưa chút đền ơn sinh-thành.   670

    "Dâng thư đã thẹn nàng Oanh,
"lại thua ả Lý bán mình hay sao?

    "Cỗi xuân tuổi hạc càng cao,
"một cây gánh-vác biết bao nhiêu cành.

    "Lượng trên dẫu chẳng dứt tình,   675
"gió-mưa âu hẳn tan-tành nước-non.

    "Thà rằng liều một thân con,
"hoa dẫu rã cánh lá còn xanh cây.

    "Phận sao đành vậy cũng vầy,
"cầm như chẳng đỗ những ngày còn xanh.   680

    "Cũng đừng tính quẩn lo quanh,
"tan nhà là một thiệt mình là hai."

    Phải lời ông cũng êm tai,
nhìn nhau giọt ngắn giọt dài ngổn-ngang.

    Mé ngoài họ Mã vừa sang,   685
tờ hoa đã ký cân vàng mới trao.

    Trăng già độc-địa làm sao,
cầm dây chẳng lựa buộc vào tự-nhiên!

    Trong tay đã sẵn đồng tiền,
dẫu lòng đổi trắng thay đen khó gì.   690

    Họ Chung ra sức giúp-vì,
lễ tâm đã đặt tụng-kỳ cũng xong.

    Việc nhà đã tạm thong-dong,
tinh-kỳ giục-giã đã mong độ về.

    Một mình nương ngọn đèn khuya,   695
áo dầm giọt lệ tóc se mái sầu:

    "Phận dầu dầu vậy cũng dầu,
"xót lòng đeo-đẳng bấy lâu một lời.

    "Công-trình kể biết mấy mươi!
"Vì ta khăng-khít cho người dở-dang.   700

    "Thề hoa chưa ráo chén vàng,
"lỗi thề thôi đã phụ-phàng với hoa.

    "Trời Liêu non-nước bao xa,
"nghĩ đâu rẽ cửa chia nhà tự tôi.

and made to knock his head against a wall.
They rushed to stop him, then she softly spoke
and with some words of comfort calmed him down:*
"What is she worth, a stripling of a girl
who's not repaid one whit a daughter's debts?   670
Ying once shamed me, petitioning the throne—*
could I fall short of Li who sold herself?*
As it grows old, the cedar is a tree*
that singly shoulders up so many boughs.
If moved by love you won't let go of me,   675
I fear a storm will blow and blast our home.
You'd better sacrifice just me—one flower
will turn to shreds, but green will stay the leaves.
Whatever lot befalls me I accept—
think me a blossom nipped when budding green.   680
Let no wild notions run around your head
or you shall wreck our home and hurt yourself."
Words of good sense sank smoothly in his ear—
they stared at one another, pouring tears.

      Outside, that Scholar Mã appeared again—   685
they signed the contract, silver then changed hands.*
A wanton god, the Old Man of the Moon,*
at random tying couples with his threads!
When money's held in hand it's no great trick
swaying men's hearts and turning black to white.   690
Old Chung did all he could and gave all help:
gifts once presented, charges were dismissed.

      Her family's woes were settled for a time,
but now the bridal hour drew on apace.
Alone, she huddled by the midnight lamp,   695
with tear-soaked gown and sorrow-withered hair:
"No matter what fate deals me, I will grieve
for him who's steadfast kept the vow he swore.
How much he toiled and strove to win my love!
But grown attached to me, he's marred his life.   700
The cup we both drank from has barely dried
when I now break my oath and play him false.
In far-away Liao-yang how can he guess
our union's torn asunder by my hand?

"Biết bao duyên-nợ thế-bồi!   705
"Kiếp này thôi thế thì thôi còn gì?
    "Tái-sinh chưa dứt hương thề,
"làm thân trâu-ngựa đền nghì trúc-mai.
    "Nợ tình chưa trả cho ai,
"khối tình mang xuống tuyền-đài chưa tan."   710
    Nỗi riêng riêng những bàn-hoàn,
dầu chong trắng đĩa lệ tràn thấm khăn.
    Thúy Vân chợt tỉnh giấc xuân,
dưới đèn ghé đến ân-cần hỏi-han:
    "Cơ trời dâu-bể đa-đoan,   715
"một nhà để chị riêng oan một mình.
    "Cớ chi ngồi nhẫn tàn canh?
"Nỗi riêng còn mắc mối tình chi đây?"
    Rằng: "Lòng đang thổn-thức đầy,
"tơ duyên còn vướng mối này chưa xong.   720
    "Hở môi ra cũng thẹn-thùng,
"để lòng thì phụ tấm lòng với ai.
    "Cậy em em có chịu lời,
"ngồi lên cho chị lạy rồi sẽ thưa.
    "Giữa đường đứt gánh tương-tư,   725
"keo loan chắp mối tơ thừa mặc em.
    "Kể từ khi gặp chàng Kim,
"khi ngày quạt ước khi đêm chén thề.
    "Sự đâu sóng-gió bất-kỳ,
"hiếu tình khôn lẽ hai bề vẹn hai.   730
    "Ngày xuân em hãy còn dài,
"xót tình máu-mủ thay lời nước-non.
    "Chị dẫu thịt nát xương mòn,
"ngậm cười chín suối hãy còn thơm lây.
    "Chiếc vành với bức tờ mây,   735
"duyên này thì giữ vật này của chung.
    "Dẫu em nên vợ nên chồng,
"xót người mệnh bạc ắt lòng chẳng quên.
    "Mất người còn chút của tin,
"phím đàn với mảnh hương nguyên ngày xưa.   740
    "Mai sau dẫu có bao giờ
"đốt lò hương ấy so tơ phím này,
    "trông ra ngọn cỏ lá cây,
"thấy hiu-hiu gió thì hay chị về.

So many vows of love we traded once! 705
Oh, what will they amount to in this life?
But haunted by troth-incense we once burned,
I'll be reborn a beast and make amends.*
Till I've paid off my debt of love to him,
my heart will stay a crystal down below."* 710
Her secret thoughts kept spinning round and round—
as lamp oil burned away, tears drenched her scarf.
    Thúy Vân, who just awoke from some sweet dream,
stopped by the lamp and with concern inquired:
"In Heaven's complex scheme of flux and change,* 715
you're left to bear the family's woes alone.
Is that why you've stayed up the livelong night?
Or with some secret are you still beset?"
    Kiều said: "My heart's near bursting, for it's caught
in love's own webs and tangles yet unsnarled. 720
I feel ashamed to part my lips and tell,
but if I hid it I would wrong his love.
Should you agree I'll ask you ... Please sit down
and let me bow to you before I speak.
Midway my bonds of love with him have snapped— 725
let me trust you to mend and splice what's left.*
Since I met Kim I gave my fan in pledge—
we drank of the same cup and swore our troth.
Then out of nowhere broke a storm on us—
how could both love and duty be fulfilled? 730
You have long days of spring ahead—please heed
the call of blood, redeem my pledge for me.*
Though flesh and bones will then have turned to dust,
I'll breathe your happiness and smile down there.*
Bracelets and pledge on paper decked with clouds: 735
preserve this troth, these things are jointly ours.
When bound as man and wife, you two will mourn
a star-crossed girl and nurse her in your hearts.
I shall have vanished leaving few remains:
a lute, troth-incense burned in days gone by. 740
Sometime, if ever you will tune this lute
or light that incense vessel, look outdoors:
among the grass and leaves you'll see a breeze
waft back and forth—you'll know that I've come home.

"Hồn còn mang nặng lời thề,   745
"nát thân bồ-liễu đến nghì trúc-mai.

   "Dạ-đài cách mặt khuất lời,
"tưới xin giọt lệ cho người thác oan.

   "Bây giờ trâm gãy bình tan,
"kể làm sao xiết muôn-vàn ái-ân.   750

   "Trăm nghìn gửi lạy tình-quân,
"tơ duyên ngắn-ngủi có ngần ấy thôi.

   "Phận sao phận bạc như vôi?
"Đã đành nước chảy hoa trôi lỡ-làng.

   "Ôi Kim-lang, hỡi Kim-lang!   755
"Thôi thôi thiếp đã phụ chàng từ đây!"

   Cạn lời hồn ngất máu say,
một hơi lặng ngắt đôi tay giá đồng.

   Xuân-huyên chợt tỉnh giấc nồng,
một nhà tấp-nập kẻ trong người ngoài.   760

   Kẻ thang người thuốc bời-bời,
mới dàu cơn vựng chưa phai giọt hồng.

   Hỏi sao ra sự lạ-lùng,
Kiều càng nấc-nở nói không ra lời.

   Nỗi nàng Vân mới rỉ tai: 765
"Chiếc vành này với tờ bồi ở đây."

   "Vì cha làm lỗi duyên mày,
"thôi thì việc ấy sau này đã em.

   "Vì ai rụng cải rơi kim,
"để con bèo nổi mây chìm vì ai?   770

   "Lời con dặn lại một hai,
"dẫu mòn bia đá dám sai tấc vàng."

   Lạy thôi nàng lại rén chiềng:
"Nhờ cha trả được nghĩa chàng cho xuôi.

   "Sá chi thân-phận tôi-đòi,   775
"dẫu rằng xương trắng quê người quản đâu."

   Xiết bao kể nỗi thảm-sầu,
khắc-canh đã giục nam-lâu mấy hồi.

   Kiệu hoa đâu đã đến ngoài,
quán-huyện đâu đã giục người sinh-ly.   780

   Đau lòng kẻ ở người đi,
lệ rơi thấm đá tơ chia rũ tằm.

   Trời hôm mây kéo tối rầm,

My soul, still haunted by the oath, will try   745
to keep my pledge though I'll have turned to naught.*
The world of night will hide my face, my voice—
yet, please shed tears for someone wronged by fate.
Ah, now the pin has snapped, the vase has crashed:*
past all expression, how I cherish him!   750
Through you I'll send my humblest bows to him:
the tie of love between us is cut short.
Why have I drawn a lot as gray as dirt?*
The flower's doomed to drift along the stream.
O Kim, my dearest Kim! This is the end: 755
as of today I'll have betrayed your trust."

That said, her blood went wild, her spirit swooned:
all breath fell hushed, both hands grew cold as ice.
The parents rose at once from their deep sleep—*
the household was astir inside and out.   760
They bustled fetching some tisane, some drug:
she wakened from her faint, still wet with tears.

They asked her why so strangely she behaved—
Kiều sobbed and sobbed but could not speak one word.
Vân told her secret whispering in the ear: 765
"These are the bracelets, here's the written pledge."
"Your father, I caused you to break your troth!
But may your sister honor it in your stead.
Whose fault is it that lovers now must part,*
that now our child must lead a wanderer's life?*   770
As to your wish, though stone may crumble down,
my word will stand—I shall not fail your trust."

Before him she bowed low and softly said:
"Father, help me fulfill my pledge to him—
then I shan't mind a slave's own lot or care   775
if I should leave my bones in alien soil."

How to express her grief while on the tower
a watchman tolled and tolled the hours of night?
A carriage, flower-decked, arrived outside
with flutes and lutes to bid dear kin part ways.   780
She grieved to go, they grieved to stay behind:
tears soaked stone steps as parting tugged their hearts.*
Across a twilit sky dragged sullen clouds—

dàu-dàu ngọn cỏ đầm-đầm cành sương.

Rước nàng về đến trú-phường,   785
bốn bề xuân khóa một nàng ở trong.

Ngập-ngừng thẹn lục e hồng,
nghĩ lòng lại xót-xa lòng đòi phen.

Phẩm tiên rơi đến tay hèn,
hoài công nắng giữ mưa gìn với ai: 790

"Biết thân đến bước lạc-loài,
"nhị đào thà bẻ cho người tình chung.

"Vì ai ngăn-đón gió đông,
"thiệt lòng khi ở đau lòng khi đi.

"Trùng-phùng dầu họa có khi,   795
"thân này thôi có còn gì mà mong.

"Đã sinh ra số long-đong,
"còn mang lấy kiếp má hồng được sao?"

Trên yên sẵn có con dao,
giấu cầm nàng đã gói vào chéo khăn: 800

"Phòng khi nước đã đến chân,
"dao này thì liệu với thân sau này."

Đêm thu một khắc một chầy,
bâng-khuâng như tỉnh như say một mình.

Chẳng ngờ gã Mã Giám-sinh,   805
vẫn là một đứa phong-tình đã quen.

Quá chơi lại gặp hồi đen,
quen mùi lại kiếm ăn miền nguyệt-hoa.

Lầu xanh có mụ Tú-bà,
làng chơi đã trở về già hết duyên.   810

Tình-cờ chẳng hẹn mà nên,
mạt cưa mướp đắng đôi bên một phường.

Chung lưng mở một ngôi hàng,
quanh năm buôn phấn bán hương đã lề.

Dạo tìm khắp chợ thì quê,   815
giả danh hầu-hạ dạy nghề ăn-chơi.

Rủi may âu cũng tại trời,
đoạn-trường lại chọn mặt người vô-duyên.

Xót nàng chút phận thuyền-quyên,
cành hoa đem bán vào thuyền lái buôn.   820

Mẹo lừa đã mắc vào khuôn,
sinh-nghi rẻ giá nghênh-hôn sẵn ngày.

Mừng thầm: "Cờ đã đến tay!

grasses and branches drooped, all drenched with dew.
He led her to an inn and left her there   785
within four walls, a maiden in her spring.
The girl felt torn between dire dread and shame—
she'd sadly brood, her heart would ache and ache.
A rose divine lay fallen in vile hands,
once kept from sun or rain for someone's sake: 790
"If only I had known I'd sink so low,
I should have let my true love pluck my bud.
Because I fenced it well from the east wind,*
I failed him then and make him suffer now.
When we're to meet again, what will be left   795
of my poor body here to give much hope?
If I indeed was born to float and drift,
how can a woman live with such a fate?"
       Upon the table lay a knife at hand—
she grabbed it, hid it wrapped inside her scarf: 800
"Yes, if and when the flood should reach my feet,
this knife may later help decide my life."
       The autumn night wore on, hour after hour—
alone, she mused, half wakeful, half asleep.
She did not know that Scholar Mã, the rogue,   805
had always patronized the haunts of lust.
The rake had hit a run of blackest luck:
in whoredom our whoremaster sought his bread.
       Now, in a brothel, languished one Dame Tú*
whose wealth of charms was taxed by creeping age.   810
Mere hazard, undesigned, can bring things off:
sawdust and bitter melon met and merged.*
They pooled resources, opening a shop
to sell their painted dolls all through the year.*
Country and town they scoured for "concubines"   815
whom they would teach the trade of play and love.
       With Heaven lies your fortune, good or ill,
and woe will pick you if you're marked for woe.
Pity a small, frail bit of womankind,
a flower sold to board a peddler's boat.   820
She now was caught in all his bag of tricks:
a paltry bridal gift, some slapdash rites.
       He crowed within: "The flag has come to hand!"*

"Càng nhìn vẻ ngọc càng say khúc vàng.

"Đã nên quốc-sắc thiên-hương,   825
"một cười này hẳn nghìn vàng chẳng ngoa.

"Về đây nước trước bẻ hoa,
"vương-tôn quí-khách ắt là đua nhau.

"Hẳn ba trăm lạng kém đâu,
"cũng đà vừa vốn còn sau thì lời.   830

"Miếng ngon kề đến tận nơi,
"vốn nhà cũng tiếc của trời cũng tham.

"Đào tiên đã bén tay phàm,
"thì vin cành quít cho cam sự đời!

"Dưới trần mấy mặt làng chơi,   835
"chơi hoa đã dễ mấy người biết hoa.

"Nước vỏ lựu máu mào gà,
"mượn màu chiêu-tập lại là còn nguyên.

"Mập-mờ đánh lận con đen,
"bao nhiêu cũng bấy nhiêu tiền mất chi?   840

"Mụ già hoặc có điều gì,
"liều công mất một buổi quì mà thôi.

"Vả đây đường-sá xa-xôi,
"mà ta bất-động nửa người sinh nghi."

Tiếc thay một đóa trà-mi,   845
con ong đã tỏ đường đi lối về.

Một cơn mưa-gió nặng-nề,
thương gì đến ngọc tiếc gì đến hương.

Đêm xuân một giấc mơ-màng,
đuốc hoa để đó mặc nàng nằm trơ.   850

Giọt riêng tầm-tã tuôn mưa,
phẫn căm nỗi khách phẫn dơ nỗi mình:

"Tuồng chi là giống hôi-tanh?
"Thân nghìn vàng để ô-danh má hồng.

"Thôi còn chi nữa mà mong?   855
"Đời người thôi thế là xong một đời."

Giận duyên tủi phận bời-bời,
cầm dao nàng đã toan bài quyên-sinh.

Nghĩ đi nghĩ lại một mình:
"Một mình thì chớ hai tình thì sao?   860

"Sau dầu sinh sự thế nào,
"truy-nguyên chẳng kẻo lụy vào song-thân.

"Nỗi mình âu cũng giãn dần.

I view rare jade—it stirs my heart of gold!
The kingdom's queen of beauty! Heaven's scent!   825
One smile of hers is worth pure gold—it's true.
When she gets there, to pluck the maiden bud,
princes and gentlefolk will push and shove.
She'll bring at least three hundred liang, about
what I have paid—net profit after that.   830
A morsel dangles at my mouth—what God
serves up I crave, yet money hate to lose.
A heavenly peach within a mortal's grasp:
I'll bend the branch, pick it, and quench my thirst.
How many flower-fanciers on earth   835
can really tell one flower from the next?
Juice from pomegranate skin and cockscomb blood
will heal it up and lend the virgin look.
In dim half-light some yokel will be fooled:*
she'll fetch that much, and not one penny less.   840
If my old broad finds out and makes a scene,
I'll take it like a man, down on my knees!
Besides, it's still a long, long way from home:
if I don't touch her, later she'll suspect." *
        Oh, shame! A pure camellia had to let   845
the bee explore and probe all ins and outs.
A storm of lust broke forth—it would not spare
the flawless jade, respect the pristine scent.
All this spring night was one bad dream—she woke
to lie alone beneath the nuptial torch.   850
Her tears of silent grief poured down like rain—
she hated him, she loathed herself as much:
"What breed is he, a creature foul and vile?
My body's now a blot on womanhood.
What hope is left to cherish after this?   855
A life that's come to this is life no more."
        By turns she cursed her fate, she moaned her lot.
She grabbed the knife and thought to kill herself.*
She mulled it over: "If I were alone,
it wouldn't matter—I've two loved ones, though.   860
If trouble should develop afterwards,
an inquest might ensue and work their doom.
Perhaps my plight will ease with passing time.

"Kíp chầy thôi cũng một lần mà thôi."

    Những là đo-đắn ngược xuôi,   865
tiếng gà nghe đã gáy sôi mé tường.

    Lầu mai vừa rúc còi sương,
Mã-sinh giục-giã vội-vàng ra đi.

    Đoạn-trường thay lúc phân-kỳ!
Vó câu khấp-khểnh bánh xe gập-ghềnh.   870

    Bề ngoài mười dặm trường-đình,
Vương-ông mở tiệc tiễn-hành đưa theo.

    Ngoài thì chủ khách dập-dìu,
một nhà huyên với một Kiều ở trong.

    Nhìn càng lã-chã giọt hồng,   875
rỉ tai nàng mới giãi lòng thấp cao:

    "Hổ sinh ra phận thơ đào,
"công cha nghĩa mẹ kiếp nào trả xong?

    "Lỡ-làng nước đục bụi trong,
"trăm năm để một tấm lòng từ đây.   880

    "Xem gương trong bấy nhiêu ngày,
"thân con chẳng kẻo mắc tay bợm già!

    "Khi về bỏ vắng trong nhà,
"khi vào dùng-dắng khi ra vội-vàng.

    "Khi ăn khi nói lỡ-làng,   885
"khi thầy khi tớ xem thường xem khinh.

    "Khác màu kẻ quí người thanh,
"ngẫm ra cho kỹ như hình con buôn.

    "Thôi con còn nói chi con?
"Sống nhờ đất khách thác chôn quê người!"   890

    Vương-bà nghe bấy nhiêu lời,
tiếng oan đã muốn vạch trời kêu lên.

    Vài tuần chưa cạn chén khuyên,
mé ngoài nghỉ đã giục liền ruổi xe.

    Xót con lòng nặng chề-chề,   895
trước yên ông đã nằn-nì thấp cao:

    "Chút thân yếu liễu thơ đào,
"dớp nhà đến nỗi giận vào tôi ngươi.

    "Từ đây góc bể bên trời,
"nắng-mưa thui-thủi quê người một thân.   900

    "Nghìn tầm nhờ bóng tùng-quân,
"tuyết-sương che-chở cho thân cát-đằng."

    Cạn lời khách mới thưa rằng:

Sooner or later, I'm to die just once."
　　While she kept tossing reasons back and forth,   865
a rooster shrilly crowed outside the wall.
The watchtower horn soon blared through morning mists,
so Mã gave orders, making haste to leave.
Oh, how it rends the heart, the parting hour,
when horse begins to trot and wheels to jolt!   870
　　Ten miles beyond the city, at a post,
the father gave a feast to bid farewell.
While host and guests were making cheer outside,
mother and Kiều were huddling now indoors.*
　　As they gazed at each other through hot tears,   875
Kiều whispered all her doubts in mother's ear:
"I'm just a girl, so helpless, to my shame—
when could I ever pay a daughter's debts?
Lost here where water's mud and dust's soil-free,*
I'll leave with you my heart from now, for life.   880
To judge by what I've noticed these past days,
I fear a scoundrel's hands are holding me.
When we got there, he left me all alone.
He tarried coming in, but out he dashed.
He halts and stammers often when he talks.   885
His men make light of him, treat him with scorn.
He lacks the ease and grace of gentlefolk,
seeming just like some merchant on close watch.
What else to say? Your daughter's doomed to live
on foreign land and sleep in alien soil."   890
At all those words, Dame Vương let out a shriek
that would pierce heaven, crying for redress.
　　Before they had drunk dry the parting cup,
Mã rushed outside and urged the coach to leave.
Mourning his daughter in his heavy heart,   895
old Vương stood by the saddle begging Mã:
"Because fate struck her family, this frail girl
is now reduced to serving you as slave.
Henceforth, beyond the sea, at heaven's edge,
she'll live lone days with strangers, rain or shine.   900
On you, her lofty oak, she will depend,
a vine you'll shelter from cold frosts and snows." *
Whereat the bridegroom said: "Our feet are bound

"Buộc chân thôi cũng xích-thằng nhiệm-trao.

"Mai sau dầu đến thế nào,　　　　　　　905
"kìa gương nhật-nguyệt nọ dao quí-thần!"

Đùng-đùng gió giục mây vần,
một xe trong cõi hồng-trần như bay.

Trông vời gạt lệ chia tay,
góc trời thăm-thẳm đêm ngày đăm-đăm.　910

III

Nàng thì cõi khách xa-xăm,
bạc phau cầu giá đen rầm ngàn mây.

Vi-lô san-sát hơi may,
một trời thu để riêng ai một người.

Dặm khuya ngắt-tạnh mù khơi,　　　915
thầy trăng mà thẹn những lời non-sông,

Rừng thu từng biếc chen hồng,
nghe chim như nhắc tấm lòng thần-hôn.

Những là lạ nước lạ non,
Lâm-tri vừa một tháng tròn tới nơi.　920

Xe châu dừng bánh cửa ngoài,
rèm trong đã thấy một người bước ra.

Thoắt trông lờn-lợt màu da,
ăn gì cao-lớn đẫy-đà làm sao!

Trước xe lơi-lả han-chào,　　　　　925
vâng lời nàng mời bước vào tận nơi.

Bên thì mấy ả mày ngài,
bên thì ngồi bốn năm người làng chơi.

Giữa thì hương-án hẳn-hoi,
trên treo một tượng trắng đôi lông mày.　930

Lầu xanh quen lối xưa nay,
nghề này thì lấy ông này tiên-sư,

hương-hoa hôm sớm phụng-thờ.
Cô nào xấu vía có thưa mỗi hàng,

cởi xiêm lột áo sỗ-sàng,　　　　　935
trước thần sẽ nguyện mảnh hương lầm-rầm.

Đổi hoa lót xuống chiều nằm,
bướm-ong bay lại ầm-ầm tứ-vi!

Kiều còn ngơ-ngẩn biết gì,
cứ lời lạy xuống mụ thì khẩn ngay:　940

by that mysterious thread of crimson silk.
The sun's my witness—if I should break faith,   905
may all the demons strike me with their swords!"
    By stormwinds hurtled under rolling clouds,
the coach roared off in swirls of ocher dust.
Wiping their tears, they followed with their eyes:
on that horizon, day and night, they'd gaze.   910

III

    She traveled far, far into the unknown.
Bridges stark white with frost, woods dark with clouds.
Reeds huddling close while blew the cold north wind:
an autumn sky for her and her alone.
A road that stretched far off in hushed, still night: 915
she saw the moon, felt shame at her love vows.
Fall woods—green tiers all interlaid with red:
bird cries reminded her of her old folks.*
She crossed unheard-of streams, climbed nameless hills—
the moon waxed full again: Lin-tzu was reached.*   920
    The carriage stopped before an entrance gate—*
a woman, parting curtains, stalked right out.
One noticed at first glance her pallid skin—
what did she feed upon to gain such bulk?
With wanton cheer she met them by the coach—   925
Kiều, at her bidding, meekly stepped indoors.
    On one side, there sat girls with penciled brows,
and on the other four or five gay blades.
Between, an altar all rigged out: above,
the image of that god with hoary brows.   930
In bawdyhouses old tradition bids*
them worship him as patron of their trade,
offer him flowers, burn incense day and night.
When some jinxed gal drew too few customers,
in front of him she'd doff her shirt and skirt,   935
then light some incense candles mumbling prayer.
She'd take all faded flowers to line her mat,
and bees would swarm a-buzzing all around!
    Bewildered, unaware of what it was,
Kiều just knelt down as told—the bawd then prayed: 940

"Cửa hàng buôn-bán cho may,
"đêm đêm Hàn-thực ngày ngày Nguyên-tiêu.
   "Muôn nghìn người thấy cũng yêu,
"xôn-xao anh-yến dập-dìu trúc-mai.
   "Tin nhạn vẩn lá thư bời!   945
"Đưa người cửa trước rước người cửa sau!"
   Lạ tai nghe chửa biết đâu,
xem tình ra cũng những màu dở-dang.
   Lễ xong hương-hỏa gia-đường,
Tú-bà vắt nóc lên giường ngồi ngay.   950
   Dạy rằng: "Con lạy mẹ đây,
"lạy rồi sang lạy cậu mày bên kia."
   Nàng rằng: "Phải bước lưu-ly,
"phận hèn vâng đã cam bề tiểu-tinh.
   "Điều đâu lấy yến làm anh,   955
"ngây-thơ chẳng biết là danh-phận gì.
   "Đủ điều nạp-thái vu-qui,
"đã khi chung-chạ lại khi đứng-ngồi.
   "Giờ ra thay bậc đổi ngôi,
"dám xin gửi lại một lời cho minh."   960
   Mụ nghe nàng nói hay tình,
bây giờ mới nổi tam-bành mụ lên:
   "Này này sự đã quá-nhiên!
"Thôi đã cướp sống chồng min đi rồi!
   "Bảo rằng đi dạo lấy người,   965
"đem về rước khách kiếm lời mà ăn.
   "Tưởng vô-nghĩa ở bất-nhân,
"buồn mình trước đã tần-mần thử chơi.
   "Màu hồ đã mất đi rồi,
"thôi thôi vốn-liếng đi đời nhà ma!   970
   "Con kia đã bán cho ta,
"vào nhà phải cứ phép nhà tao đây.
   "Lão kia có giở bài bây,
"chẳng văng vào mặt mà mày lại nghe.
   "Cớ sao chịu tốt một bề?   975
"Gái tơ mà đã ngứa nghề sớm sao?
   "Phải làm cho biết phép tao!"
Giật bì-tiên rắp sẵn vào ra tay.
   Nàng rằng: "Trời thẳm đất dày!
"Thân này đã bỏ những ngày ra đi.   980

"May fortune bless this house and business thrive
on nights of mirth, on days of revelry!*
May all men fall in love with her and come
flocking like orioles and swallow-birds!
Let billets-doux and messages pour in!*   945
Let clients throng both doorways, front and back!"
Strange sounds that made no sense to Kiều's stunned ears,
and that whole scene struck her as all amiss.

Once she'd paid homage to her household god,
Dame Tú installed herself upon a couch.   950
She ordered: "Kneel and bow before your aunt,
then go and kowtow to your uncle there."

"By fortune banished from my home," said Kiều,
"I hugged my humble lot as concubine.*
A swallow's somehow turned an oriole:*   955
what's my real status I'm too young to know.
With bridal presents, wedding rites, and all,
we did share bed and board, as man and wife.
But now it seems the roles and ranks have changed:*
may I beg you to make it clear for me?"   960

The woman heard the tale and learned the truth—
her devils, fiends, and demons all broke loose:*
"What happened is as plain as day to see!
She caught my man alive for her own use!
I sent him for some lass to bring back here   965
and put to work as hostess, earn our bread.
But that false-hearted knave, that beastly rogue
had his damn itch—he played and messed with her.
Now that the cloth has lost all starch and glaze,
there goes to hell the money I put up!   970
You little strumpet, they sold you to me,
and in my house you go by my house rules.
When that old lecher tried his dirty trick,
why did you listen? Slap his face, instead!
Why did you just lie there and take it all?   975
The merest chit, do you already rut?
I must teach you how I lay down the law."
She grabbed a whip, about to pounce and lash.

"Heaven and earth bear witness!" Kiều cried out.
"My life I threw away when I left home.   980

"Thôi thì thôi có tiếc gì!"
Sẵn dao tay áo tức-thì giở ra.
    Sợ gan nát ngọc liễu hoa!
Mụ còn trông mặt nàng đà quá tay.
    Thương ôi tài sắc bậc này,   985
một dao oan-nghiệt dứt dây phong-trần.
    Nỗi oan vỡ-lở xa gần,
trong nhà người chật một lần như nen.
    Nàng thì bản-bặt giấc tiên,
mụ thì cầm-cập mặt nhìn hồn bay.   990
    Vực nàng vào chốn hiên tây,
cắt người coi-sóc rước thầy thuốc-men.
    Nào hay chưa hết trần-duyên,
trong mê dường đã đứng bên một nàng.
    Rỉ rằng: "Nhân-quả dở-dang,   995
"đã toan trốn nợ đoạn-trường được sao?
    "Số còn nặng nghiệp má đào,
"người dẫu muốn quyết trời nào đã cho.
    "Hãy xin hết kiếp liễu-bồ,
"sông Tiền-đường sẽ hẹn-hò về sau."   1000
    Thuốc-thang suốt một ngày thâu,
giấc mê nghe đã dàu-dàu vừa tan.
    Tú-bà chực sẵn bên màn,
lựa lời khuyên-giải mơn-man gỡ dẫn:
    "Một người dễ có mấy thân?   1005
"Hoa xuân đang nhị ngày xuân còn dài.
    "Cũng là lỡ một lầm hai,
"đá-vàng sao nỡ ép-nài mưa-mây.
    "Lỡ chân trót đã vào đây,
"khóa buồng xuân để đợi ngày đào non.   1010
    "Người còn thì của hãy còn,
"tìm nơi xứng-đáng là con-cái nhà.
    "Làm chi tội báo oan-gia?
"Thiệt mình mà hại đến ta hay gì?"
    Kể tai mấy nỗi nằn-nì,   1015
nàng nghe dường cũng thị-phi rạch-ròi.
    Vả trong thần-mộng mấy lời,
túc-nhân âu cũng có trời ở trong.
    Kiếp này nợ trả chưa xong,
làm chi thêm một nợ chồng kiếp sau.   1020

What now remains of it to have and hold?"
At once she pulled the knife out of her sleeve—
O horror, she found heart to kill herself!
The bawd stood watching, helpless, as Kiều stabbed.

Alas, were all such perfect gifts and charms 985
to leave this earth, disservered by a knife?
The girl's misfortune soon got noised abroad—
a crowd came pouring in and packed the house.
While she was lying there in slumber's lap,
the bawd just stared and shook, her wits scared off. 990
Then Kiều was carried out to the west porch—
someone nursed her, a doctor was called in.

Her ties to earth were not yet sundered, though—
asleep, Kiều sensed a girl was standing by.
And whispered she: "Your karma's still undone: 995
how could you shirk your debt of grief to life?
You're still to bear the fortune of a rose:*
you wish to quit, but Heaven won't allow.
Live and fulfill your destiny, frail reed:*
on the Ch'ien-t'ang we two shall meet again." * 1000

With balms and salves applied all through the day,
Kiều slowly wakened from her deathlike swoon.
Dame Tú was waiting by the patient's bed
to coax her into line with chosen words:
"How many lives can anybody claim? 1005
You are a rosebud—spring has scarcely sprung.
Something has gone awry—how could I force
your sterling virtue into games of love?*
But since you've strayed and ended here, lock up
your chamber waiting for your nuptial day.* 1010
While you still have your body you have all—
you'll make a perfect match with some young heir.
Why visit havoc on a blameless head?
Why lose your life and hurt me? What's the good?"

The earnest plea she murmured in Kiều's ear 1015
sounded like logic, sorting right from wrong.
Besides, there was the message of her dream:
in human fortune Heaven takes a hand.
If she died now and left her debt unpaid,
she'd pay with interest in some future life. 1020

Lặng nghe ngẫm-nghĩ gót đầu,
thưa rằng: "Ai có muốn đâu thế này.
    "Được như lời thế là may.
"Hẳn rằng mai có như rày cho chăng?
    "Sợ khi ong-bướm đãi-đằng,   1025
"đến điều sống đục sao bằng thác trong."
    Mụ rằng: "Con hãy thong-dong.
"Phải điều lòng lại dối lòng mà chơi?
    "Mai sau ở chẳng như lời,
"trên đầu có bóng mặt trời rạng soi."   1030
    Thấy lời quyết-đoán hẳn-hoi,
đành lòng nàng cũng sẽ nguôi-nguôi dần.

    Trước lầu Ngưng-bích khóa xuân,
vẻ non xa tấm trăng gần ở chung.
    Bốn bề bát-ngát xa trông,   1035
cát vàng cồn nọ bụi hồng dặm kia.
    Bẽ-bàng mây sớm đèn khuya,
nửa tình nửa cảnh như chia tấm lòng.
    Tưởng người dưới nguyệt chén đồng,
tin sương luống những rày trông mai chờ.   1040
    Bên trời góc bể bơ-vơ,
tấm son gột-rửa bao giờ cho phai?
    Xót người tựa cửa hôm mai,
quạt nồng ấp lạnh những ai đó giờ?
    Sân Lai cách mấy nắng-mưa,   1045
có khi gốc tử đã vừa người ôm.
    Buồn trông cửa bể chiều hôm,
thuyền ai thấp-thoáng cánh buồm xa-xa.
    Buồn trông ngọn nước mới sa,
hoa trôi man-mác biết là về đâu?   1050
    Buồn trông nội cỏ dàu-dàu,
chân mây mặt đất một màu xanh-xanh.
    Buồn trông gió cuốn mặt duềnh,
ầm-ầm tiếng sóng kêu quanh ghế ngồi.

    Chung-quanh những nước-non người,   1055
đau lòng lưu-lạc nên vài bốn câu.
    Ngậm-ngùi rủ bức rèm châu,
cách tường nghe có tiếng đâu họa vần.

She listened, thinking hard from first to last,
then said: "Who would have all this come to pass?
If you make good your word, I'll thank my luck.
But will tomorrow's deed match what's pledged now?
I dread to deal with bees and butterflies—   1025
I'd sooner die unsoiled than live in mud."
    The madam said: "My daughter, ease your mind.
How could I have the heart to humbug you?
If later I renege, there sits my judge,
the sun that shines on us from overhead."   1030
An oath so solemn set Kiều's heart at rest—
little by little all her fears were calmed.

    Locked in her spring at Crystal Tower, she lived
with friends—some hills far off, the moon near by.
On all four sides her ranging eyes could see   1035
the gold of dunes, the ocher dust of trails.
With shame she watched dawn clouds, the midnight lamp—
the scene and what she felt both filled her soul.
He'd shared the cup with her beneath the moon—
now, day by day, he longed for news of her.   1040
Stranded and waifed upon a distant shore,
when could she ever cleanse her heart of love?
She grieved for those awaiting at the door:
who fanned them now when hot, warmed them when cold?
After these months, the yard's catalpa tree*   1045
must be a size to stretch her arms around.
    She sadly watched the harbor in gray dusk—
whose boat was that with fluttering sails, far off?
She sadly watched the river flow to sea—
where would this flower end, adrift and lost?   1050
She sadly watched the field of wilted grass,
the bluish haze where merged the earth and clouds.
She sadly watched the wind whip up the cove
and set all waves a-roaring round her seat.

    Hemmed in by foreign streams and alien hills,   1055
the exile cried her grief in sad quatrains.
Dully, she dropped the curtain, then she heard
a voice across the wall reply her poems.

Một chàng vừa trạc thanh-xuân,
hình-dung chái-chuốt áo-khăn dịu-dàng.   1060
    Nghĩ rằng cũng mạch thư-hương,
hỏi ra mới biết rằng chàng Sở Khanh.
    Bóng nga thấp-thoáng dưới mành,
trông nàng chàng cũng ra tình đeo-đai:
    "Than ôi sắc nước hương trời!   1065
"Tiếc cho đâu bỗng lạc-loài đến đây.
    "Giá đành trong nguyệt trên mây,
"hoa sao hoa khéo đọa-đày bấy hoa?
    "Sốt gan riêng giận trời già,
"lòng này ai tỏ cho ta, hỡi lòng?   1070
    "Thuyền-quyên ví biết anh-hùng,
"ra tay tháo cũi sổ lồng như chơi."
    Song thu đã khép cánh ngoài,
tai còn đồng-vọng mấy lời sắt-đinh.
    Nghĩ người thôi lại nghĩ mình,   1075
cám lòng chua-xót lạt tình bơ-vơ.
    Những là lần-lừa nắng-mưa,
kiếp phong-trần biết bao giờ mới thôi.
    Đánh liều nhắn một hai lời,
nhờ tay tế-độ vớt người trầm-luân.   1080
    Mảnh tiên kể hết xa gần,
nỗi nhà báo-đáp nỗi thân lạc-loài.
    Tan sương vừa rạng ngày mai,
tiện hồng nàng mới nhắn lời gửi sang.
    Trời tây làng-đãng bóng vàng,   1085
phục-thư đã thấy tin chàng đến nơi.
    Mở xem một bức tiên mai,
rành-rành *tích việt* có hai chữ đề.
    Lấy trong ý-tứ mà suy:
"Ngày hai mươi mốt tuất-thì, phải chăng?"   1090
    Chim hôm thoi-thót về rừng,
đóa trà-mi đã ngậm trăng nửa vành.
    Tường đông lay-động bóng cành,
rè song đã thấy Sở Khanh lẻn vào.
    Sượng-sùng đánh dạn ra chào,   1095
lạy thôi nàng mới rỉ trao ân-cần.
    Rằng: "Tôi bèo-bọt chút thân.
"Lạc đàn mang lấy nợ-nần yên-anh.

He was a stranger in the flush of youth,
with polished image, elegant cap and robe.   1060
She thought him one brought up among fine books—
when she inquired, she learned he was Sở Khanh.*
    He'd glimpsed the charmer hid behind the shade*
and seemed heart-smitten—he declared his love:
"Alas, a beauty fit for kings and gods!   1065
By what queer twist of fate did she stray here?
She ought to rule the moon, among the clouds—*
how could a rose be doomed to this vile life?
My bosom boils at Heaven, that old scamp,
but can she guess your feelings, O my heart?   1070
If only she could know, here is the man
who'll free her from her cage—it's mere child's play."
    The autumn window shut tight once again,
his sonorous words still echoed in her ears.
She thought of him, and then thought of herself: 1075
his pity touched her—she felt less a waif.
Day followed day, so humdrum, rain or shine:
when could she ever leave this dust-gray life?
She'd take a chance, send word and beg the man
to pluck her from the sea of all her woes.   1080
A letter told her tale: how she had paid
a daughter's debts and by ill luck strayed here.
As dawn broke through the morning mists and glowed,
she had a messenger deliver it.*
    The gold-lit sky was blurring in the west   1085
when from the man a prompt reply arrived.
She opened his fine paper note and read:
two characters, hsi yüeh, in clear-cut strokes.
She tried to penetrate their hidden sense:
"The twenty-first, hour of the dog, perhaps?"*   1090
    Through dusk birds shuttled flying home to woods—
over camellias peeped just half a moon.
Branches stirred shadows on the eastern wall:*
parting the shutters, lo, Sở Khanh crept in.
    Abashed, she rallied heart to welcome him—   1095
on bended knees, she whispered her appeal:
"A water fern, a bubble—that's my fate.
I've strayed to fall among these birds of mirth.*

"Dám nhờ cốt nhục tử sinh.
"Còn nhiều kết cỏ ngậm vành về sau."   1100
   Lặng ngồi tủm-tỉm gật đầu:
"Ta đây nào phải ai đâu mà rằng.
   "Nàng đã biết đến ta chăng,
"bể trầm-luân lấp cho bằng mới thôi."
   Nàng rằng: "Muôn sự ơn người.   1105
"Thế nào xin quyết một bài cho xong."
   Rằng: "Ta có ngựa truy-phong,
"có tên dưới trướng vốn dòng kiện-nhi.
   "Thừa cơ lén bước ra đi!
"Ba mươi sáu chước chước gì là hơn?   1110
   "Dầu khi gió kép mưa đơn,
"có ta đây cùng chẳng cơn-cớ gì."
   Nghe lời nàng đã sinh nghi,
song đà quá đỗi quản gì được thân.
   Cùng liều nhắm mắt đưa chân   1115
mà xem con tạo xoay-vần đến đâu.
   Cùng nhau lén bước xuống lầu,
song-song ngựa trước ngựa sau một đoàn.
   Đêm thu khắc lậu canh tàn,
gió cây trút lá trăng ngàn ngậm gương.   1120
   Lối mòn cỏ lạt màu sương,
lòng quê đi một bước đường một đau.
   Tiếng gà xao-xác gáy mau,
tiếng người đâu đã mé sau dậy-dàng.
   Nàng càng thổn-thức gan vàng,   1125
Sở Khanh đã rẽ dây cương lối nào.
   Một mình khôn biết làm sao,
dặm rừng bước thấp bước cao hãi-hùng.
   Hóa-nhi thật có nỡ lòng,
làm chi giày tía vò hồng lắm nao!   1130
   Một đoàn đổ đến trước sau,
vuốt đầu xuống đất cánh đầu lên trời.
   Tú-bà tốc thẳng đến nơi,
hầm-hầm áp-điệu một hơi lại nhà.
   Hung-hăng chẳng hỏi chẳng tra,   1135
đang tay vùi liễu dập hoa tơi-bời.
   Thịt-da ai cũng là người,
lòng nào hồng rụng thắm rời chẳng đau.

May I beg you to give me back my life?
For you I shall knot grass and fetch jade rings . . ."* 1100
    He listened, nodding, grinning to himself,
then said: "I'm not just anybody, mind!
Since you trust me and turn to me for help,
I'll drain it, fill it in, your sea of woes!"
    "I'll rest on you for everything," she said. 1105
"Decide—adopt whatever plan you will."
He said: "I have some horses fleet as winds,
and in my service quite a brawny chap.
Let's grasp our opportunity, slip away!
Can any scheme on earth surpass swift flight?* 1110
If something should by any chance go wrong,
it will not matter for I shall be there."
    Her worst suspicions quickened at this speech—
but gone too far, she could not now draw back.
She shut her eyes and headlong flung herself 1115
to see how far the Maker would roll her.*
    Together they stole down the stairs and left,
each on a horse, the girl behind the man.
The autumn night was waning. Wind-lashed trees
spilt leaves; the woods had swallowed up the moon. 1120
Grass wanly gleamed with dew along the trail—
as step by step she went, she yearned for home.
    In throaty chorus cocks were crowing dawn
when from the rear she heard a hue and cry.
Her heart began to thump inside her breast— 1125
Sở Khanh had quick turned rein and somewhere fled.
She knew not what to do, left all alone
to jolt her way in terror through the woods.
    O Heaven, wanton knave, how could your heart*
let you thus crush and trample down a rose? 1130
A gang closed in on her—she had no claws
to burrow and escape, no wings to fly.
Dame Tú arrived in hot haste on the scene
and swept her up to drag her home forthwith.
    The madam asked no questions—wild with rage, 1135
she thrashed the flower, flailed the willow tree.
All human beings are but flesh and blood—
what rose, when torn and shattered, feels no pain?

Hết lời thú-phục khẩn-cầu,
uốn lưng thịt đổ giập đầu máu sa. 1140
Rằng: "Tôi chút phận đàn bà,
"nước-non lìa cửa lìa nhà đến đây.
"Bây giờ sống thác ở tay.
"Thân này đã đến thế này thì thôi.
"Nhưng tôi có sá chi tôi? 1145
"Phận tôi đành vậy vốn người để đâu?
"Thân lươn bao quản lấm đầu?
"Chút lòng trinh-bạch từ sau xin chừa."
Được lời mụ mới tùy cơ,
bắt người bảo-lãnh làm tờ cung-chiêu. 1150
Bấy vai có ả Mã Kiều,
xót nàng ra mới đánh liều chịu đoan.
Mụ càng kể nhặt kể khoan,
gạn-gùng đến mực nồng-nàn mới tha.
Vực nàng vào nghỉ trong nhà. 1155
Mã Kiều lại ngỏ ý ra dặn lời:
"Thôi đà mắc lận thì thôi!
"Đi đâu chẳng biết con người Sở Khanh?
"Bạc tình nổi tiếng lầu xanh,
"một tay chôn biết mấy cành phù-dung. 1160
"Đà-đao lập sẵn chước dùng,
"lạ gì một cốt một đồng xưa nay.
"Có ba mươi lạng trao tay,
"không-dưng chi có chuyện này trò kia.
"Rồi ra trở mặt tức-thì, 1165
"bớt lời liệu chớ sân-si thiệt đời."
Nàng rằng: "Thề-thốt nặng lời!
"Có đâu mà lại ra người hiểm-sâu."
Còn đang suy trước nghĩ sau,
mặt mo đã thấy ở đâu dẫn vào. 1170
Sở Khanh lên tiếng rêu-rao,
rằng: "Nghe mới có con nào ở đây,
"phao cho quyến gió rủ mây.
"Hãy xem có biết mặt này là ai?"
Nàng rằng: "Thôi thế thì thôi! 1175
"Rằng không thì cũng vâng lời rằng không."
Sở Khanh quát-mắng đùng-đùng,
sấn vào vừa rắp thị-hùng ra tay.

Kiều spared no words—she pleaded, she confessed,
bowing her mangled back, her bloodied head.   1140
   She said: "This little woman left her home
to trek through hills and streams and founder here.
Now in your hands you hold my life or death.
Brought to this pass, my person's reached an end.
What care I for myself? My fate is set.   1145
But your investment would you really risk?
How can an eel mind muddying its head?*
Hereafter I'll forget my maiden shame."
   The bawd seized on Kiều's promise—she required
a guarantor, a pledge in black and white.   1150
Among the housemates was a girl, Mã Kiều,*
who pitied her and dared to vouch for her.
The bawd kept grilling her and flaying her
till she had spent her fury, then she quit.
   They carried Kiều indoors to nurse her wounds.   1155
Mã Kiều spoke out her mind and gave advice:
"You did fall prey to him, an arrant scamp—
who ever hasn't heard of that Sở Khanh?*
It's as a brothel cad he's made his name:
his hand has plucked and buried many flowers.   1160
Both planned and played that feint, the 'sword in flight,' *
for bawd and pimp connived, as thick as thieves.*
Some thirty liang had passed from her to him—
if not, would he have put that comedy on?
Now that the deed is done, he'll turn about: 1165
don't you provoke him or you'll lose your life."
"But he did swear those sacred oaths!" Kiều said.
"How can he prove a man of such deceit?"
   Kiều was still brooding over this or that
when he came ushering in his brazen face.*   1170
Sở Khanh harangued for all the world to hear:
"They say a wench, newcomer in this house,
has claimed I tempted her, led her astray.*
Let her face me, see who I really am."
She answered him: "Let's not discuss it, then.   1175
You say it didn't happen—so it did not!"
   Sở Khanh cursed her, damned her in thundering tones,
and came at her with fists all poised to strike.

Nàng rằng: "Trời nhẽ có hay!

"Quyền anh rủ yên sự này tại ai?   1180

"Đem người dẩy xuống giếng thơi.

"Nói rồi rồi lại ăn lời được ngay.

"Còn tiên *tích việt* ở tay.

"Rõ-ràng mặt ấy mặt này chớ ai?"

Lời ngay đông mặt trong ngoài,   1185

kẻ chê bất-nghĩa người cười vô-lương.

Phụ tình án đã rõ-ràng,

dơ tuồng nghỉ mới kiếm đường tháo lui.

Buồng riêng riêng những sụt-sùi,

nghĩ thân mà lại ngậm-ngùi cho thân: 1190

"Tiếc thay trong giá trắng ngần,

"đến phong-trần cũng phong-trần như ai.

"Tẻ vui cùng một kiếp người,

"hồng-nhan phải giống ở đời mãi ru!

"Kiếp xưa đã vụng đường tu,   1195

"kiếp này chẳng kẻo đền-bù mới xuôi.

"Dẫu sao bình đã vỡ rồi,

"lấy thân mà trả nợ đời cho xong."

Vừa tuần nguyệt sáng gương trong,

Tú-bà ghé lại thong-dong dặn-dò: 1200

"Nghề chơi cũng lắm công-phu,

"làng chơi ta phải biết cho đủ điều."

Nàng rằng: "Mưa-gió dập-dìu!

"Liễu thân thì cũng phải liễu thế thôi."

Mụ rằng: "Ai cũng như ai,   1205

"người ta ai mất tiền hoài đến đây?

"Ở trong còn lắm điều hay,

"nỗi đêm khép mở nỗi ngày riêng chung.

"Này con thuộc lấy làm lòng,

"vành ngoài bảy chữ vành trong tám nghề.   1210

"Chơi cho liễu chán hoa chê,

"cho lăn-lóc đá cho mê-mẩn đời.

"Khi khóc hạnh khi nét ngài,

"khi ngâm-ngợi nguyệt khi cười-cợt hoa.

"Đều là nghề-nghiệp trong nhà,   1215

"đủ ngần ấy nết mới là người soi."

Gót đầu vâng dạy mấy lời,

"O Heaven," she exclaimed, "you do know who
brought this to pass, seducing me, poor girl!*   1180
He led me on, then pushed me down the pit.
He swore to me, then broke his oath at once.
My hand still holds his note, which says *hsi yüeh*.
That face was his own face—whose else was it?"
Her forthright words were heard by one and all: 1185
they scorned his perfidy, his heartless scheme.
The lover's breach of faith was plain to see:
shamefaced, the rascal beat a quick retreat.
Alone in her own room, she sobbed and wept—
brooding upon herself, she mourned her lot: 1190
"O pity! A thing frost-pure and silver-white
must roll in dust and storm, like all the rest.
But, grief or joy, it's just one human fate:
is a mere rose to last forevermore?*
Because I badly lived an earlier life,   1195
now in this world I must redeem past sins.
My innocence is lost—a broken vase:
my body shall pay off my debts to life."

The mirror of the moon was shining bright—
Dame Tú sat down by Kiều and lectured her: 1200
"The trade of love, my girl, takes care and pains,
and we who ply it must know all its tricks."
"I am the toy of winds and storms," Kiều said.
"If I must give my body, so be it!"
The bawd continued: "Men are all alike: 1205
they'll get their money's worth or won't come here.
There are more things to love than meet the eye
and ways to cope with men by day or dark.
Know these by heart—learn seven ploys to catch
and hold a man, eight ways to please in bed.   1210
Play love with them until you've played them out,
till heads must swim, till hearts of stone must spin.
Now flirt with eyebrows, now coquet with lips.
Now sing the moon, now sport among the flowers.
There you have it, our house's stock in trade: 1215
learn it and be a mistress of our craft!"
From first to last Kiều listened, learning all,

dường chau nét nguyệt dường phai vẻ hồng.
    Những nghe nói đã thẹn-thùng.
Nước đời lắm nỗi lạ-lùng khắt-khe.   1220

    Xót mình cửa các buồng khuê,
vỡ lòng học lấy những nghề-nghiệp hay!
    Khéo là mặt dạn mày dày!
Kiếp người đã đến thế này thì thôi.
    Thương thay thân-phận lạc-loài,   1225
dẫu sao cũng ở tay người biết sao.
    Lầu xanh mới rủ trướng đào,
càng treo giá ngọc càng cao phẩm người.
    Biết bao bướm lả ong lơi,
cuộc say đầy tháng trận cười suốt đêm.   1230
    Dập-dìu lá gió cành chim,
sớm đưa Tống Ngọc tối tìm Trường Khanh.
    Khi tỉnh rượu lúc tàn canh,
giật mình mình lại thương mình xót-xa.
    Khi sao phong gấm rủ là,   1235
giờ sao tan-tác như hoa giữa đường.
    Mặt sao dày gió dạn sương,
thân sao bướm chán ong chường bấy thân?
    Mặc người mưa Sở mây Tần,
những mình nào biết có xuân là gì.   1240
    Đòi phen gió tựa hoa kề,
nửa rèm tuyết ngậm bốn bề trăng thâu.
    Cảnh nào cảnh chẳng đeo sầu,
người buồn cảnh có vui đâu bao giờ.
    Đòi phen nét vẽ câu thơ,   1245
cung cầm trong nguyệt nước cờ dưới hoa.
    Vui là vui gượng kẻo mà,
ai tri-âm đó mặn-mà với ai.
    Thờ-ơ gió trúc mưa mai,
ngẩn-ngơ trăm mối giùi-mài một thân.   1250
    Nỗi lòng đòi đoạn xa gần,
chẳng vò mà rối chẳng dần mà đau.
    Nhớ ơn chín chữ cao-sâu,
một ngày một ngã bóng dâu tà-tà.
    Dặm nghìn nước thẳm non xa,   1255
nghĩ đâu thân-phận con ra thế này.
    Sân hòe đôi chút thơ-ngây,

her eyebrows pursed, her face turned deadly pale.
She felt such shame just hearing what was taught.
What ironies the tides of life throw up!   1220
A girl, wellborn and raised in her good home,*
now bound a prentice to this curious trade.
How fast a face will harden, tanned by shame!
Can human life sink lower than her plight?
Alas for her, one gone astray and lost: 1225
what could she do, held in a stranger's clutch?

    Down came her curtains in the house of mirth:*
high-priced, her jade was all the more desired.
Around the rose swarmed bees and butterflies*
for nights of merriment, for months of spree.   1230
Birds flocked the branch, winds stirred the leaves—she'd speed*
some beau at dawn, wait for some spark at dusk.*
When, late at night, wine fumes had all cleared off,
she'd start from sleep to sorrow for herself.
Brocade had wrapped her, silk had sheltered her—   1235
now torn to shreds, the rose lay by the road.
Poor callous face the wind and dew had tanned.
Poor body bees and butterflies gorged on.
Over her flesh let them all rage and storm—*
did she herself feel what they would call love?*   1240

    She'd hug a breeze or flowers, she'd watch snow
half hide the shades or moonlight spread around.
But her own gloom would tinge each sight or scene:
when you feel grief, can what you see give joy?
She'd write some verse or paint, she'd pluck the lute   1245
by moonlight or play chess beneath the flowers.
But such delights she feigned and did not feel:
who can you love when no one knows your heart?
Wind in bamboos, rain on plum trees she ignored:
a hundred cares beset a single soul.   1250

    Her heart, evoking things long past or fresh,
became a raveled skein, a mass of sores.
She missed the two she owed nine debts, whose sun*
was sinking day by day toward mulberry trees.*
Beyond the deep-sunk streams and far-flung hills,   1255
how could they guess what had become of her?
Of sophoras their yard had two, still young:*

trân-cam ai kẻ đỡ thay việc mình?

    Nhớ lời nguyện-ước ba sinh,
xa-xôi ai có thấu tình chăng ai?   1260

    Khi về hỏi liễu Chương-đài,
cành xuân đã bẻ cho người chuyên tay.

    Tình sâu mong trả nghĩa dày,
hoa kia đã chắp cành này cho chưa?

    Mối tình đòi đoạn vò tơ,   1265
giấc hương-quan luống lần mơ canh dài.

    Song sa vò-võ phương trời,
nay hoàng-hôn đã lại mai hôn-hoàng.

    Lần-lần thỏ bạc ác vàng,
xót người trong Hội Đoạn-Trường đòi cơn.   1270

    Đã cho lấy chữ hồng-nhan,
làm cho cho hại cho tàn cho cân.

    Đã đày vào kiếp phong-trần,
sao cho sỉ-nhục một lần mới thôi.

IV

    Khách du bỗng có một người,   1275
Kỳ Tâm họ Thúc cũng nòi thư-hương.

    Vốn người huyện Tích châu Thường,
theo nghiêm-đường mở ngôi hàng Lâm-tri.

    Hoa-khôi mộ tiếng Kiều-nhi,
thiếp hồng tìm đến hương-khuê gửi vào.   1280

    Trướng tô giáp mặt hoa đào,
vẻ nào chẳng mặn nét nào chẳng ưa?

    Hải-đường mơn-mởn cành tơ,
ngày xuân càng gió càng mưa càng nồng.

    Nguyệt hoa hoa nguyệt não-nùng,   1285
đêm xuân ai dễ cầm lòng được chăng?

    Lạ gì thanh-khí lẽ hằng,
một dây một buộc ai giằng cho ra.

    Sớm đào tối mận lân-la,
trước còn trăng-gió sau ra đá-vàng.   1290

    Dịp đâu may-mắn lạ dường,
lại vừa gặp khoảng xuân-đường lại quê.

    Sinh càng một tỉnh mười mê,
ngày xuân lắm lúc đi về với xuân.

who now could take her place and tend their needs?
And she recalled her vow of deathless troth:*
far, far away, did he know of her plight?   1260
When he came home for her, the willow branch
had been snatched off and passed from hand to hand.*
She hoped his love could somehow be repaid:
was now the flower grafted on the bough?

All her emotions tangled like sleave silk   1265
as dreams of home kept stirring sleep till dawn.
From her gauze-curtained window, at heaven's edge,
alone, forlorn, she'd watch dusk follow dusk.
While the moon hare and the sun crow whirled round,
she mourned all victims in the Sorrow League.*   1270
They're given all the splendor of a rose,
but they must pay for it in coin of grief.
Doomed to a life of dust and storm, they'll drink
their cup of shame and odium to the dregs.

IV

Now, as a brothel patron, came a man: 1275
Kỳ Tâm of the Thúc clan, a well-read breed.*
He'd followed Father leaving Hsi in Ch'ang*
to open at Lin-tzu a trading shop.
Kiều's fame as queen of beauty had reached him—
he called and left his card in her boudoir.   1280
Behind the tasseled drapes he faced the flower:
his fancy relished each of all her charms.
The young camellia, shimmering on its stem,
would glow still brighter with each fresh spring shower!
Man and girl, girl and man in fevered clasp:*   1285
on a spring night, how can one quell the heart?
Of course, when two kin spirits meet, one tie*
soon binds them in a knot none can yank loose.
They'd tryst and cling together night or day.*
What had begun as lust soon turned to love.*   1290
It chanced that, by a stroke of timely luck,
his father went away to journey home.*
And more bewitched than ever, our young man
would often see his darling these spring days.

Khi gió gác khi trăng sân,   1295
bầu tiên chuốc rượu câu thần nối thơ.
Khi hương sớm khi trà trưa,
bàn vây điểm nước đường tơ họa đàn.
Miệt-mài trong cuộc truy-hoan,
càng quen-thuộc nết càng dan-díu tình.   1300
Lạ cho cái sóng khuynh-thành,
làm cho đổ quán xiêu đình như chơi.
Thúc-sinh quen thói bốc rời,
trăm nghìn đổ một trận cười như không.
Mụ càng tô lục chuốt hồng,   1305
máu tham hễ thấy hơi đồng thì mê.
Dưới trăng quyên đã gọi hè,
đầu tường lửa lựu lập-lòe đâm bông.
Buồng the phải buổi thong-dong,
thang lan rủ bức trướng hồng tẩm hoa.   1310
Rõ màu trong ngọc trắng ngà!
Dày-dày sẵn đúc một tòa thiên-nhiên.
Sinh càng tỏ nét càng khen,
ngụ tình tay thảo một thiên luật Đường.
Nàng rằng: "Vâng biết ý chàng.   1315
"Lời lời châu-ngọc hàng hàng gấm-thêu.
"Hay hèn lẽ cũng nối điêu,
"nỗi quê nghĩ một hai điều ngang-ngang.
"Lòng còn gửi áng mây vàng.
"Họa vần xin hãy chịu chàng hôm nay."   1320
Rằng: "Sao nói lạ-lùng thay!
"Cành kia chẳng phải cỗi này mà ra?"
Nàng càng ủ-dột thu-ba,
đoạn-trường lúc ấy nghĩ mà buồn tênh:
"Thiếp như hoa đã lìa cành,   1325
"chàng như con bướm lượn vành mà chơi.
"Chúa xuân đành đã có nơi,
"vẩn ngày thôi chớ dài lời làm chi."
Sinh rằng: "Từ thuở tương-tri,
"tấm riêng riêng những nặng vì nước-non.   1330
"Trăm năm tính cuộc vuông-tròn,
"phải dò cho đến ngọn nguồn lạch sông."
Nàng rằng: "Muôn đội ơn lòng.
"Chút e bên thú bên tòng dễ đâu.

On wind-swept balconies, in moon-washed yards,   1295
they'd sip rare liquor, improvise linked verse.
With incense burned at dawn, with tea at noon,
they'd play chess games, perform duets on lutes.*
One dizzy round of pleasures caught them both—
they knew each other's moods, grew more attached.   1300
　　A woman's charms, O wondrous tidal waves*
that tumble homes and topple halls like toys!
Young Thúc, who squandered money with both hands,
could spend his all on one seductive smile.
The bawd would sleek Kiều's hair, would paint her face—   1305
the stench of coins excites the blood with greed.
　　For summer cuckoos cried beneath the moon;
above the wall pomegranates kindled fire.
Now, in her chamber, at a leisured hour,
she dropped the curtain for an orchid bath.   1310
Lo, such pure jade and such white ivory!
Her body stood as Heaven's masterwork.
He gazed and gazed—transported with delight,
he sang his love and penned a T'ang poem.*
　　"I'm glad to know your sentiments," she said.   1315
"Each word is pearl or jade, each line brocade.
Clever or not, I owe you my reply—*
homesickness, though, gives thoughts that hold me back.
My heart still dwells beneath those golden clouds.*
No answer will your poem get today."   1320
　　"You're talking in the strangest way," he said.
"But are you not an offshoot from her stock?"
More gloom now dimmed the sparkle of her eyes—
the sense of her ill fate struck her with grief:
"I'm just a flower fallen from its branch,   1325
and you're the butterfly that flits and flirts.
No doubt, my lord keeps his own wedded wife:*
why waste our brief few days on idle chat?"
　　"Since we have known each other," he replied,
"my heart has nursed for you a steadfast love.*   1330
But if we plan to live as lifelong mates,*
I must retrace the stream to its own source."
　　"I humbly thank you for the thought," she said.
"But I fear snags on both your side and mine.

  "Binh-khang nấn-ná bấy lâu,   1335
"yêu hoa yêu được một màu điểm-trang.
    "Rồi ra lạt phấn phai hương,
"lòng kia giữ được thường-thường mãi chăng?
    "Vả trong thềm quê cung trăng,
"chủ-trương đành đã chị Hằng ở trong.   1340
    "Bấy lâu khăng-khít dải đồng,
"thêm người người cũng chia lòng riêng-tây.
    "Vẻ chi chút phận bèo-mây,
"làm cho bể ái khi đầy khi vơi.
    "Trăm điều ngang-ngửa vì tôi,   1345
"thân sau ai chịu tội trời ấy cho?
    "Như chàng có vững tay co,
"mười phần cũng đắp-điếm cho một vài.
    "Thế trong dẫu lớn hơn ngoài,
"trước hàm sư-tử gửi người đằng-la.   1350
    "Cúi đầu luồn xuống mái nhà,
"giảm chua lại tội bằng ba lửa nồng.
    "Ở trên còn có nhà thông,
"lượng trên trông xuống biết lòng có thương?
    "Sá chi liễu ngõ hoa tường?   1355
"Lầu xanh lại bỏ ra phường lầu xanh.
    "Lại càng dơ dáng dại hình,
"đành thân-phận thiếp ngại danh-giá chàng.
    "Thương sao cho vẹn thì thương.
"Tính sao cho trọn mọi đường xin vâng."   1360
    Sinh rằng: "Hay nói đè chừng!
"Lòng đây lòng đấy chưa từng hay sao?
    "Đường xa chớ ngại Ngô-Lào,
"trăm điều hãy cứ trông vào một ta.
    "Đã gần chi có điều xa?   1365
"Đá-vàng đã quyết phong-ba cũng liều."
    Cùng nhau căn-vặn đến điều,
chỉ non thề bể nặng gieo đến lời.
    Nỉ-non đêm ngắn tình dài,
ngoài hiên thỏ đã non đoài ngậm gương.   1370
    Mượn điều trúc-viện thừa-lương,
rước về hãy tạm giấu nàng một nơi.
    Chiến hòa sắp sẵn hai bài,
cậy tay thầy-thợ mượn người dò-la.

If you have lingered in the house of mirth,* 1335
you love this rose for its fair hue alone.
Someday its bloom will fade, its scent will fail—
will you still keep for me a constant heart?
What's more, within the threshold of your home,
a mistress is already wielding sway.* 1340
Till now the marriage bond has tied you two:
another woman will divide your love.
A drifting cloud, a floating fern, am I
to drain your fond affection from your spouse?*
Should things go topsy-turvy thanks to me, 1345
on whom will later fall high Heaven's scourge?
If with firm hand you hold the helm and steer,
you may protect me, shield me, now and then.
But if the lady lords it over you,*
I shall be tossed to her, your lioness.* 1350
Under your roof I'll have to cringe and crawl—
her vinegar will burn worse than hell's own fire!*
Above your wife there is your father, too:*
will he bestow some pity on this girl?
How can he love the rose picked off a wall?* 1355
He'll send the harlot back to harlotdom.*
With yet more dirt and filth I'll learn to live—
but what I'm mindful of is your good name.
If you love me, please keep our love intact.
See that there's no loose end and I'll obey." 1360
        He said: "You speak with such a wary tongue!
Are they two strangers still, your heart and mine?
Think not of things as far as Wu or Laos:*
depend on me to work all matters out.
I'm near you—do they count, all risks remote? 1365
I've sworn my troth—I'll brave the winds and waves!"*
        The two exchanged all secrets of their souls,
pledging their troth in sight of sea and hills.
The night was much too short for love refrains:
the moon had sunk behind the western heights.* 1370
        He feigned to take Kiều out for some fresh air
among bamboos and hid her at a place.
Now he prepared to wage both war and peace,
seeking tacticians, asking help from spies.

Bắn tin đến mặt Tú-bà,   1375
thua cơ mụ cũng cầu hòa dám sao.
Rõ-ràng của dẫn tay trao,
hoàn-lương một thiếp thân vào cửa công.
Công tư hai lẽ đều xong,
gót tiên phút đã thoát vòng trần-ai.   1380
Một nhà sum-họp trúc-mai,
càng sâu nghĩa bể càng dài tình sông.
Hương càng đượm lửa càng nồng,
càng sôi vẻ ngọc càng lồng màu sen.

Nửa năm hơi-tiếng vừa quen,   1385
sân ngô cành biếc đã chen lá vàng.
Giậu thu vừa nảy giỏ sương,
gối yên đã thấy xuân-đường đến nơi.
Phong-lôi nổi trận bời-bời,
nặng lòng e-ấp tính bài phân-chia.   1390
Quyết ngay biện-bạch một bề,
dạy cho má phấn lại về lầu xanh.
Thấy lời nghiêm-huấn rành-rành,
đánh liều sinh mới lấy tình nài-kêu.
Rằng: "Con biết tội đã nhiều,   1395
"dẫu rằng sấm-sét búa-rìu cũng cam.
"Trót vì tay đã nhúng chàm,
"dại rồi còn biết khôn làm sao đây.
"Cùng nhau vả tiếng một ngày,
"ôm cầm ai nỡ dứt dây cho đành.   1400
"Lượng trên quyết chẳng thương tình,
"bạc-đen thôi có tiếc mình làm chi."
Thấy lời sắt-đá tri-tri,
sốt gan ông mới cáo quì cửa công.
Đất bằng nổi sóng đùng-đùng,   1405
phủ-đường sai lá phiếu hồng thôi-tra.
Cùng nhau theo gót sai-nha,
song-song vào trước sân hoa lạy quì.
Trông lên mặt sắt đen sì,
lập-nghiêm trước đã ra uy nặng lời: 1410
"Gã kia dại nết chơi-bời,
"mà con người thế là người đong-đưa.
"Tuồng chi hoa thải hương thừa,

Then he sent word confronting that Dame Tú—   1375
she, outmaneuvered, could but sue for terms.
He paid the ransom into her own hands
and notified the law of Kiều's release.
Once he had settled with both laws and men,
she soon escaped the circle of her woes.   1380

   As lovers joined their lives beneath one roof,*
their love grew deeper, deeper than the sea.
Like fire and incense, mutual passion burned—
her jade-and-lotus beauty gleamed and glowed.

   For half a year they lived as intimates.   1385
Now, in the courtyard, planes mixed gold with jade.
Along the hedge, frost-hardy mums peeped out.
And lo, the father came a-riding back.*
   He stormed and thundered in his towering wrath—
filled with concern, he thought to split the pair.   1390
Determined, he passed judgment straightaway:
in her old whorehouse he'd put back the whore.*
   The father's verdict was clear-cut, forthright—
yet, making bold, the son entreated him:
"I know my many crimes—if thunderbolts   1395
or hatchet blows strike me, I'll die content.
But now my hand has dipped in indigo:*
a fool grown wise still can't undo what's done.
Even if I had her for just one day,
who'd hold a lute and then rip off its strings?   1400
If you will not relent and grant me grace,
I'd rather lose my life than play her false."
   Those stubborn words aroused the old man's bile,
so at the hall of law he lodged complaint.
Over a peaceful earth the waves now surged—   1405
the prefect sent a warrant for the pair.
They walked behind the sheriff, then at court
they fell upon their knees, still side by side.
   They raised their eyes and saw an iron mask—
the prefect, strutting power, spoke harsh words: 1410
"Young wastrel, you have had your foolish fling—
and she, that slut, is nothing but a cheat.
A cast-off rose with all its scent gone stale,

"mượn màu son-phấn đánh lừa con đen.

"Suy trong tình-trạng bên nguyên,   1415
"bề nào thì cũng chưa yên bề nào.

"Phép công chiếu án luận vào.
"Có hai đường ấy muốn sao mặc mình.

"Một là cứ phép gia-hình,
"hai là lại cứ lầu xanh phó về."   1420

Nàng rằng: "Đã quyết một bề!
"Nhện này vương lấy tơ kia mấy lần.

"Đục trong thân cũng là thân.
"Yêu-thơ vâng chịu trước sân lôi-đình!"

Dạy rằng: "Cứ phép gia-hình!"   1425
Ba cây chập lại một cành mẫu-đơn.

Phận đành chi dám kêu oan,
đào hoen-quẹn má liễu tan-tác mày.

Một sân lầm-cát đã đầy,
gương lờ nước thủy mai gầy vóc sương.   1430

Nghĩ tình chàng Thúc mà thương,
nẻo xa trông thấy lòng càng xót-xa.

Khóc rằng: "Oan-khốc vì ta!
"Có nghe lời trước chẳng đà lụy sau.

"Cạn lòng chẳng biết nghĩ sâu.   1435
"Để ai trăng túi hoa sầu vì ai."

Phủ-đường nghe thoảng vào tai,
động lòng lại gạn đến lời riêng-tây.

Sụt-sùi chàng mới thưa ngay,
đầu đuôi kể lại sự ngày cầu thân: 1440

"Nàng đà tính hết xa gần,
"từ xưa nàng đã biết thân có rày.

"Tại tôi hứng lấy một tay,
"để nàng cho đến nỗi này vì tôi."

Nghe lời nói cùng thương lời,   1445
dẹp uy mới dạy cho bài giải vi.

Rằng: "Như hắn có thể thì
"trăng-hoa song cùng thị-phi biết điều."

Sinh rằng: "Chút phận bọt-bèo,
"theo-đòi vá cùng ít nhiều bút-nghiên."   1450

Cười rằng: "Đã thế thì nên!
"Mộc-già hãy thử một thiên trình nghề."

Nàng vâng cất bút tay đề,

she's put on rouge and powder, duping boors.*
To judge the state of things from his complaint,   1415
it's out of joint with either one of you.
I shall uphold the law and try the case.
There are two paths—you're free to opt for which:
either I'll mete out punishment by the book
or to the whorehouse I'll remand the whore."   1420

    "Once and for all my mind's made up!" she cried.
"The spider's web shall not catch me again.
Muddy or clear, it's still my life to live.
I shall endure the thunder of the law!"

    The judge declared: "The law be carried out!"   1425
A peony in shackles, cuffs, and cangue.*
Resigned, she dared not cry her innocence—
tears stained her cheeks and pain knit tight her brows.
Down on a floor of dust and mud, her face
a tarnished glass, her frame a thin plum branch.   1430

    Oh, poor young Thúc! Consider his sad plight:
he watched her from afar, his entrails torn.
"She suffers so because of me!" he moaned.
"Had I but listened, she'd be spared this wrong.
How ever can a shallow mind think deep?   1435
So now I've caused her all this grief and shame."

    The judge had overheard young Thúc's lament—
by pity moved, he asked for more details.
At once the lover sobbed his story out,
recounting all she'd said when he proposed: 1440
"She pondered what might happen, soon or late,
aware that she herself could come to this.
Because I chose to take it all in hand,
I've brought this woe on her—it's my own fault."

    The judge felt sorry when he heard those words—   1445
he smoothed his brow and figured some way out.
"If what you've told me is the truth," he said,
"this harlot, after all, knows right from wrong."*
"Though just a lowly woman," Thúc went on,
"she's learned to ply the brush and scribble verse."   1450
"But she must be perfection!" laughed the judge.
"Well, write a piece, The Cangue, and strut your art."
The girl complied—she raised the brush and wrote,

tiên hoa trình trước án phê xem tường.

    Khen rằng: "Giá lợp Thịnh-Đường!   1455
"Tài này sắc ấy nghìn vàng chưa cân!

    "Thật là tài-tử giai-nhân,
"Châu-Trần còn có Châu-Trần nào hơn?

    "Thôi đừng rước dữ cưu hờn,
"làm chi lỡ nhịp cho đàn ngang cung.   1460

    "Đã đưa đến trước cửa công,
"ngoài thì là lý song trong là tình.

    "Dâu-con trong đạo gia-đình,
"thôi thì dẹp nỗi bất-bình là xong."

    Kíp truyền sắm-sửa lễ công,   1465
kiệu hoa cất gió đuốc hồng ruổi sao.

    Bày hàng cổ-xúy xôn-xao,
song-song đưa tới trướng đào sánh đôi.

    Thương vì hạnh trọng vì tài,
Thúc-ông thôi cũng dẹp lời phong-ba.   1470

    Huệ-lan sực-nức một nhà,
từng cay-đắng lại mặn-mà hơn xưa.

    Mảng vui rượu sớm cờ trưa,
đào đà phai thắm sen vừa nảy xanh.

    Trướng hồ vắng-vẻ đêm thanh,   1475
e tình nàng mới bày tình riêng chung:

    "Phận bồ từ vẹn chữ tòng,
"đổi-thay nhạn én đã hòng đầy niên.

    "Tin nhà ngày một vắng tin.
"Mặn tình cát-lũy lạt tình tao-khang.   1480

    "Nghĩ ra thật cũng nên dường,
"tăm-hơi ai kẻ giữ-giàng cho ta?

    "Trộm nghe kẻ lớn trong nhà,
"ở vào khuôn phép nói ra mối giường.

    "E thay những dạ phi-thường!   1485
"Dễ dò rốn bể khôn lường đáy sông.

    "Mà ta suốt một năm ròng,
"thế nào cũng chẳng giấu xong được nào.

    "Bãy chầy chưa tỏ tiêu-hao,
"hoặc là trong có làm sao chăng là?   1490

    "Xin chàng kíp liệu lại nhà,
"trước người đẹp ý sau ta biết tình.

then laid the sheet of paper on his desk.
"It tops the height of T'ang!" he cried in praise.* 1455
"All gold on earth can't buy her gifts and charms.
The man of parts has met the woman fair:
a finer match could Chou and Ch'en have bred?*
Let's put an end to all this fight and feud:
why sow discord and break a love duet? 1460
When people come before a court of law,
inside the rules of justice mercy dwells.
Your son's own mate belongs within your clan:
forget your own displeasure and forgive."

A wedding he decreed—wind-borne, took off 1465
the bridal carriage, torches raced the stars.*
A band of piping flutes and throbbing drums
led bride and groom to their connubial niche.
Old Thúc admired her virtues, prized her gifts—
from him no more harsh word or stormy scene. 1470
Lilies and orchids bathed their home in scents
as bitter sorrow turned to sweeter love.

Time flew amidst delights of wine or chess:
peach red had waned, now lotus green would wax.
Behind their curtains, on a silent night, 1475
she felt misgivings, told him what she felt:
"Since this frail girl found her support in you,*
geese followed swallows—almost gone, a year.
Yet not a day's brought news from your own home.
With your new bride, you've cooled toward your old mate.* 1480
It seems, upon reflection, rather odd:
from talk and gossip who could have saved us?
The mistress of your household—so I've heard—
does what is proper, says what is correct.
Oh, how I dread all such uncommon souls! 1485
It's hard to plumb the ocean's pits and depths.
We've lived together for these full twelve months—
from her we could not have concealed the fact.
If for so long you've got no news of her,
then something must be brewing in that hush. 1490
Now go back home immediately, I beg you:
you'll please her and we'll know what's in her mind.

"Ví bằng giữ mực giấu quanh,
"rày lần mai lừa như hình chưa thông."
    Nghe lời khuyên-nhủ thong-dong,   1495
đành lòng sinh mới quyết lòng hồi-trang.
    Rạng ra gửi đến xuân-đường,
Thúc-ông cùng vội giục chàng ninh-gia.
    Tiễn-đưa một chén quan-hà,
xuân-đình thoắt đã dạo ra Cao-đình.   1500
    Sông Tần một dải xanh-xanh,
loi-thoi bờ liễu mấy cành Dương-quan.
    Cầm tay dài thở vắn than,
chia-phôi ngừng chén hợp-tan nghẹn lời.
    Nàng rằng: "Non-nước xa khơi.   1505
"Sao cho trong ấm thì ngoài mới êm.
    "Dễ lòa yếm thắm trôn kim?
"Làm chi bưng mắt bắt chim khó lòng.
    "Đôi ta chút nghĩa đèo-bồng,
"đến nhà trước liệu nói sòng cho minh.   1510
    "Dẫu khi sóng-gió bất-bình,
"lớn ra uy lớn tôi đành phận tôi.
    "Hơn điều giấu ngược giấu xuôi,
"lại mang những việc tày trời đến sau.
    "Thương nhau xin nhớ lời nhau.   1515
"Năm chầy cùng chẳng đi đâu mà chầy.
    "Chén đưa nhớ bữa hôm nay,
"chén mừng xin đợi ngày này năm sau."
    Người lên ngựa kẻ chia bào,
rừng phong thu đã nhuốm màu quan-san.   1520
    Dặm hồng bụi cuốn chinh-an,
trông người đã khuất mấy ngàn dâu xanh.
    Người về chiếc bóng năm canh,
kẻ đi muôn dặm một mình xa-xôi.
    Vầng trăng ai xẻ làm đôi?   1525
Nửa in gối chiếc nửa soi dặm trường.

    Kể chi những nỗi dọc đường?
Buồng trong này nỗi chủ-trương ở nhà.
    Vốn dòng họ Hoạn danh-gia,
con quan Lại-bộ tên là Hoạn-thư.   1530
    Duyên Đằng thuận nẻo gió đưa,

If you drag out this game of hide-and-seek
and put off telling her, it just won't work."
He heard those words of counsel, said with calm,   1495
and braced himself to think of going home.
Next day he spoke to Father of his plans—*
the old man, too, urged him to make the trip.
To bid farewell and share the stirrup cup,
they left their sweet love nest for Mount Kao-t'ing.*   1500
The Ch'in stretched off a ribbon of pale blue—*
along the bank, some willows waved goodbye.*
They moaned, still holding hands—they left untouched
the parting cup and choked on parting words.
"The hills and streams will sunder us," she said.   1505
"But peace must reign at home to reign abroad.*
One sees a needle's eye if no red scarf.*
Blindfolded, who will try to catch a bird?*
A rather fragile bond now ties us two:
at home, spell it all out, make it all clear.   1510
Should she, displeased, object and raise a storm,
tell her I know my place and honor hers.
Far better thus than try to cover up
and only hatch more mischief afterwards.
If you love me, remember what I say.   1515
A year is quite some time, but it will pass.
To mourn this day, let's drain the parting cup—
our cup of joy we'll drink twelve months from now."
He climbed his horse, she let go of his gown—
autumn was tinging maple woods with gloom.*   1520
And off he rode as clouds of dust swirled up,
to vanish past all those green mulberry groves.
She walked back home to face the night alone,
and by himself he fared the long, long way.
Who split the lovers' moon? Half stayed and slept   1525
by her lone pillow, half lit his far road.

Why tell what our wayfaring man went through?
Let's talk about the mistress of his hearth.
Known as Miss Hoạn, she wore a great clan name:*
her father ruled the Civil Office Board.*   1530
On happy winds of chance Thúc had met her,*

cùng chàng kết tóc xe tơ những ngày.

Ở-ăn thì nết cùng hay,
nói điều ràng-buộc thì tay cũng già.

Từ nghe vườn mới thêm hoa,   1535
miệng người đã lắm tin nhà thì không.

Lửa tâm càng dập càng nồng,
trách người đen-bạc ra lòng trăng-hoa:

"Ví bằng thú thật cùng ta,
"cùng dung kẻ dưới mới là lượng trên.   1540

"Dại chi chẳng giữ lấy nền,
"tốt chi mà rước tiếng ghen vào mình.

"Lại còn bưng-bít giấu quanh,
"làm chi những thói trẻ ranh nực cười.

"Tính rằng cách mặt khuất lời.   1545
"Giấu ta ta cũng liệu bài giấu cho.

"Lo gì việc ấy mà lo,
"kiến trong miệng chén có bò đi đâu?

"Làm cho nhìn chẳng được nhau.
"Làm cho đày-đọa cất đầu chẳng lên.   1550

"Làm cho trông thấy nhãn-tiền,
"cho người thăm ván bán thuyền biết tay."

Nỗi lòng kín chẳng ai hay,
ngoài tai để mặc gió bay mé ngoài.

Tuần sau bỗng thấy hai người,   1555
mách tin ý cũng liệu bài tâng công.

Tiểu-thư nổi giận đùng-đùng:
"Gớm tay thêu-dệt ra lòng trêu ngươi!

"Chồng tao nào phải như ai,
"điều này hẳn miệng những người thị-phi."   1560

Vội-vàng xuống lệnh ra uy,
đứa thì vả miệng đứa thì bẻ răng.

Trong ngoài kín mít như bưng,
nào ai còn dám nói-năng một lời.

Buồng đào khuya sớm thánh-thơi,   1565
ra vào một mực nói cười như không.

Đêm ngày lòng những giận lòng,
sinh đà về đến lầu hồng xuống yên.

Lời tan-hợp nỗi hàn-huyên,
chữ tình càng mặn chữ duyên càng nồng.   1570

Tẩy-trần vui chén thong-dong,

and they had tied the nuptial knot long since.
Living above reproach, Miss Hoạn could wield
the surest hand in catching one at fault.
His garden boasted now a fresh-blown rose—   1535
so she had heard from every mouth but his.
The fire of wrath kept smoldering in her breast
against the knave whose fickle heart had roamed:*
"If only he'd confessed, told me the truth,
I might have favored her with my good grace.   1540
I'd be a fool to lose my stately calm
and gain the stigma of a jealous shrew.
But he's thought fit to pull his boyish prank
and hide his open secret—what a farce!
He's fancied distance keeps me unaware.   1545
Let's hide and seek—I too shall play his game.
I entertain no worry on this score:
the ant's inside the cup—where can it crawl?*
I'll make them loathe and shun each other's sight.
I'll crush her so she cannot rear her head.   1550
I'll rub the spectacle in his bare face
and make the traitor feel my iron hand."*
    She locked her anger deep inside her heart
and let all rumors breeze right past her ears.
Later, two louts came bearing their report,   1555
hoping to earn due wages for their pains.
The lady in high dudgeon thundered forth:
"I loathe pert knaves who'll weave, embroider things!
My husband's not a common, vulgar churl:
mouths with less truth than froth have spat this lie." 1560
She bade her lackeys execute her law,
slapping their mouths and knocking out their teeth.
An awestruck hush now settled on her house:
nobody risked another single peep.
In her pink room she'd idle morn and eve,   1565
she'd chat and laugh as if naught were amiss.
    While in her bosom, night and day, she seethed,
lo, he came home, alighting from his horse.
They spoke their joy, inquired each other's health—
their love revived, their ardor blazed again.   1570
Many a cup they drank to his return—

nỗi lòng ai ở trong lòng mà ra.

Chàng về xem ý-tứ nhà,
sự mình cũng rắp lân-la giãi-bày.

Mấy phen cười nói tỉnh say,   1575
tóc-tơ bất-động máy-may sự-tình.

Nghĩ: "Đà bưng kín miệng bình,
"Nào ai có khảo mà mình lại xưng?"

Những là e-ấp dùng-dằng,
rút dây sợ nửa động rừng lại thôi.   1580

Có khi vui chuyện mua cười,
tiểu-thư lại giở những lời đâu-đâu.

Rằng: "Trong ngọc đá vàng thau,
"mười phần ta đã tin nhau cả mười.

"Khen cho những miệng dông-dài,   1585
"bướm-ong lại đặt những lời nọ kia!

"Thiếp dầu vụng chẳng hay suy,
"đã dơ bụng nghĩ lại bia miệng cười."

Thấy lời thủng-thỉnh như chơi,
thuận lời chàng cũng nói xuôi đỡ đòn.   1590

Những là cười phấn cợt son,
đèn khuya chung bóng trăng tròn sánh vai.

Thú quê thuần, úc bén mùi,
giếng vàng đã rụng một vài lá ngô.

Chạnh niềm nhớ cảnh giang-hồ,   1595
một màu quan-tái bốn mùa gió-trăng.

Tình riêng chưa dám rỉ răng,
tiểu-thư trước đã liệu chừng nhủ qua:

"Cách năm mây bạc xa-xa,
"Lâm-tri cũng phải tính mà thần-hôn."   1600

Được lời như cởi tắc son!
Vó câu thẳng ruổi nước-non quê người.

Long-lanh đáy nước in trời,
thành xây khói biếc non phơi bóng vàng.

Roi câu vừa gióng dặm trường,   1605
xe hương nàng cũng thuận đường qui-ninh.

Thưa nhà huyên hết mọi tình,
nỗi chàng ở bạc nỗi mình chịu đen:

"Nghĩ rằng ngứa ghẻ hờn ghen,
"xấu chàng mà có ai khen chi mình.   1610

"Vậy nên ngánh mặt làm thinh,

but who could read what in their hearts each felt?
    He had come home to sound his wife's intent
and, bit by bit, reveal the truth to her.
Yet, gay or sober, as she talked and laughed,   1575
she would not drop one hint of his affair.
"So far I've kept my mouth shut tight," he thought.*
"Why should I squeal when no one's sticking me?"*
He wavered, shilly-shallied all the while,
afraid to pull a vine and shake the woods.*   1580
    At times, as back and forth they bandied jokes,
the lady would let fall some vague remark:
"True love sorts jade from stone and gold from brass:
between us two has grown a perfect trust.
Praise be to all those tongues which spin long yarns: 1585
they've peddled tales of your so-called amours.*
Had reason failed me, I'd have fouled my mind
believing them, become a laughingstock."
Since she put it in casual, bantering tones,
he played along to parry blows and thrusts.   1590
They dallied, blending shadows by the lamp
or snuggling cheek to cheek beneath the moon.
    To perch and fish-cress he'd begun to take*
when down the well planes dropped a few gold leaves.
His soul recalled the world beyond the pass   1595
where for four seasons he had loved and lived.
Before he could make bold to breathe a word,
the lady guessed his mind and offhand said:*
"A year has gone since you left those white clouds:*
regain Lin-tzu and care for your old sire."*   1600
    Her words unknit a knot within his breast!
His horse flew him across strange streams and hills:
waters, all gleaming, mirrors for the sky,
walls wreathed in sapphire mist, peaks gilt with sun.
    The moment he had cracked his whip and left,   1605
she boarded her own coach to see her kin.
Chapter and verse, she told her mother all,*
how he'd played false and how she'd borne her wrong:
"A jealous tantrum's like an itch, I thought:*
it shames the man, it earns the wife no praise.   1610
So I kept mum and looked the other way,

"mưu cao vốn đã rắp-ranh những ngày.
    "Lâm-tri đường bộ tháng chẩy,
"mà đường hải-đạo sang ngay thì gần.
    "Dọn thuyền lựa mặt gia-nhân,   1615
"hãy đem dây xích buộc chân nàng về.
    "Làm cho cho mệt cho mê,
"làm cho đau-đớn ê-chề cho coi!
    "Trước cho bỏ ghét những người,
"sau cho để một trò cười về sau."   1620
    Phu-nhân khen chước rất mầu,
chiều con mới dạy mặc dầu ra tay.
    Sửa-sang buồm gió lèo mây,
Khuyển Ưng lại chọn một bầy côn-quang.
    Dặn-dò hết các mọi đường,   1625
thuận-phong một lá vượt sang bên Tề.

    Nàng từ chiếc bóng song the,
đường kia nỗi nọ như chia mối sầu:
    "Bóng dâu đã xế ngang đầu,
"biết đâu ấm-lạnh biết đâu ngọt-bùi?   1630
    "Tóc thề đà chạm ngang vai,
"nào lời non-nước nào lời sắt-son?
    "Sắn-bìm chút phận cỏn-con,
"khuôn duyên biết có vuông-tròn cho chăng?
    "Thân sao nhiều nỗi bất-bằng?   1635
"Liễu như cung Quảng á Hằng nghĩ nao!"
    Đêm thu gió lọt song đào,
nửa vành trăng khuyết ba sao giữa trời.
    Nén hương đến trước thiên-đài,
nỗi lòng khấn chứa cạn lời vân-vân,   1640
    dưới hoa dậy lũ ác-nhân,
ầm-ầm khốc quỉ kinh thần mọc ra.
    Đẩy sân gươm tuốt sáng lòa,
thất-kinh nàng chửa biết là làm sao.
    Thuốc mê đâu đã tưới vào,   1645
mơ-màng như giấc chiêm-bao biết gì.
    Vực ngay lên ngựa tức-thì,
phòng đào viện sách bốn bề lửa dong.
    Sẵn thây vô-chủ bên sông,
đem vào để đó lộn sòng ai hay.   1650

but I already had my plan laid down.
By land it takes a month to reach Lin-tzu—
by sea, though, one will get there soon enough.
I've picked some trusted lads to man a boat,   1615
go there and bring her back, with feet in chains.
Then I'll drive her out of her mind and wits.
I'll torture her for all the world to see.
First I'll discharge my spite on both, and next
I'll make of both a mockery for all time."   1620
        "A master scheme," her mother praised the plot—
she humored her and left her free to act.
A vessel was rigged up with sails and yards;
two lackeys, Hound and Hawk, recruited thugs.
After the crew was told what they should do,   1625
before the wind the boat set sail for Ch'i.*

        As Kiều sat by her window, all alone,
mixed threads of gloom ran crisscross in her soul:
"Their sun is setting, hanging at head's height:*
have they warm clothes, do they eat well or ill?   1630
The hair I clipped has reached my shoulders now:
what has become of all my vows of troth?
A clinging ivy—that's my humble lot:*
will Heaven bless or curse this marriage tie?
Why have all wrongs and woes befallen me?   1635
Oh, to live safe like Ch'ang-o in her hall!"*
        An autumn night—through windows wafts of breeze;
high in the sky, a crescent moon, three stars.*
To Heaven's altar she brought incense sticks.
She was still pouring out her heart in prayer   1640
when from the shrubs a wicked band sprang out
and screamed like devils spewed by hell itself.
The courtyard was all gleaming with drawn swords.
Frightened, she still knew not what was afoot.
On her they sprayed a drug inducing drowse,   1645
which left her senseless, slumbering in a dream.
They picked her up, placed her astride a horse,
then set on fire his library, her own room.
Beside the river lay a corpse, unclaimed:
they dragged it in, left it there in her stead.   1650

Tôi-đòi phách lạc hồn bay,
pha càn bụi có gốc cây ẩn mình.
    Thúc-ông nhà cũng gần quanh,
chợt trông ngọn lửa thất-kinh rụng-rời.
    Tớ thầy chạy thẳng đến nơi,   1655
tơi-bời tưới lửa tìm người lao-xao.
    Gió cao ngọn lửa càng cao,
tôi-đòi tìm đủ nàng nào thấy đâu.
    Hớt-hơ hớt-hải nhìn nhau,
giếng sâu bụi rậm trước sau tìm quàng.   1660
    Chạy vào chốn cũ phòng hương,
trong tro thấy một đống xương cháy tàn.
    Ngay tình ai biết mưu gian?
Hắn nàng thôi lại còn bàn rằng ai.
    Thúc-ông sùi-sụt ngắn dài,   1665
nghĩ con vắng-vẻ thương người nết-na.
    Di-hài nhặt sắp về nhà,
nào là khâm-liệm nào là tang-trai.
    Lễ thường đã đủ một hai,
lục-trình chàng cũng đến nơi bấy giờ.   1670
    Bước vào chốn cũ lầu thơ,
tro-than một đống nắng-mưa bốn tường.
    Sang nhà cha tới trung-đường,
linh-sàng bài vị thờ nàng ở trên.
    Hỡi ôi nói hết sự-duyên.   1675
Tơ tình đứt ruột lửa phiền cháy gan.
    Gieo mình vật-và khóc-than:
"Con người thế ấy thác oan thế này!
    "Chắc rằng mai trúc lại vầy,
"ai hay vĩnh-quyết là ngày đưa nhau?"   1680
    Thương càng nghĩ nghĩ càng đau,
dễ ai rấp thảm quạt sầu cho khuây?
    Gần miền nghe có một thầy,
phi phù trí quí cao tay thông-huyền.
    Trên tam-đảo dưới cửu-tuyền,   1685
tìm đâu thì cũng biết tin rõ-ràng.
    Sắm-sanh lễ-vật rước sang,
xin tìm cho thấy mặt nàng hỏi-han.
    Đạo-nhân phục trước tình-đàn,
xuất-thần giây-phút chưa tàn nén hương.   1690

The servants, from whom terror had chased wits,
sought cover dashing into shrubs and groves.
Old Thúc, whose house was in the neighborhood,
was struck with panic seeing flames shoot up.
Master and men all hurried to the spot   1655
to quench the roaring blaze and search for Kiều.
As rose the wind, so higher rose the flames.
The servants looked and looked—of her no trace.
Wild-eyed and frenzied, they all scuttled round
to peer at random into shrubs and wells.   1660
They fought their way and reached her inner room:
they saw a heap of cinders, bones charred black.
Meaning no evil, who suspects foul play?
They took it to be Kiều and no one else.

    Old Thúc broke into sobs and tears—he mourned   1665
the virtuous mate his absent son had lost.
He had the ashes gathered and brought home,
then shrouded, coffined, and consigned to earth.
All funeral rites for Kiều had been performed
when overland, at length, young Thúc came back.   1670

    Where they'd hummed verse he now stepped in to find
a pile of cinders, four rain-beaten walls.
He rushed to Father's place—in the middle room,
an altar had her tablet set thereon.*

    Alas, the tragedy he was told in full.   1675
Love tore his heart and anguish burned his soul.
He rolled upon the ground, he wept and moaned:
"That death for such a woman, what a wrong!
I was so sure we two would meet again—*
who could have known we said adieu for good?"   1680
Love wakened thoughts, and thoughts aroused more pain—
who could stamp out his sorrow, quench his grief?

    He learned that near those parts a shaman lived,
who summoned spirits, knowing their dark realm.
On the Three Isles or down by the Nine Springs,*   1685
he'd trace the whereabouts of all dead souls.
Young Thúc sent gifts and called the psychic in:
he bade him look for her, inquire her fate.

    Before the altar, down the shaman knelt.
He kindled incense sticks, fell into trance.   1690

Trở về minh-bạch nói tường:
"Mặt nàng chẳng thấy việc nàng đã tra.

    "Người này nặng nghiệp oan-gia,
"còn nhiều nợ lắm sao đà thác cho.

    "Mệnh-cung đang mắc nạn to,   1695
"một năm nữa mới thăm-dò được tin.

    "Hai bên giáp mặt chiền-chiền,
"muốn nhìn mà chẳng dám nhìn lạ thay!"

    Nghe lời nói lạ dường này,
sự nàng đã thể lời thầy dám tin.   1700

    Chẳng qua đồng-cốt quàng-xiên,
người đâu mà lại thấy trên cõi trần?

    Tiếc hoa những ngậm-ngùi xuân,
thân này dễ lại mấy lần gặp tiên.

    Nước trôi hoa rụng đã yên,   1705
hay đâu địa-ngục ở miền nhân-gian.

    Khuyển Ưng đã đắt mưu gian,
vực nàng đưa xuống để an dưới thuyền.

    Buồm cao lèo thẳng cánh suyền,
đè chừng huyện Tích băng miền vượt sang.   1710

    Dờ dò lên trước sảnh-đường,
Khuyển Ưng hai đứa nộp nàng dâng công.

    Vực nàng tạm xuống môn-phòng,
hãy còn thiêm-thiếp giấc nồng chưa phai.

    Hoàng-lương chợt tính hồn mai,   1715
cửa-nhà đâu mất lâu-đài nào đây?

    Bàng-hoàng dở tính dở say,
sảnh-đường mảng tiếng đòi ngay lên hầu.

    A-hoàn trên dưới giục mau,
hãi-hùng nàng mới theo sau một người.   1720

    Ngước trông tòa rộng dãy dài,
'Thiên Quan Trúng Tể' có bài treo trên.

    Ban ngày sáp thắp hai bên,
giữa giường thất-bảo ngồi trên một bà.

    Gạn-gùng ngọn hỏi ngành tra,   1725
sự mình nàng phải cứ mà gửi-thưa.

    Bắt-tình nổi trận mây-mưa,
mắng rằng: "Những giống bơ-thờ quen thân!

    "Con này chẳng phải thiện-nhân,

When he revived, he made a clear report:
"I did not see her face but learned her fate.
A karma of dire woe still weighs on her—
with debts unpaid, how can she die as yet?
Her star does indicate she's in distress,   1695
but you must wait a year for news of her.
And when you two stand face to face again,
how strange, you will avoid each other's eyes!"

When Thúc was told so weird a prophecy,
dared he believe such tidings of her fate?   1700
It was rank hocus-pocus, nothing more.
Where could he hope to see her in this world?
He mourned his flower, bewailed their joys of spring:
how often does one meet a nymph on earth?

The fallen rose had washed downstream, he thought—   1705
he knew not she had found her hell on earth.
Once Hound and Hawk had brought their scheme to pass,
they carried Kiều aboard and laid her down.
And then, all sails unfurled and halyards taut,
the skiff raced forth and crossed the waves for Hsi.   1710
They landed, made straight for the palace where
they turned Kiều in to earn their due reward.
To servants' quarters she was carried off
while she still lay unconscious, deep in sleep.
Then, with a jolt, she wakened from her drowse:*   1715
her home had vanished—whose mansion was this here?
Half conscious, half asleep, she fumbled yet
when a loud call came from the audience room.
Housemaids rushed up to urge her prompt response—
in mortal dread, she followed one of them.   1720
Her eyes glanced up and saw a stately hall,
inscribed above: "Heaven's Prime Minister."
And candles burned in broad day, right and left.
There on a couch a lady sat enthroned.*
She queried Kiều, she probed her, root and branch—   1725
Kiều dutifully answered, told her life.
A storm of fury burst upon her head:
"But you're one of those vagabonds past all shame!
This wench is no good, decent woman, no!

"chẳng phường trốn chúa thì quân lộn chồng.　　　　　1730
　　"Ra tuồng mèo mả gà đồng,
"ra tuồng lúng-túng chẳng xong bề nào.
　　"Đã đem mình bán cửa tao,
"lại còn khủng-khỉnh làm cao thế này.
　　"Nào là gia-pháp nọ bay!　　　　　　　　　　　1735
"Hãy cho ba chục biết tay một lần."
　　A-hoàn trên dưới dạ rân,
dẫu rằng trăm miệng khôn phân lẽ nào.
　　Trúc-côn ra sức đập vào,
thịt nào chẳng nát gan nào chẳng kinh.　　　　　　1740
　　Xót thay đào-lý một cành,
một phen mưa-gió tan-tành một phen.
　　Hoa-nô truyền dạy đổi tên,
buồng the dạy ép vào phiên thị-tì.
　　Ra vào theo lũ thanh-y,　　　　　　　　　　　1745
dãi-dầu tóc rối da chì quản bao.
　　Quản-gia có một mụ nào,
thấy người thấy nết ra vào mà thương.
　　Khi chè-chén khi thuốc-thang,
đem lời phương-tiện mở đường hiếu-sinh.　　　　　1750
　　Dạy rằng: "May-rủi đã đành,
"liễu-bồ mình giữ lấy mình cho hay.
　　"Cũng là oan-nghiệp chi đây,
"sa cơ mới đến thế này chẳng dưng.
　　"Ở đây tai vách mạch dừng.　　　　　　　　　1755
"Thấy ai người cũ cũng đừng nhìn chi.
　　"Kẻo khi sấm-sét bất-kỳ,
"con ong cái kiến kêu gì được oan?"
　　Nàng càng giọt ngọc như chan,
nỗi lòng luống những bàn-hoàn niềm tây:　　　　　1760
　　"Phong-trần kiếp chịu đã đầy,
"lầm-than lại có thứ này bằng hai.
　　"Phận sao bạc chẳng vừa thôi,
"khăng-khăng buộc mãi lấy người hồng-nhan.
　　"Đã đành túc-trái tiền-oan,　　　　　　　　　1765
"cùng liều ngọc nát hoa tàn mà chi."
　　Những là nương-náu qua thì,
tiểu-thư phải buổi mới về ninh-gia.
　　Mẹ-con trò-chuyện lân-la,

She must have fled her man, if not her lord.   1730
A graveyard cat! A hen that prowls the fields!*
You hemmed and hawed and could not clear yourself.
I've bought you soul and body—you're my slave,
and yet such airs and graces you display!
Where are you lasses who enforce my law?   1735
Teach her a lesson—deal her thirty strokes!"

    "Yes, Ma'am!" all housemaids cried. A hundred tongues
could not have helped poor Kiều defend herself.
Sticks of bamboo belabored her—whose flesh
would not break up, whose heart would fail to quake?   1740
Pity a spray of peach, a sprig of plum,
once more exposed to storm and torn to shreds.

    Flower, the slave—renamed by order, Kiều
was now impressed to toil as lady's maid.
She joined the ranks of servants garbed in blue,   1745
with hair unkempt and skin as dull as lead.

    Among the servants there, a stewardess,
observing Kiều's sweet ways, befriended her.
She'd give Kiều tea or medicine for her wounds,
and some advice on how to stay alive: 1750
"Accept whatever happens, good or ill—
a reed, though, should take care of its frail self.*
Perhaps you must atone for some past sin,
but malice brought you here, and not pure chance.
Beware—around here walls have ears and eyes.*   1755
If you see your old friend, you look away,
or lightning bolts will strike you from the blue.
When wronged, can flies and ants demand redress?"*

    Her tears, like pearls, kept rolling down Kiều's cheeks—
foreboding brewed and stirred within her soul: 1760
"I've had an ample share of life's foul dust,
and now this swamp of mud proves twice as vile.
Will fortune never let its victims go
but in its snares and toils hold fast a rose?
I sinned in some past life and have to pay: 1765
I'll pay as flowers must fade and jade must break."

    While Kiều was taking refuge there for now,
one day Miss Hoạn came home to see her folks.
Mother and daughter talked of this and that,

phu-nhân mới gọi nàng ra dạy lời: 1770
   "Tiểu-thư dưới trướng thiếu người,
"cho về bên ấy theo đòi lầu trang."
   Lãnh lời nàng mới theo sang,
biết đâu địa-ngục thiên-đường là đâu.
   Sớm khuya khăn mặt lược đầu,   1775
phận con hầu giữ con hầu dám sai.
   Phải đêm êm-ả chiều trời,
trúc-tơ hỏi đến nghề chơi mọi ngày.
   Lãnh lời nàng mới lựa dây,
ní-non thánh-thót dễ say lòng người.   1780
   Tiểu-thư xem cũng thương tài,
khuôn uy dường cũng bớt vài bốn phân.
   Cửa người đày-đọa chút thân,
sớm năn-nỉ bóng đêm ân-hận lòng.
   Lâm-tri chút nghĩa đèo-bòng,   1785
nước bèo để chữ tương-phùng kiếp sau.
   Bốn phương mây trắng một màu,
trông vời cố-quốc biết đâu là nhà.

   Lần-lần tháng trọn ngày qua,
nỗi gần nào biết đường xa thế này.   1790
   Lâm-tri từ thuở uyên bay,
phòng không thương kẻ tháng ngày chiếc thân.
   Mày ai trăng mới in ngần,
phần thừa hương cũ bội phần xót-xa.
   Sen tàn cúc lại nở hoa,   1795
sầu dài ngày ngắn đông đà sang xuân.
   Tìm đâu cho thấy cố-nhân?
Lấy câu vận-mệnh khuây dần nhớ-thương.
   Chạnh niềm nhớ cảnh gia-hương,
nhớ quê chàng lại tìm đường thăm quê.   1800
   Tiểu-thư đón cửa giải-giề,
Hàn-huyên vừa cạn mọi bề gần xa,
   nhà hương cao cuốn bức là,
phòng trong truyền gọi nàng ra lạy mừng.
   Bước ra một bước một dừng,   1805
trông xa nàng đã tỏ chừng nẻo xa:
   "Phải rằng nắng quáng đèn lòa,
"rõ-ràng ngồi đó chẳng là Thúc-sinh?

and then the lady sent for Kiều to say: 1770
"My daughter needs a slave to serve her wants:
I'll let you go and be her chambermaid."
    Kiều followed her new mistress and set out,
bound for what hell or heaven she knew not.
Now, day or night, on hand with combs and towels,   1775
she'd stand at beck and call, a model slave.
One evening, all was calm—the mistress asked
to hear Kiều play the lute, her love of yore.*
She did as bid, plucked strings and spilled such drops
of music as poured liquor in the soul.   1780
The lady seemed to like the lutanist's art:
her stern expression softened just a bit.
    Within a stranger's gate Kiều slaved and lived,
confiding in her shadow or her heart.
To meet her Lin-tzu spouse again, she thought*   1785
she'd have to wait until some future life.
All heaven was one white expanse of clouds—
she peered far into space: where was her home?

    While months reeled on, with worries close at hand,
could Thúc suspect what happened far away?   1790
Since from Lin-tzu his lovebird had flown off,
an empty chamber kept a lonesome man.
He saw her eyebrow in the crescent moon,
breathed hints of old perfume and ached for her.
    Just as the lotus wilts, the mums bloom forth—   1795
time softens grief, and winter turns to spring.
Where could he find her he had once so loved?
He called it fate and duller throbbed his pain.
    Nostalgia woke some yearning in his breast
and, sick for home, he made his long way back.   1800
She met him at the gate, she gushed with joy.
Once they had traded news of health and such,
she had all drapes rolled up; then she bade Kiều
appear and greet the lord on his return.
    As Kiều came out, she faltered at each step,   1805
for from a distance she perceived the truth:
"Unless the sun and lights have tricked my eyes,
who else but my own Thúc is sitting there?

"Bây giờ tình mới tỏ tình,
"thôi thôi đã mắc vào vành chẳng sai.   1810

        "Chước đâu có chước lạ đời?
"Người đâu mà lại có người tinh-ma?

        "Rõ-ràng thật lứa-đôi ta,
"làm ra con ở chúa nhà đôi nơi.

        "Bề ngoài thơn-thớt nói cười,   1815
"mà trong nham-hiểm giết người không dao.

        "Bây giờ đất thấp trời cao,
"ăn làm sao nói làm sao bây giờ?"

        Càng trông mặt càng ngẩn-ngơ,
ruột tằm đòi đoạn như tơ rối bời.   1820

        Sợ uy dám chẳng vâng lời,
cúi đầu nép xuống sân mai một chiều.

        Sinh đà phách lạc hồn xiêu:
"Thương ôi chẳng phải nàng Kiều ở đây?

        "Nhân làm sao đến thế này?   1825
"Thôi thôi ta đã mắc tay ai rồi!"

        Sợ quen dám hở ra lời,
khôn ngăn giọt ngọc sụt-sùi nhỏ sa.

        Tiểu-thư trông mặt hỏi-tra:
"Mới về có việc chi mà động dong?"   1830

        Sinh rằng: "Hiếu-phục vừa xong,
"suy lòng trắc-dĩ đau lòng chung-thiên."

        Khen rằng: "Hiếu-tứ đã nên!
"Tẩy-trần mượn chén giải phiền đêm thu."

        Vợ-chồng chén tạc chén thù,   1835
bắt nàng đứng chực trì-hồ hai nơi.

        Bắt khoan bắt nhặt đến lời,
bắt quì tận mặt bắt mời tận tay.

        Sinh càng như dại như ngây,
giọt dài giọt ngắn chén đầy chén vơi.   1840

        Ngảnh đi chợt nói chợt cười,
cáo say chàng đã giạm bài lảng ra.

        Tiểu-thư vội thét: "Con Hoa!
"Khuyên chàng chẳng cạn thì ta có đòn."

        Sinh càng nát ruột tan hồn,   1845
chén mời phải ngậm bồ-hòn ráo ngay.

        Tiểu-thư cười nói tỉnh say,
chưa xong cuộc rượu lại bày trò chơi.

So now I must confront the blatant fact:
beyond all doubt, she's caught me in her trap.   1810
Could such a hellish plot be hatched on earth?
Why has mankind so erred and bred a fiend?
As bride and groom we two were duly joined—
she splits us into slave and master now.
The face displays sweet smiles, but deep inside   1815
the heart will scheme to kill without a knife.
We stand as far apart as sky and earth:
alas, what now to say, what now to do?"
      She grew bewildered gazing at his face,
her heart a raveled knot of silken threads.*   1820
Too awed to disobey, she bowed her head
and prostrated herself upon the floor.
The husband was dismayed, at his wits' end:
"Woe's me! But isn't she right here, my Kiều?
What cause or reason led her to this plight?   1825
Alas, we're caught—and I know by whose hands!"
      Lest he'd betray himself, he'd breathe no word
but could not stop his tears from spilling out.
His lady fixed him with a glare and asked:
"You just came home—why look so woebegone?"   1830
"I just took off my mourning," answered he.
"I think of my lost mother and still grieve." *
She sang his praises: "What a loving son!
Let's drink to your return, drown autumn gloom."
      Husband and wife exchanged repeated toasts   1835
while Kiều stood by and from the bottle poured.
The lady would berate her, finding fault,
would make her kneel and offer up each drink.
He'd act like one demented more and more
as tears kept flowing while the liquor ebbed.   1840
Averting eyes, he'd talk and laugh by fits;
then, pleading drunk, he'd try a safe retreat.
"You slave," the lady snapped, "persuade the lord
to drain his cup or I shall have you thrashed."
Grief bruised his vitals, panic struck his soul—   1845
he took the proffered cup and quaffed the gall.*
The lady talked and laughed as though half drunk—
to crown the evening, she devised a sport.

Rằng: "Hoa-nô đủ mọi tài,
"bản đàn thử dạo một bài chàng nghe."   1850
   Nàng đà tán-hoán tê-mê,
vâng lời ra trước bình the vặn đàn.
   Bốn dây như khóc như than,
khiến người trên tiệc cùng tan-nát lòng.
   Cùng chung một tiếng tơ-đồng,   1855
người ngoài cười nụ người trong khóc thầm.
   Giọt châu lã-chã khôn cầm,
cúi đầu chàng những gạt thầm giọt Tương.
   Tiểu-thư lại thét lấy nàng:
"Cuộc vui gảy khúc đoạn-trường ấy chi?   1860
   "Sao chẳng biết ý-tứ gì?
"Cho chàng buồn-bã tội thì tại ngươi."
   Sinh càng thảm-thiết bồi-hồi,
vội-vàng gượng nói gượng cười cho qua.
   Giọt rồng canh đã điểm ba,   1865
tiểu-thư nhìn mặt đường đà cam tâm.
   Lòng riêng khấp-khởi mừng thầm:
"Vui này đã bỏ đau ngầm xưa nay."
   Sinh thì gan héo ruột đầy,
nỗi lòng càng nghĩ càng cay-đắng lòng.   1870
   Người vào chung gối loan-phòng,
nàng ra tựa bóng đèn chong canh dài.
   "Bây giờ mới rõ tăm-hơi.
"Máu ghen đâu có lạ đời nhà ghen!
   "Chước đâu rẽ thúy chia uyên,   1875
"ai ra đường nầy ai nhìn được ai.
   "Bây giờ một vực một trời,
"hết điều khinh-trọng hết lời thị-phi.
   "Nhẹ như bấc nặng như chì!
"Gỡ cho ra nợ còn gì là duyên?   1880
   "Lỡ-làng chút phận thuyền-quyên,
"bể sâu sóng cả có tuyền được vay?"
   Một mình âm-ỉ đêm chầy,
đĩa dầu vơi nước mắt đầy năm canh.

   Sớm khuya hầu-hạ đài-dinh,   1885
tiểu-thư chạm mặt đè tình hỏi-tra.
   Lựa lời nàng mới thưa qua:

She said: "That slave has mastered all the arts—
she'll play the lute, treat you to some good piece."   1850
    All dizzied, in a daze, Kiều bowed and sat
before the thin gauze screen to tune the lute.
Four strings together seemed to cry and moan
in tones that wrenched him who was feasting there.
Both heard the selfsame voice of silk and wood—   1855
she smiled and gloated while he wept within.
When he could check his welling tears no more,
he stooped his head and tried to wipe them off.*
Again the mistress shouted at the slave:
"Why play that doleful tune and kill our joy?   1860
Don't you give thought to anything you do?
I'll punish you if you distress the lord."
He waxed more frantic still—to lay the storm,
he'd hurriedly attempt a laugh, a grin.
    The waterclock now marked the night's third watch—*   1865
the lady eyed their faces, looking pleased.
She gloried in her soul: "This sweet revenge
makes up for grief that festered in my breast."
But shrunk with shame and choked with rage inside,
he nursed a wound that rankled more and more.   1870
    To share one pillow they regained their niche—
Kiều huddled by her lamp, awake all night:
"So now she has unveiled her own true face.
How weird, that jealous humor in her blood!
To split two lovebirds, she contrived it all—   1875
she'd part and tear us from each other's eyes.
Now we're a gulf, a world apart—she's all,
I'm nothing now; she's always right, I'm wrong.
So gently it holds us, her iron hand!*
How can we struggle free and save our love?   1880
Frail woman that I was, I tripped and fell:
shall I be rescued whole from furious waves?"
Alone, she brooded far into the night—
as ebbed the lampion's oil, her tears still flowed.

    Kiều served there day and night. Once, face to face,   1885
the mistress asked the servant how she fared.
She chose her words with care, gave this reply:

"Phải khi mình lại xót-xa nỗi mình."
    Tiểu-thư hỏi lại Thúc-sinh:
"Cậy chàng tra lấy thực-tình cho nao!"   1890
    Sinh đà rát ruột như bào,
nói ra chẳng tiện trông vào chẳng đang.
    Những e lại lụy đến nàng,
đánh liều mới sẽ lựa đường hỏi-tra.
    Cúi đầu quì trước sân hoa,   1895
thân-cung nàng mới thảo qua một tờ.
    Diện-tiền trình với tiểu-thư,
thoắt xem đường có ngắn-ngơ chút tình.
    Liền tay trao lại Thúc-sinh,
rằng: "Tài nên trọng mà tình nên thương.   1900
    "Ví chăng có số giàu-sang,
"giá này dẫu đúc nhà vàng cũng nên.
    "Bể trần chìm nổi thuyền-quyên,
"hữu-tài thương nỗi vô-duyên lạ đời!"
    Sinh rằng: "Thật có như lời!   1905
"Hồng-nhan bạc-mệnh một người nào vay!
    "Nghìn xưa âu cũng thế này,
"từ-bi âu liệu bớt tay mới vừa."
    Tiểu-thư rằng: "Ý trong tờ,
"rắp đem mệnh bạc xin nhờ cửa không.   1910
    "Thôi thì thôi cũng chiều lòng,
"cũng cho khỏi lụy trong vòng bước ra.
    "Sân Quan-âm-các vườn ta,
"có cây trăm thước có hoa bốn mùa,
    "có thảo-thụ có sơn-hồ.   1915
"Cho nàng ra đó giữ chùa tụng kinh."
    Tâng-tâng trời mới bình-minh,
hương-hoa ngũ-cúng sắm-sanh lễ thường.
    Đưa nàng đến trước Phật-đường,
tam-qui ngũ-giới cho nàng xuất-gia.   1920
    Áo xanh đổi lấy cà-sa,
pháp-danh lại đổi tên ra Trạc Tuyền.
    Sớm khuya tính đủ dầu-đèn,
Xuân Thu cắt sẵn hai tên hương-trà.
    Nàng từ lánh gót vườn hoa,   1925
dường gần rừng tía dường xa bụi hồng.
    Nhân-duyên đâu lại còn mong?

"I sometimes sorrow for my lot in life."
The lady turned to Thúc, requesting him:
"Please grill the slave, pry loose the facts from her."   1890
    He felt all torn and rent within his heart,
for he could not confess nor bear the scene.
Afraid he'd draw more outrage on her head,
he ventured, in soft tones, to question her.
Head bowed, the girl knelt down upon the floor   1895
and of her past wrote out a brief account.
Submitted to the lady, it was read—
it seemed to touch some chord inside her heart.
Forthwith she handed it to him and said:
"We should admire her gifts, deplore her woes.   1900
Had fortune favored her with wealth and rank,
she could have graced a palace cast in gold.*
A woman bobs upon the sea of life:
so blessed with talent, yet so cursed by fate!"
    "Indeed, you speak the utter truth," he said.   1905
"Misfortune's never spared a single rose.
The rule has held since ages out of mind:
show mercy, treat her with a gentler hand."
    The lady said: "In her report she begged
to make her home within the Void's great gate.*   1910
Well, I'll be pleased to grant her that one wish
and help her break the cycle of her woes.
There in our garden is the Kuan-yin shrine,*
with everblooming lotus, tall bo tree,*
with many plants and flowers, rocks and pools: 1915
let her go there to tend the shrine and pray."
    The dawn's first glow was glimmering in the skies—
they bore five offerings, incense, flowers, and such,
led Kiều to Buddha's temple: there she pledged
to live by all three vows and five commands.*   1920
For a cassock she doffed the slave's blue smock,
and as a nun she now was called Pure Spring.*
She was to light the temple morn and eve,
while Spring and Autumn served as altar maids.
    So Kiều took refuge in the garden, near   1925
the Purple Grove, far from the world's red dust.*
What could she still expect of human ties?

Khói điều thẹn phấn tủi hồng thì thôi.

    Phật-tiền thảm lấp sầu vùi,
ngày pho thủ-tự đêm nổi tâm-hương.   1930

    Cho hay giọt nước cành dương!
Lửa lòng tưới tắt mọi đường trần-duyên.

    Nâu-sồng từ trở màu thiền,
sân thu trăng đã hai phen đứng đầu.

    Quan-phòng then nhặt lưới mau,   1935
nói lời trước mặt rơi châu vắng người.

    Gác kinh viện sách đôi nơi,
trong gang-tấc lại gấp mười quan-san.

    Những là ngậm thở ngùi than,
tiểu-thư phải buổi vấn-an về nhà.   1940

    Thừa cơ sinh mới lẻn ra,
xăm-xăm đến mé vườn hoa với nàng.

    Sụt-sùi giở nổi đoạn-trường,
giọt châu tầm-tã đẫm tràng áo xanh:

    "Đã cam chịu bạc với tình,   1945
"chúa xuân để tội một mình cho hoa.

    "Thấp cơ thua trí đàn bà,
"trông vào đau ruột nói ra ngại lời.

    "Vì ta cho lụy đến người,
"cát-lầm ngọc trắng thiệt đời xuân xanh.   1950

    "Quản chi lên thác xuống ghềnh,
"cùng toan sống thác với tình cho xong.

    "Tông-đường chút chửa cam lòng,
"cắn răng bẻ một chữ đồng làm hai.

    "Thẹn mình đá nát vàng phai,   1955
"trăm thân dễ chuộc một lời được sao?"

    Nàng rằng: "Chiếc bách sóng đào,
"nổi chìm cùng mặc lúc nào rủi may.

    "Chút thân quần-quại vùng lầy,
"sống thừa còn tưởng đến rày nữa sao?   1960

    "Cùng liều một giọt mưa dào,
"mà cho thiên-hạ trông vào cũng hay.

    "Xót vì cầm đã bén dây,
"chẳng trăm năm cũng một ngày duyên ta.

    "Liệu bài mở cửa cho ra,   1965
"ấy là tình nặng ấy là ân sâu."

Now she was spared one shame—to sell her charms.
At Buddha's feet she buried griefs—by day
she'd copy texts, light incense up at night.   1930
O magic drops from Kuan-yin's willow branch!*
They quench lust's fire, wash earthly filth away.

Since she put on a nun's drab brown attire,
the autumn moon had crossed the zenith twice.
Behind barred doors, inside a close-meshed net,   1935
she talked in people's presence, wept unseen.

Here stood the shrine and there his study lay:
though gate to gate, they were two worlds apart.
While he was sighing, moaning deep within,
one day his wife went visiting her folks.   1940
Chance beckoned—he slipped out and walked straight on
to reach the garden shrine and meet his love.
He cried his anguish bursting into sobs,
and teardrops soaked the flap of his blue gown:
"I must admit I have betrayed our troth   1945
and let you singly shoulder all our woes.*
Outwitted by a woman, I've looked on,
heartsick and at a loss to tell the truth.
Through my own fault you've come to grief—pure jade
is mired in dirt, a life lost in its spring.   1950
Oh, I would brave all perils and all risks
to stay with you, in death if not in life.
But to my forebears I still owe an heir—
I'll clench my teeth and cut our bond in two.
I break my vow—could my next hundred lives*   1955
redeem the shame of one pledged word unkept?"

She said: "A small, frail skiff that rides the waves*
may float or sink as fortune will dictate.
While I was floundering in the swamp of vice,
how could I ever hope to live till now?   1960
It is my part to play a drop of rain*
that falls at random as spectators watch.
But lute and strings did come together once,
wedded for some scant days if not for life.
Please find me some safe exit from this cage: 1965
you'll prove your love and earn my gratitude."

Sinh rằng: "Riêng tưởng bấy lâu.
"Lòng người nham-hiểm biết đâu mà lường.

"Nửa khi giông-tố phũ-phàng,
"thiệt riêng đấy cũng lại càng cực đây.   1970

"Liệu mà xa chạy cao bay.
"Ái-ân ta có ngần này mà thôi.

"Bây giờ kẻ ngược người xuôi,
"biết bao giờ lại nối lời nước-non.

"Dẫu rằng sông cạn đá mòn,   1975
"con tằm đến thác cùng còn vương tơ."

Cùng nhau kể-lể sau xưa,
nói rồi lại nói lời chưa hết lời.

Mặt trông tay chẳng nỡ rời,
hoa-tì đã động tiếng người nẻo xa.   1980

Nhịn-ngừng nuốt tủi đứng ra,
tiểu-thư đâu đã rẽ hoa bước vào.

Cười cười nói nói ngọt-ngào,
hỏi: "Chàng mới ở chốn nào lại chơi?"

Dối quanh sinh mới liệu lời: 1985
"Tìm hoa quá bước xem người viết kinh."

Khen rằng: "Bút-pháp đã tinh!
"So vào với thiếp Lan-đình nào thua.

"Tiếc thay lưu-lạc giang-hồ,
"nghìn vàng thật cũng nên mua lấy tài."   1990

Thiền-trà cạn chén hồng-mai,
thong-dong nối gót thư-trai cùng về.

Nàng càng e-lệ ủ-ê,
rỉ tai hỏi lại hoa-tì trước sau.

Hoa rằng: "Bà đến đã lâu,   1995
"rón chân đứng nép độ đâu nửa giờ.

"Rành-rành kẽ tóc chân tơ,
"mấy lời nghe hết đã dư tỏ-tường.

"bao nhiêu đoạn khổ tình thương,
"nỗi ông vật-vã nỗi nàng thở-than.   2000

"Ngăn tôi đứng lại một bên,
"chán tai rồi mới bước lên trên lầu."

Nghe thôi kinh-hãi xiết đâu:
Đàn bà thế ấy thấy âu một người!

"Ấy mới gan ấy mới tài!   2005
"Nghĩ càng thêm nỗi sởn gai rụng-rời.

"I've nursed that thought in secret," he replied.
"How can one gauge a human heart's abyss?
I fear that, if and when a storm breaks out,
it will wreak harm on you and grief on me.   1970
Try for your freedom—run or fly away!*
Our love has had its time—this is the end.
We two shall soon be traveling opposite paths:
when might we meet and pledge our troth anew?
Rocks crumble, streams run dry—a silkworm, dead,   1975
still clings on to the strand of silk it's spun." *

The past, the future both discussed at length—
they talked and talked, undrained of tender words.
Eyes locked, hands clasped, the lovers would not part,
but from afar a housemaid flashed a cue.   1980
He swallowed down his shame and made to leave—
in stalked the lady brushing flowers aside.

All honey and all smiles, she greeted him
and asked: "So, have you come here for a walk?"
He groped for some excuse: "While gathering flowers, 1985
I stopped to watch her copy sacred texts."
"Such exquisite brush strokes!" she cried in praise.
"*Lan-t'ing* engravings hardly excel them!*
Alas, by life's strong tides she's tossed about,
a talent worth pure gold—a thousand coins!"   1990
Both drank a Dhyana brew, red plum-wood tea;*
then, strolling, they regained their book-lined room.

Kiều's gloom and dread increased—under her breath,
she asked the housemaid what had taken place.
The housemaid said: "She was here all the while—   1995
she stood on tiptoe spying half an hour.
She saw it all, missed not one bit or shred,
heard every word, and learned the full, whole truth:
all your sore trials, all your dire ordeals,
the master's fits of grief, your own laments.   2000
She bade me wait there standing to one side—
she got her earful, then she went upstairs."

Kiều heard and felt cold terror in her soul:
"I'll never look upon her like again.
That was true self-command, that was pure sham.   2005
The merest thought of her will make flesh creep.

"Người đâu sâu-sắc nước đời,
"mà chàng Thúc phải ra người bó tay.
    "Thực-tang bắt được dường này,
"máu ghen ai cũng chau mày nghiến răng.   2010
    "Thế mà im chẳng đãi-đằng,
"chào-mời vui-vẻ nói-năng dịu-dàng.
    "Giận dầu ra dạ thế thường,
"cười này mới thật khôn lường hiểm-sâu.
    "Thân ta ta phải lo-âu,   2015
"miệng hùm nọc rắn ở đâu chốn này.
    "Ví chăng chắp cánh cao bay,
"rào cây lâu cũng có ngày bẻ hoa.
    "Phận bèo bao quản nước sa,
"lênh-đênh đâu nữa cũng là lênh-đênh.   2020
    "Chỉn e quê khách một mình,
"tay không chưa dễ kiếm vành ấm-no."
    Nghĩ đi nghĩ lại quanh-co,
Phật-tiền sẵn có mọi đồ kim-ngân.
    Bên mình giất để hộ thân,   2025
lẩn nghe canh đã một phần trống ba.
    Cất mình qua ngọn tường hoa,
lẩn đường theo bóng trăng tà về tây.

V

    Mịt-mù dặm cát đồi cây,
tiếng gà điểm nguyệt dấu giày cầu sương.   2030
    Canh khuya thân gái dặm trường,
phần e đường-sá phần thương dãi-dầu.
    Trời đông vừa rạng ngàn dâu,
bơ-vơ nào đã biết đâu là nhà.
    Chùa đâu trông thấy nẻo xa,   2035
rành-rành Chiêu Ẩn Am ba chữ bài.
    Xăm-xăm gõ mé cửa ngoài,
trụ-trì nghe tiếng rước-mời vào trong.
    Thấy màu ăn-mặc nâu-sồng,
Giác Duyên sư-trưởng lành lòng liền thương.
    Gạn-gùng ngành ngọn cho tường,
lạ-lùng nàng hãy tìm đường nói quanh:
    "Tiểu-thiền quê ở Bắc-kinh,

Where else to find a woman of such depths?
No wonder Thúc now lies bound hand and foot.
When she caught us together, any wife
would in a jealous rage have scowled and snarled.   2010
But no, she made no trouble, kept her calm—
she greeted with good cheer, she sweetly talked.
An angry face reveals what stirs the heart,
but deep and mean are those who hate and smile.
My life I must take into my own hands,   2015
beware a tiger's jaws, a serpent's fangs.
Unless I grow my wings and fly, some day
she'll nip the blossom off the tree she's hedged.
A floating fern minds not the swift, strong stream—
destined to drift, it drifts no matter where.   2020
But how, alone and lost on strangers' soil,
shall I fight cold and hunger with bare hands?"
     Thoughts scurried back and forth—and then she saw
some altar objects, gold or silver things:
she grabbed a few, hid them inside her dress.   2025
As she heard drumbeats sound the night's third watch,
she heaved herself and climbed across the wall,
then westward picked her way in moonset dusk.

V

     Through wooded hills, sand trails immersed in mist;
cockcrow from moon-lit huts; fresh marks of shoes   2030
on dew-soaked bridge. Along the path, at night,
a girl braved wind and weather walking on.
     The eastern sky glowed up, lit mulberry groves—
forlorn, Kiều knew not where to find a home.
Then, in the distance, loomed a Buddhist church—   2035
she read the sign: "Retreat of Blessed Peace."*
She made straight for the entrance gate and knocked—
a nun heard her, came out, and let her in.
     On seeing Kiều in plain monastic garb,
Giác Duyên, kind-hearted prioress, liked the girl.*   2040
She asked about her past from root to top—
yet feeling strange, Kiều skirted round the truth:
"This humble nun's a native of Peking

"qui sư qui Phật tu-hành bấy lâu.

"Bản-sư rồi cùng đến sau,   2045
"dạy đưa pháp-bảo sang hầu sư-huynh."

Rày vâng diện-hiến rành-rành,
chuông vàng khánh bạc bên mình giớ ra.

Xem qua sư mới dạy qua:
"Phải ni Hằng Thủy là ta hậu-tình.   2050

"Chín e đường-sá một mình,
"ở đây chờ-đợi sư-huynh ít ngày."

Gửi thân được chốn am mây,
muối-dưa đắp-đổi tháng ngày thong-dong.

Kệ-kinh câu cũ thuộc lòng,   2055
hương-đèn việc trước trai-phòng quen tay.

Sớm khuya lá bối phướn mây,
ngọn đèn khêu nguyệt tiếng chày nện sương.

Thấy nàng thông-tuệ khác thường,
sư càng nể mặt nàng càng vững chân.   2060

Cửa thiền vừa cữ cuối xuân,
bóng hoa rợp đất vẻ ngân ngang trời.

Gió quang mây tạnh thảnh-thơi,
có người đàn-việt lên chơi cửa già.

Giớ đồ chuông khánh xem qua,   2065
khen rằng: "Khéo giống của nhà Hoạn-nương!"

Giác Duyên thật ý lo-lường,
đêm thanh mới hỏi lại nàng trước sau.

Nghĩ rằng khôn nỗi giấu màu,
sự mình nàng mới gót đầu bày ngay: 2070

"Bây giờ sự đã dường này,
"phận hèn dầu rủi dầu may tại người."

Giác Duyên nghe nói rụng-rời,
nửa thương nửa sợ bối-hối chẳng xong.

Rỉ tai mới kể sự lòng: 2075
"Ở đây cửa Phật là không hẹp gì.

"E chăng những sự bất-kỳ,
"để nàng cho đến thế thì cũng thương.

"Lánh xa trước liệu tìm đường,
"ngồi chờ nước đến nên đường còn quê."   2080

Có nhà họ Bạc bên kia,
am mây quen lối đi về dầu-hương.

who's lived by Buddha's teaching for some time.
Later, my prioress in her turn will come,   2045
but she told me to bring you these two gifts."
She took them out and showed a golden bell,
a silver gong she'd hidden on herself.
The prioress cast an absent glance and said:
"So you've come from Hằng Thủy, my good old friend?   2050
It worries me to see you trek alone—
stay here a day or two till she arrives."
    Kiều made a home of that small cloud-locked church,
living on salt and greens in carefree days.
She'd chant old sutras she had learned by heart,   2055
tend incense burners, tidy rooms and cells,
handle palm leaves, fly banners in the clouds,
light lamps at moonrise, ring the bell at dawn.
The prioress found her mind above the norm—
highly regarded, Kiều felt more secure.   2060

    Now spring was ending—flowers cast their shades
on earth, the Silver River crossed the sky.
No wind, no cloud, a time of leisured ease—
a pilgrim came to worship at the shrine.
Admiring both the gong and bell, she said: 2065
"But they look like the property of Miss Hoạn!"
    Giác Duyên was truly worried by those words—
in the still night, she queried Kiều again.
Kiều could no longer keep her secret dark:
from top to bottom she retold her past.   2070
She added: "Now that things have come this far,
my weal or woe lies solely in your hands."
    When she had heard Kiều's tale, the nun grew faint,
teetering between plain pity and dire dread.
She whispered in Kiều's ear and spoke her heart: 2075
"The Buddha's gate is open wide to all.
But things I can't foresee are what I dread.
I'd sorely grieve if something struck you here.
Plan far ahead and flee—you'd be unwise
to sit and wait till waters reach your feet."   2080
    Some people surnamed Bạc lived nearby there,*
and used to bring an offering for the shrine.

Nhắn sang dặn hết mọi đường,
dọn nhà hãy tạm cho nàng trú chân.

Những mừng được chồn an thân,   2085
vội-vàng nào kịp tính gần tính xa.

Nào ngờ cùng tổ bợm già,
Bạc-bà học với Tú-bà đồng-môn!

Thấy nàng lạt phần tươi son,
mừng thầm được món bán-buôn có lời.   2090

Hư-không đặt-để nên lời,
nàng đà nhớn-nhác rụng-rời lắm phen.

Mụ càng xua-đuổi cho liền,
lấy lời hung-hiểm ép duyên Châu-Trần.

Rằng: "Nàng muôn dặm một thân,   2095
"lại mang lấy tiếng dữ gần lành xa.

"Khéo oan-gia của phá-gia,
"còn ai dám chứa vào nhà nữa đây.

"Kíp toan kiếm chốn xe dây,
"không-dưng chưa dễ mà bay đường trời!   2100

"Nơi gần thì chẳng tiện nơi,
"nơi xa thì chẳng có người nào xa.

"Này chàng Bạc Hạnh cháu nhà,
"cùng trong thân-thích ruột-rà chẳng ai.

"Cửa hàng buôn-bán châu Thai,   2105
"thật-thà có một đơn-sai chẳng hề.

"Thế nào nàng cũng phải nghe.
"Thành-thân rồi sẽ liệu về châu Thai.

"Bây giờ ai lại biết ai?
"Dẫu lòng bể rộng sông dài thênh-thênh.   2110

"Nàng dẫu quyết chẳng thuận tình,
"trái lời nẻo trước lụy mình đến sau."

Nàng càng mặt ủ mày chau,
càng nghe mụ nói càng đau như dần.

Nghĩ mình túng đất sẩy chân,   2115
thế cùng nàng mới xa gần thở-than:

"Thiếp như con én lạc đàn,
"phải cung rày đã sợ làn cây cong.

"Cùng đường dẫu tính chữ tòng,
"biết người biết mặt biết lòng làm sao?   2120

"Nữa khi muôn một thế nào,
"bán hùm buôn sói chắc vào lưng đâu?

They were sent for, advised of all the facts,
and asked to shelter Kiều beneath their roof.
    Too glad to find a haven, Kiều rushed in—   2085
how could she stop to reckon distant risks,
suspect another lurking nest of thieves?
Dame Bạc soon proved a colleague of Dame Tú.
    She crowed within at Kiều's unpainted charms:
she'd gotten what should yield a fat return.   2090
Out of thin air she would concoct her tales
and hold the girl on tenterhooks of fear.
Repeating she would turn her out of doors,
she hurled dark threats to force a man on her:*
"Ten thousand miles from home you're all alone,   2095
and all around you've spread a nasty name.*
You cursed breed, you will yet wreck our home—
who else but us would dare to harbor you?
Grab the first chance you have and tie the knot,
or fly and hide in heaven if you can.   2100
Well, in these parts no match can be arranged,
nor is there any prospect farther off.
But there's Bạc Hạnh, a nephew dear to me,*
my blood relation, not just any man.
He owns and runs a trading shop in T'ai:*   2105
there's none as honest—never breaks his word.
Listen to me and marry him—you must.
Once wedded, you can move with him to T'ai.
Who'll recognize you there? At large and free,
you'll rove the streams and seas just as you wish.   2110
If you refuse to give me your consent,
you'll go against my wish and come to grief."
    Care knit Kiều's brows, gloom overcast her face—
the more she heard, the more it hurt like blows.
She'd stumbled, falling where she could not flee—   2115
at bay, the quarry vented her despair:
"I'm just a swallow strayed far from its flock—
once wounded by a bow, it fears curved boughs.
If, cornered, I must wed and serve a man,*
how do I know him, know his face, his heart?   2120
Should later it turn out that I have bought
a tiger in a poke, where shall I turn?*

"Dầu ai lòng có sở-cầu,

"tâm-minh xin quyết với nhau một lời.

    "Chứng-minh có đất có trời,   2125

"bầy giờ vượt bể ra khơi quản gì."

    Được lời mụ mới ra đi,

mách tin họ Bạc tức-thì sắm-sanh.

    Một nhà dọn-dẹp linh-đình,

quét sân đặt trác rửa bình thắp nhang.   2130

    Bạc-sinh quì xuống vội-vàng,

quá lời nguyện hết Thành-hoàng Thổ-công.

    Trước sân lòng đã giãi lòng,

trong màn làm lễ tơ hồng kết duyên.

    Thành-thân mới rước xuống thuyền,   2135

thuận buồm một lá xuôi miền châu Thai.

    Thuyền vừa đỗ bến thánh-thơi,

Bạc-sinh lên trước tìm nơi mọi ngày.

    Cùng nhà hành-viện xưa nay,

cùng phường bán thịt cùng tay buôn người.   2140

    Xem người định giá vừa rồi,

mỗi hàng một đã ra mười thì buông.

    Mượn người thuê kiệu rước nàng,

Bạc đem mặt bạc kiếm đường cho xa.

    Kiệu hoa đặt trước thềm hoa,   2145

bên trong thấy một mụ ra vội-vàng.

    Đưa nàng vào lạy gia-đường,

cùng thần mày trắng cùng phường lầu xanh!

    Thoắt trông nàng đã biết tình,

chim lồng khôn lẽ cất mình bay cao: 2150

    "Chém cha cái số hoa đào!

"Gỡ ra rồi lại buộc vào như chơi.

    "Nghĩ đời mà ngán cho đời,

"tài-tình chi lắm cho trời-đất ghen.

    "Tiếc thay nước đã đánh phèn,   2155

"mà cho bùn lại vẩn lên mấy lần!

    "Hồng-quân với khách hồng-quần,

"đã xoay đến thế còn vẫn chưa tha.

    "Lỡ từ lạc bước bước ra,

"cái thân liều những từ nhà liều đi.   2160

    "Đầu xanh có tội-tình gì?

"Má hồng đến quá nửa thì chưa thôi.

If someone cares for me and seeks my hand,
then let him pledge me his unswerving love.
Let earth and heaven witness his sworn oath,   2125
then I shall follow him across the seas."
    With Kiều's consent secured, the woman left
and warned her clan to ready things forthwith.
The house was scrubbed—they swept the yard, washed urns,
set up an altar, kindled incense sticks.   2130
Bạc Hạnh, the groom, lost no time and knelt down
to swear by all the gods of hearth and home.*
Out in the yard, they'd bared their hearts and souls—
behind the curtain, now, they tied the knot.
The nuptials done, he put her in a boat—   2135
sailing with wind and waves, he raced toward T'ai.
    As soon as he steered safely into dock,
Bạc went ashore and back to his old haunt.
It was another brothel, nothing new,
a shop where humans trade in human flesh.   2140
They looked the woman over, named a price:
ten times what she had cost—off went the goods.
A sedan-chair was hired to take her "home"
while Bạc was carting his false face away.*
    Just as the chair set down before the steps,   2145
Kiều saw a termagant come rushing out.
Led in, she was to bow before that god
with hoary brows—another house of mirth.
She cast one glance and understood her plight—
alas, a bird can't up and fly its cage: 2150
"The fate of a peach blossom—what a curse!*
In jest it let me loose, binds me once more.
To think of life is to despair of life—
why boast such gifts and irk the jealous gods?
Oh, shame that water, cleansed by alum once,   2155
must roil with mud again time after time!
Great Potter's Wheel, how you treat womanhood!*
You've spun me so, yet you won't let me off.
As I stepped out to wander through the world,
I gambled my own life when leaving home.   2160
What sins are visited on this young head?
Why still attack a rose half withered now?

"Biết thân chạy chẳng khỏi trời,
"cùng liều mặt phân cho rồi ngày xanh."

Lần thâu gió mát trăng thanh,   2165
bỗng đâu có khách biên-đình sang chơi.
Râu hùm hàm én mày ngài,
vai năm tấc rộng thân mười thước cao.
Đường-đường một đẳng anh-hào,
côn-quyền hơn sức lược-thao gồm tài.   2170
Đội trời đạp đất ở đời,
họ Từ tên Hải vốn người Việt-đông.
Giang-hồ quen thú vẫy-vùng,
gươm-đàn nửa gánh non-sông một chèo.
Qua chơi nghe tiếng nàng Kiều,   2175
tấm lòng nhi-nữ cùng xiêu anh-hùng.
Thiếp danh đưa đến lầu hồng,
hai bên cùng liếc hai lòng cùng ưa.
Từ rằng: "Tâm phúc tương cờ.
"Phải người trăng-gió vật-vờ hay sao?   2180
"Bấy lâu nghe tiếng má đào,
"mắt xanh chẳng để ai vào có không?
"Một đời được mấy anh-hùng,
"bõ chi cá chậu chim lồng mà chơi."
Nàng rằng: "Người dạy quá lời.   2185
"Thân này còn dám xem ai làm thường.
"Chút riêng chọn đá thứ vàng,
"biết đâu mà gửi can-trường vào đâu?
"Còn như vào trước ra sau,
"ai cho kén chọn vàng thau tại mình."   2190
Từ rằng: "Lời nói hữu-tình!
"Khiến người lại nhớ câu Bình-nguyên-quân.
"Lại đây xem lại cho gần,
"phóng tin được một vài phần hay không?"
Thưa rằng: "Lượng cả bao-dong.   2195
"Tấn-dương được thấy mây rồng có phen.
"Rộng thương cỏ nội hoa hèn,
"chút thân bèo-bọt dám phiền mai sau."
Nghe lời vừa ý gật đầu,
cười rằng: "Tri-kỷ trước sau mấy người?   2200
"Khen cho con mắt tinh đời,

Since I cannot escape from Heaven's hand,
I'll brazen out the death of my spring days." *

Cool breeze, clear moon—her nights were going round   2165
when from the far frontier a guest turned up.
A tiger's beard, a swallow's jaw, and brows
as thick as silkworms—he stood broad and tall.*
A towering hero, he outfought all foes
with club or fist and knew all arts of war.   2170
Between the earth and heaven he lived free:*
he was Từ Hải, a native of Yüeh-tung.*
Plying his oar, he roved the streams and lakes
with sword and lute upon his shoulders slung.*
    In town for fun, he heard loud praise of Kiều—   2175
love for a woman bent a hero's will.
He brought his calling card to her boudoir—
thus eyes met eyes and heart encountered heart.
    "Two kindred souls have joined," Từ said to Kiều.*
"We're not those giddy fools who play at love.*   2180
For long I've heard them rave about your charms,*
but none's won favor yet in your clear eyes.*
How often have you lucked upon a *man*?
Why bother with caged birds or fish in pots?" *
    She said: "My lord, you're overpraising me.   2185
For who am I to slight this man or that?
Within I crave the touchstone for the gold—
but whom can I turn to and give my heart?
As for all those who come and go through here,
am I allowed to sift real gold from brass?"   2190
    "What lovely words you utter!" Từ exclaimed.
"They call to mind the tale of Prince P'ing-yüan.*
Come here and take a good, close look at me
to see if I deserve a bit of trust."
    "It's large, your heart," she said. "One of these days,   2195
Chin-yang shall see a dragon in the clouds.*
If you care for this weed, this lowly flower,
tomorrow may I count on your good grace?"
    Well pleased, he nodded saying with a laugh:
"Through life how many know what moves one's soul?   2200
Those eyes be praised that, keen and worldly-wise,

"anh-hùng đoán giữa trần-ai mới già!
  "Một lời đã biết đến ta,
"muôn chung nghìn tứ cùng là có nhau."
    Hai bên ý hợp tâm đầu,   2205
khi thân chẳng lọ là cầu mới thân.
    Ngỏ lời nói với băng-nhân,
tiền trăm lại cứ nguyên-ngân phát-hoàn.
    Buồng riêng sửa chốn thanh-nhàn,
đặt giường thất-bảo vây màn bát-tiên.   2210
    Trai anh-hùng gái thuyền-quyên,
phỉ nguyền sánh phượng đẹp duyên cởi rồng.
    Nửa năm hương-lửa đang nồng,
trượng-phu thoắt đã động lòng bốn phương.
    Trông vời trời bể mênh-mang,   2215
thanh gươm yên ngựa lên đường thẳng giong.
    Nàng rằng: "Phận gái chữ tòng,
"chàng đi thiếp cũng một lòng xin đi."
    Từ rằng: "Tâm phúc tương tri,
"sao chưa thoát khỏi nữ-nhi thường-tình?   2220
    "Bao giờ mười vạn tinh-binh,
"tiếng bề dậy đất bóng tinh rợp đường,
    "làm cho rõ mặt phi-thường,
"bấy giờ ta sẽ rước nàng nghi-gia.
    "Bằng nay bốn bể không nhà,   2225
"theo càng thêm bận biết là đi đâu.
    "Đành lòng chờ đó ít lâu,
"chầy chăng là một năm sau vội gì."
    Quyết lời dứt áo ra đi,
gió đưa bằng tiện đã lìa dặm khơi.   2230
    Nàng từ chiếc bóng song mai,
đêm thâu đằng-đẵng nhặt cài then mây.
    Sân rêu chẳng vẽ dấu giày,
có cao hơn thước liễu gầy vài phân.
    Đoái trông muôn dặm tử-phần,   2235
hồn quê theo ngọn mây Tần xa-xa.
    Xót thay huyên cỗi xuân già,
tấm lòng thương-nhớ biết là có nguôi?
    Chốc đà mười mấy năm trời,
còn ra khi đã da mồi tóc sương.   2240
    Tiếc thay chút nghĩa cù-cảng,

can see the hero hid in common dust!
Your words prove you discern me from the rest—
we'll sit together when I sit on high." *
Two minds at one, two hearts in unison—   2205
unbidden, love will seek those meant for love.
    Now he approached a go-between—through her
he paid some hundred liang for Kiều's release.
They picked a quiet spot, built their love nest:
a sumptuous bed and curtains decked with gods. *   2210
The hero chose a phoenix as his mate;
the beauty found a dragon for her mount. *
    A year half gone—their love was burning bright,
but now he heard the call of all four winds.
He gazed afar on sea and heaven, then   2215
he leapt into the saddle with his sword.
    "A woman's place is near her man," she said. *
"If go you must, I beg to go with you."
    "We read each other's hearts, don't we?" Từ said.
"Yet you act like some vulgar woman—why?   2220
When I can lead a hundred thousand men,
when drumbeats shake the earth and banners throw
thick shadows on the road, when all the world
admires this hero, then I'll take you home.
There's nowhere I belong. If you're to come,   2225
you'll hinder me—I know not where I'll go.
Have patience—just wait here for me a while:
I shall be back no later than a year."
This said, he tore himself away and left—
wind-winged, the eagle soared to hunt the skies. *   2230
    Alone beside the window where grew plums,
she passed long nights within fast-bolted doors.
The courtyard moss bore no more marks of shoes—
the weeds ran wild, but gaunt the willow grew.
She peered through space to glimpse the elms back home*   2235
and, riding clouds, her fancy would fly there. *
For her old parents how it ached, her heart!*
Had time allayed their sorrow at their loss?
With more than ten years gone, if still alive,
they must have skin with scales and hair like frost.   2240
Oh, how she pined and mourned for her old love—

dẫu lìa ngó ý còn vương tơ lòng.
   Duyên em dẫu nối chỉ hồng,
may ra khi đã tay bồng tay mang.
   Tấc lòng cố-quốc tha-hương,   2245
đường kia nỗi nọ ngổn-ngang bời-bời.
   Cánh hồng bay bổng tuyệt vời,
đà mòn con mắt phương trời đăm-đăm.
   Đêm ngày luống những âm-thầm,
lửa binh đâu đã ầm-ầm một phương.   2250
   Ngất trời sát-khí mơ-màng,
đầy sông kình-ngạc chật đường giáp-binh.
   Người quen-thuộc kẻ chung-quanh,
nhủ nàng hãy tạm lánh mình một nơi.
   Nàng rằng: "Trước đã hẹn lời,   2255
"dẫu trong nguy-hiểm dám rời ước xưa."
   Còn đang dùng-dắng ngẩn-ngơ,
mé ngoài đã thấy bóng cờ tiếng la.
   Giáp-binh kéo đến quanh nhà,
đồng-thanh cùng gửi: "Nào là phu-nhân?"   2260
   Hai bên mười vị tướng-quân,
đặt gươm cởi giáp trước sân khấu-đầu.
   Cung-nga thế-nữ nối sau,
rằng: "Vâng lệnh-chỉ rước chầu vu-qui."
   Sẵn-sàng phượng-liễn loan-nghi,   2265
hoa-quan chấp-chới hà-y rỡ-ràng.
   Dựng cờ nổi trống lên đường,
trúc-tơ nổi trước đào-vàng kéo sau.
   Hỏa-bài tiền-lộ ruổi mau,
Nam-đình nghe động trống chầu đại-doanh.   2270
   Kéo cờ lũy phát súng thành,
Từ-công ra ngựa thân-nghênh cửa ngoài.
   Rỡ mình lạ vẻ cân-đai,
hãy còn hàm én mày ngài như xưa.
   Cười rằng: "Cá nước duyên ưa!   2275
"Nhớ lời nói những bao giờ hay không?
   "Anh-hùng mới biết anh-hùng,
"rày xem phóng đã cam lòng ấy chưa?"
   Nàng rằng: "Chút phận ngây-thơ,
"cũng may dây cát được nhờ bóng cây.   2280
   "Đến bây giờ mới thấy đây,

cut from her mind, it clung on to her heart.*
If her young sister had retied the knot,
she must be cuddling children in both arms.
An exile's yearning thoughts of her far land   2245
entwined and interwove with other cares.
    After the eagle vanished into space,*
she kept her eyes fast set on heaven's edge.
In silence she was waiting, night and day,
when through the region roared the flames of war.   2250
Gray phantoms, fumes of slaughter leapt the skies
as sharks roved streams and armored men prowled roads.
Her friends and neighbors all exhorted her
to flee and somewhere stay out of harm's reach.
But she replied: "I once gave him my word—   2255
though danger threatens, I shall not break faith."
    Perplexed, she was still wavering when, outside,
she now saw flags and heard the clang of gongs.
Armor-clad troops had come and ringed the house—
in chorus they all asked, "Where is our queen?"   2260
Ten officers, in two rows, laid down their arms,
took off their coats, and kowtowed on the ground.
Ladies-in-waiting followed, telling her:
"By order we'll escort you to our lord."
    The phoenix-coach held ready for a queen   2265
her glittering diadem, her sparkling robe.
They hoisted flags, beat drums, and off they marched—
musicians led the way, maids closed the rear.
A herald rushed ahead—the Southern Court
called all to its headquarters with the drum.   2270
    On ramparts banners waved and cannons boomed—
Lord Từ rode out to meet her at the gate.
Turbaned and sashed, he looked unlike himself,
but he still had the hero's face of old.
    He laughed and said: "When fish and water meet,   2275
it's love! Remember what you told me once?
To spot a hero took a heroine—
well, now, have I fulfilled your fondest hopes?"
She said: "I'm just a humble clinging vine
that by good luck may flourish in your shade.   2280
It's only now we see it all come true,

"mà lòng đã chắc những ngày một hai."

    Cùng nhau trông mặt cả cười,
dan tay về chốn trướng mai tự-tình.

    Tiệc bày thưởng tướng khao binh,   2285
thì-thùng trống trận rập-rình nhạc quân.

    Vinh-hoa bõ lúc phong-trần,
chữ tình ngày lại thêm xuân một ngày.

    Trong quân nhân lúc vui-vầy,
thong-dong mới kể sự ngày hàn-vi.   2290

    Khi Vô-tích khi Lâm-tri,
nơi thì lừa-đảo nơi thì xót-thương:

    "Tấm thân rày đã nhẹ-nhàng,
"chút còn ân oán đôi đường chưa xong."

    Từ-công nghe nói thủy-chung,   2295
bất-bình nổi trận đùng-đùng sấm vang.

    Nghiêm quân tuyển tướng sẵn-sàng,
dưới cờ một lệnh vội-vàng ruổi sao.

    Ba quân chỉ ngọn cờ đào,
đạo ra Vô-tích đạo vào Lâm-tri.   2300

    Mấy người phụ-bạc xưa kia,
chiêu danh tầm-nã bắt về hỏi-tra.

    Lại sai lệnh-tiễn truyền qua,
giữ-giàng họ Thúc một nhà cho yên.

    Mụ quản-gia vài Giác Duyên,   2305
cùng sai lệnh-tiễn đem tin rước-mời.

    Thệ-sư kể hết mọi lời,
lòng lòng cùng giận người người chập-uy.

    Đạo trời báo-phục chín ghê,
khéo thay một mẻ tóm về đầy nơi.   2310

    Quân-trung gươm lớn giáo dài,
vệ trong thị-lập cơ ngoài song-phi.

    Sẵn-sàng tế-chỉnh uy-nghi,
vác-đòng chật đất tinh-kỳ rợp sân.

    Trướng hùm mở giữa trung-quân,   2315
Từ-công sánh với phu-nhân cùng ngồi.

    Tiên-nghiêm trống chửa dứt hồi,
điểm danh trước dẫn chực ngoài cửa viên.

    Từ rằng: "Ân oán hai bên,
"mặc nàng xử-quyết báo-đền cho minh."   2320

yet from the first I felt it in my bones."
Eyes locked and laughing, hand in hand they walked
to their own niche where they could pour their hearts.
    They gave a feast rewarding all their troops—   2285
the wardrums thumped, the battle marches throbbed.
Triumph proved fair amends for hardships past,
and day by day their love bloomed forth afresh.

    At camp, together in an idle hour,
they talked about those squalid days gone by.   2290
In turn Kiều spoke of Wu-hsi and Lin-tzu,
where they'd betrayed her, where they'd cherished her:
"My life's now eased of burdens it once bore.
But wrongs or favors I've not yet repaid."
    Lord Từ gave ear to her complete account,   2295
then like a thunderblast his anger burst.
He mustered men, named captains—he bade them
rush off with flags unfurled and race the stars.
Red banners would show all his troops the way:
one wing bound for Wu-hsi, one for Lin-tzu.   2300
Those traitors who of old had wrought Kiều's woes
would be tracked down, dragged back to stand due trial.
A herald was dispatched to take such steps
as would protect the clan of Thúc from harm.
The woman chamberlain, the nun Giác Duyên   2305
would both be asked to come as honored guests.
Kiều briefed all soldiers, swearing them to act:
all, outraged, vowed to execute her will.
Awesome is Heaven's law of recompense—
one haul and all were caught, brought back to camp.   2310
    Wielding big swords or brandishing long spears,
the guardsmen stood arrayed in rank and file.
All pomp and pageantry on ready view—
the grounds lay thick with weapons, dark with flags.
    Under a tent erected in the midst,   2315
Lord Từ and his fair lady took their seats.
No sooner had the drumroll died away
than guards checked names, led captives to the gate.
"Whether they used you well or ill," he said,
"pronounce yourself upon their just deserts."   2320

Nàng rằng: "Muôn cậy uy-linh,
"hãy xin báo-đáp ân-tình cho phu.

"Báo ân rồi sẽ báo thù."
Từ rằng: "Việc ấy để cho mặc nàng."

Cho gươm mời đến Thúc-lang,   2325
mặt như chàm đổ mình dường giẽ run.

Nàng rằng: "Nghĩa nặng nghìn non,
"Lâm-tri người cũ chàng còn nhớ không?

"Sâm Thương chẳng vẹn chữ tòng,
"tại ai há dám phụ lòng cố-nhân.   2330

"Gấm trăm cuốn bạc nghìn cân,
"tạ lòng dễ xứng báo ân gọi là.

"Vợ chàng quỉ-quái tinh-ma,
"phen này kẻ cắp bà già gặp nhau!

"Kiến bò miệng chén chưa lâu,   2335
"mưu sâu cũng trả nghĩa sâu cho vừa."

Thúc-sinh trông mặt bấy giờ,
mồ-hôi chàng đã như mưa ướt dầm.

Lòng riêng mừng sợ khôn cầm,
sợ thay mà lại mừng thầm cho ai.   2340

Mụ già sư-trưởng thứ hai,
thoắt đưa đến trước vội mời lên trên,

Dắt tay mở mặt cho nhìn:
"Hoa-nô kia với Trạc Tuyền cùng tôi!

"Nhớ khi lỡ bước sẩy vời,   2345
"non vàng chưa dễ đền-bồi tấm thương.

"Nghìn vàng gọi chút lễ thường,
"mà lòng Phiếu-mẫu mấy vàng cho cân."

Hai người trông mặt tần-ngần,
nửa phần khiếp-sợ nửa phần mừng-vui.   2350

Nàng rằng: "Xin hãy rốn ngồi,
"xem cho rõ mặt biết tôi báo thù."

Kíp truyền chư-tướng hiến-phù,
lại đem các tích phạm-đồ hậu-tra.

Dưới cờ gươm tuốt nắp ra,   2355
chính-danh thủ-phạm tên là Hoạn-thư.

Thoắt trông nàng đã chào-thưa:
"Tiểu-thư cùng có bây giờ đến đây!

"Đàn bà dễ có mấy tay,
"đời xưa mấy mặt đời này mấy gan!   2360

She said: "I'll borrow your almighty power
to pay such dues as gratitude deems fit.
I'll render good, then make return for ill."
Lord Từ replied, "Consider your own wish."

A swordsman fetched young Thúc—face soaked with sweat   2325
like indigo, frame shaking like a leaf.*
Kiều said: "What I owe you weighs like the hills.
Remember me, your erstwhile Lin-tzu mate?
A morning star weds not an evening star,*
but how could I deny my debt to you?   2330
Brocade, a hundred bolts, a thousand pounds
of silver—with my heartfelt thanks take this.
Your wife, though, is a fiend in woman's guise—
this time, the thief has met the shrewd old gal!*
Inside the cup the ant shan't crawl for long: 2335
her deep-laid scheme shall reap its fit reward."

Meanwhile Thúc's face was quite a sight to see,
for sweat was dripping fast from it like rain.
His breast was bursting with both joy and fear:
fear for himself and joy for Kiều's own sake.   2340

Next came the chamberlain, the elder nun:
to seats of honor they were promptly led.
Kiều clasped their hands, then off she took her veil:
"Flower the slave, Pure Spring, and I are one!
I yet recall how I once tripped and fell—   2345
a hill of gold could not repay your love.
A thousand liang is meager wages, for
no gold can match the washerwoman's heart!" *
Both women stared at Kiều in stunned surprise,
all torn between awed dread and sheer delight.   2350
She said: "Don't leave your seats as yet—stay on
and watch how I will take my sweet revenge."

Captains were bid to turn their prisoners in,
submitting proofs of crimes to be perused.
Under the flags swords were unsheathed and raised—   2355
the major culprit's name was called: Miss Hoạn.

Kiều greeted her as soon as she appeared:
"Your ladyship has deigned to come today!
Before or now, a woman of your stamp
is seldom found, one with your heart of steel.   2360

"Dễ-dàng là thói hồng-nhan,
"càng cay-nghiệt lắm càng oan-trái nhiều."
    Hoạn-thư hồn lạc phách xiêu,
khấu-đầu dưới trướng liệu điều kêu-ca.
    Rằng: "Tôi chút dạ đàn bà,   2365
"ghen-tuông thì cũng người ta thường-tình.
    "Nghĩ cho khi gác viết kinh,
"với khi khỏi cửa dứt tình chẳng theo.
    "Lòng riêng riêng những kính-yêu,
"chồng chung chưa dễ ai chiều cho ai.   2370
    "Trót lòng gây việc chông-gai,
"còn nhờ lượng bể thương bài nào chăng."
    Khen cho: "Thật đã nên rằng
"khôn-ngoan đến mực nói-năng phải lời.
    "Tha ra thì cũng may đời,   2375
"làm ra thì cũng ra người nhỏ-nhen.
    "Đã lòng tri-quá thì nên."
Truyền quân-lệnh xuống trướng-tiền tha ngay.
    Tạ lòng lạy trước sân mây.
Cửa viên lại dắt một dây dẫn vào.   2380
    Nàng rằng: "Lồng-lộng trời cao!
"Hại nhân nhân hại sự nào tại ta."
    Trước là Bạc Hạnh Bạc-bà,
bên là Ưng Khuyển bên là Sở Khanh,
    Tú-bà với Mã Giám-sinh,   2385
các tên tội ấy đáng tình còn sao?
    Lệnh quân truyền xuống nội-đao,
thề sao thì lại cứ sao gia-hình.
    Máu rơi thịt nát tan-tành,
ai ai trông thấy hồn kinh phách rời.   2390
    Cho hay muôn sự tại trời,
phụ người chẳng bỏ khi người phụ ta.
    Mấy người bạc-ác tinh-ma,
mình làm mình chịu kêu mà ai thương.
    Ba quân đông mặt pháp-trường,   2395
thanh thiên bạch nhật rõ-ràng cho coi.
    Việc nàng báo-phục vừa rồi,
Giác Duyên vội đã gửi lời từ-qui.
    Nàng rằng: "Thiên tải nhất thì!
"Cố-nhân đã dễ mấy khi bàn-hoàn.   2400

A woman, though, should wield a gentle hand—
more cruelties she sows, more woes she reaps."
   The lady's wits and spirits all took flight—
under the tent she bowed her head and cried:
"I have a woman's mind, a petty soul,   2365
and jealousy's a trait all humans share.
But please recall I let you tend the shrine,
and when you fled I stopped pursuing you.
I felt esteem for you in my own heart—
what woman, though, would gladly share her man?   2370
I'm sorry I strewed thorns along your path—
may I beseech your mercy on my fate?"
   In praise Kiều cried: "To tell the truth, you boast
a matchless wit, you know just what to say.
You have your luck to thank that I'll spare you,   2375
for if I strike I'll look a small, mean soul.
You show a contrite spirit, as you should."
She gave an order setting free Miss Hoạn,
who gratefully fell prostrate on the ground.*
Now a long string of captives crossed the gate.   2380
   Kiều said: "High Heaven towers over all!
It's not my law that ill be paid with ill."
Before their judge, Bạc Hạnh, Dame Bạc came first,
then Hawk and Hound, these followed by Sở Khanh,
and last, not least, Dame Tú and Scholar Mã—   2385
guilty as charged, how could they go scot-free?
The executioner now received the word:
mete out such pains as fit each broken oath.
Blood flowed in streams while flesh was hacked to bits—
the scene struck terror into every soul.   2390
With Heaven rest all matters here below:
harm people and they'll harm you in their turn.
Perfidious humans who do fiendish deeds
shall suffer, crying quarter all in vain.
All soldiers, crowded on the grounds, could watch   2395
the scourge divine deal justice in broad day.
   When Kiều had paid due wages to them all,
Giác Duyên soon begged to take her leave—Kiều said:
"Once in a thousand years! Is that the most
the best of friends may ever hope to meet?   2400

"Rồi đây bèo hợp mây tan,
"biết đâu hạc nội mây ngàn là đâu."
    Sư rằng: "Cũng chẳng mấy lâu,
"trong năm năm lại gặp nhau đó mà.
    "Nhớ ngày hành-cước phương xa,   2405
"gặp sư Tam Hợp vốn là tiên-tri.
    "Báo cho hội ngộ chi kỳ,
"năm nay là một nửa thì năm năm.
    "Mới hay tiền-định chẳng lầm,
"đã tin điều trước ắt nhằm việc sau.   2410
    "Còn nhiều ân-ái với nhau,
"cơ duyên nào đã hết đâu vội gì."
    Nàng rằng: "Tiền-định tiên-tri,
"lời sư đã dạy ắt thì chẳng sai.
    "Họa bao giờ có gặp người,   2415
"vì tôi cậy hỏi một lời chung-thân."
    Giác Duyên vâng dặn ân-cần,
tạ-từ thoắt đã dời chân cõi ngoài.
    Nàng từ ân oán rạch-ròi,
bể oan dường đã vơi-vơi cạnh lòng.   2420
    Tạ ân lạy trước Từ-công:
"Chút thân bồ-liễu nào mong có rày.
    "Trộm nhờ sấm-sét ra tay,
"tấc riêng như cất gánh đầy đổ đi.
    "Chạm xương chép dạ xiết chi,   2425
"dễ đem gan-óc đền nghì trời-mây."
    Từ rằng: "Quốc-sĩ xưa nay,
"chọn người tri-kỷ một ngày được chăng?
    "Anh-hùng tiếng đã gọi rằng,
"giữa đường dẫu thấy bất-bằng mà tha.   2430
    "Huống chi việc cũng việc nhà!
"Lọ là thâm-tạ mới là tri-ân?
    "Xót nàng còn chút song-thân,
"bây nay kẻ Việt người Tần cách xa.
    "Sao cho muôn dặm một nhà,   2435
"cho người thấy mặt là ta cam lòng."
    Vội truyền sửa tiệc quân-trung,
muôn binh nghìn tướng hội-đồng tẩy-oan.
    Thừa cơ trúc chẻ ngói tan,
binh-uy từ ấy sấm ran trong ngoài.   2440

Two wanderers will part ways—where shall I find*
the crane, the cloud that roams the wilds and heights?"
    "But it will not be long," the nun replied.
"Our paths will cross again within five years.
As I remember, on my pilgrim's way,   2405
I chanced upon a prophetess, Tam Hợp.*
She forecast you and I would meet this year,
then yet another time five twelvemonths hence.
Indeed, her prophecy's not missed the mark:
once proven true, it shall prove true again.   2410
Our friendship still has many days ahead.
Why worry? Karma still binds us two fast."
    Kiều said: "Yes, destiny can be foreseen:
what she predicts shall doubtless come to pass.
Should you encounter her along your road,   2415
please bid her tell my fortune yet ahead."
Gladly the nun agreed to that request,
then said goodbye and left for other parts.
    Since she'd paid good for good or ill for ill,
her soul's deep sea of wrongs soon ebbed away.   2420
She knelt before Lord Từ to say her thanks:
"Could this frail reed once hope to live this day?*
For me your lightning brought the wicked low
and cast a load of sorrows off my soul.
I've etched your favors in my heart, my bones—   2425
my life itself could not discharge such debts."
    Từ answered: "Down the ages have great men
so often found that mate, that sister soul?
And does a man live up to his proud name
if he confronts a wrong and winks at it?   2430
Besides, it was a family matter, too!
Need you bow low and offer me your thanks?
But you still have your parents—I regret
that you should dwell in Yüeh and they in Ch'in.
May you rejoin them both beneath one roof   2435
and see their faces—then, I'll rest at ease."
At his command, all gathered, spread the boards
to celebrate the just redress of wrongs.
    Bamboos split fast; tiles slip, soon fall apart:*
his martial might now thundered far and wide.   2440

Triều-đình riêng một góc trời,
gồm hai văn vũ rạch đôi sơn-hà.

Đòi cơn gió quét mưa sa,
huyện-thành đạp đổ năm tòa côi Nam.

Phong-trần mài một lưỡi gươm,   2445
những loài giá áo túi cơm sá gì.

Nghênh-ngang một cõi biên-thùy,
kém gì cô-quả kém gì bá-vương.

Trước cờ ai dám tranh cường,
năm năm hùng-cứ một phương hải-tần.   2450

Có quan tổng-đốc trọng-thần,
là Hồ Tôn Hiến kinh-luân gồm tài.

Đầy xe vàng chỉ đặc-sai,
tiện-nghi bát-tiểu việc ngoài đổng-nhung.

Biết Từ là đấng anh-hùng,   2455
biết nàng cùng dự quân-trung luận-bàn.

Đóng quân làm chước chiêu-an,
ngọc-vàng gấm-vóc sai quan thuyết-hàng.

Lại riêng một lễ với nàng,
hai tên thế-nữ ngọc-vàng nghìn cân.   2460

Tin vào gửi trước trung-quân,
Từ-công riêng hãy mười phân hồ-đồ:

"Một tay gây-dựng cơ-đồ,
"bấy lâu bể Sở sông Ngô tung-hoành.

"Bó thân về với triều-đình,   2465
"hàng-thần lơ-láo phận mình ra đâu.

"Áo-xiêm ràng-buộc lấy nhau,
"vào luồn ra cúi công-hầu mà chi.

"Sao bằng riêng một biên-thùy,
"sức này đã dễ làm gì được nhau.   2470

"Chọc trời quấy nước mặc dầu,
"dọc ngang nào biết trên đầu có ai."

Nàng thì thật dạ tin người,
lễ nhiều nói ngọt nghe lời dễ xiêu.

Nghĩ: "Mình mặt nước cánh bèo,   2475
"đã nhiều lưu-lạc lại nhiều gian-truân.

"Bằng nay chịu tiếng vương-thần,
"thênh-thênh đường cái thanh-vân hẹp gì.

"Công tư vẹn cả hai bề,

In his own corner he installed his court
for peace or war and cut the realm in two.
Time after time he stormed across the land
and trampled down five strongholds in the South.
He fought and honed his sword on wind and dust,   2445
scorning those racks for coats, those sacks for rice.*
He stalked and swaggered through his border fief,
with no less stature than a prince, a king.
Who dared oppose his flag, dispute his sway?
For five years, by the sea, he reigned sole lord.   2450

    There was an eminent province governor,
Lord Hồ Tôn Hiến, who plied a statesman's craft.*
The emperor sent him off with special powers
to quell revolt and rule the borderland.
    He knew Từ Hải would prove a gallant foe—   2455
but then, in all his plans, Kiều had a voice.
He camped his troops and feigned to seek a truce,
sending an envoy with rich gifts for Từ.
For Kiều some presents, too: two waiting maids,*
a thousand pounds of finest jade and gold.   2460
    When his headquarters got the plea for peace,
Lord Từ himself felt gnawing doubts and thought,*
"My own two hands have built this realm—at will,
I've roamed the sea of Ch'u, the streams of Wu.
If I turn up at court, bound hand and foot,   2465
what will become of me, surrendered man?
Why let them swaddle me in robes and skirts?
Why play a duke so as to cringe and crawl?
Had I not better rule my march domain?
For what can they all do against my might?   2470
At pleasure I stir heaven and shake earth—
I come and go, I bow my head to none."
    But trust in people moved Kiều's guileless heart:
sweet words and lavish gifts could make her yield.
"A fern that floats on water," she now thought,*   2475
"I've wandered long enough, endured enough.
Let's swear allegiance to the emperor's throne—
we'll travel far up fortune's royal road.
Public and private ends will both be met,

"dần-dà rồi sẽ liệu về cố-hương.   2480

   "Cùng ngôi mệnh-phụ đường-đường,
"nở-nang mày-mặt rỡ-ràng mẹ-cha.

   "Trên vì nước dưới vì nhà,
"một là đắc-hiếu hai là đắc-trung.

   "Chẳng hơn chiếc bách giữa dòng,   2485
"e-dè sóng vỗ hãi-hùng nước sa."

  · Nhân khi bàn-bạc gần xa,
thừa cơ nàng mới bàn ra nói vào.

   Rằng: "Ơn Thánh-đế dồi-dào,
"tưới ra đã khắp thấm vào đã sâu.   2490

   "Bình-thành công-đức bấy lâu,
"ai ai cũng đội trên đầu biết bao.

   "Ngẫm từ dấy việc binh-đao,
"đồng xương Vô-định đã cao bằng đầu.

   "Làm chi để tiếng về sau,   2495
"nghìn năm ai có khen đâu Hoàng Sào?

   "Sao bằng lộc trọng quyền cao,
"công-danh ai dứt lối nào cho qua?"

   Nghe lời nàng nói mặn-mà,
thế công Từ mới trở ra thế hàng.   2500

   Chính-nghi tiếp sứ vội-vàng,
hẹn kỳ thúc-giáp quyết đường giải-binh.

   Tin lời thành hạ yêu minh,
ngọn cờ ngơ-ngác trống canh trễ-tràng.

   Việc binh bỏ chẳng giữ-giàng,   2505
vương-sư dòm đã tỏ-tường thực-hư.

   Hồ-công quyết kế thừa cơ,
lễ tiên binh hậu khắc cờ tập công.

   Kéo cờ chiêu-phủ tiên-phong,
lễ-nghi dàn trước vác-đồng phục sau.   2510

   Từ-công hờ-hững biết đâu,
đại-quan lễ-phục ra đầu cửa viên.

   Hồ-công ám-hiệu trận-tiền,
ba bề phát súng bốn bên kéo cờ.

   Đang khi bất-ý chẳng ngờ,   2515
hùm thiêng khi đã sa cơ cũng hèn.

   Tử-sinh liều giữa trận-tiền,
dạn-dày cho biết gan liền tướng-quân.

   Khí thiêng khi đã về thần,

and soon I may arrange to go back home.   2480
A lord's own consort, head erect, I'll walk
and make my parents glow with pride and joy.
Then, both the state above, my home below,
I'll have well served as liege and daughter both.
Is that not better than to float and drift,   2485
a skiff the waves and waters hurl about?" *
        When they discussed the wisest course to take,
she sought to win him over to her views:
"The emperor's munificence," she would say,
"has showered on the world like drenching rain.   2490
His virtues and good works have kept the peace,
placing each subject deeply in his debt.
Since you rose up in arms, dead men's white bones
have piled head-high along the Wayward Stream.*
Why should you leave an ill repute behind?   2495
For ages who has ever praised Huang Ch'ao?*
Why not accept high post and princely purse?
Is there some surer avenue to success?"
        Her words struck home: he listened giving ground.
He dropped all schemes for war and sued for peace.   2500
The envoy he received with pomp and rites—
he pledged to lay down arms, disband his troops.
        Trusting the truce they'd sworn below the walls,
Lord Từ let flags hang loose, watch-drums go dead.
He slackened all defense—imperial spies   2505
observed his camp and learned of its true state.
Lord Hồ conceived a ruse to snatch this chance:
behind a screen of gifts he'd poise his troops.
The flying flag of friendship led the van,
with gifts in front and weapons hid behind.   2510
        Lord Từ suspected nothing, caught off guard—
in cap and gown, he waited at the gate.
Afield, Lord Hồ now gave the secret cue:
flags on all sides unfurled and guns fired off.
        The fiercest tiger, taken unawares,   2515
will lick the dust and meet an abject end.
Now doomed, Từ fought his one last fight on earth
to show them all a soldier's dauntless heart.
When his brave soul left him to join the gods,

nhơn-nhơn còn đứng chôn chân giữa vòng.   2520
    Trơ như đá vững như đồng,
ai lay chẳng chuyển ai rung chẳng dời.
    Quan-quân truy-sát đuổi dài,
hầm-hầm sát-khí ngất trời ai đang.
    Trong hào ngoài lũy tan-hoang,   2525
loạn-quân vừa dắt tay nàng đến nơi.
    Trong vòng tên-đá bời-bời,
thấy Từ còn đứng giữa trời trơ-trơ.
    Khóc rằng: "Trí dũng có thừa,
"bởi nghe lời thiếp nên cơ-hội này.   2530
    "Mặt nào trông thấy nhau đây?
"Thà liều sống thác một ngày với nhau!"
    Dòng thu như giội cơn sầu,
dứt lời nàng cùng gieo đầu một bên.
    Lạ thay oan-khí tương-triền!   2535
Nàng vừa phục xuống Từ liền ngã ra.
    Quan-quân kẻ lại người qua,
xót nàng sẽ lại vực ra dần-dần.
    Đem vào đến trước trung-quân,
Hồ-công thấy mặt ân-cần hỏi-han.   2540
    Rằng: "Nàng chút phận hồng-nhan,
"gặp cơn binh-cách nhiều nàn cũng thương.
    "Đã hay thành-toán miếu-đường,
"giúp công cùng có lời nàng mới nên.
    "Bây giờ sự đã vẹn-tuyền,   2545
"mặc lòng nghĩ lấy muốn xin bề nào?"
    Nàng càng giọt ngọc tuôn dào,
ngập-ngừng mới gửi thấp cao sự lòng.
    Rằng: "Từ là đấng anh-hùng,
"dọc-ngang trời rộng vẫy-vùng bể khơi.   2550
    "Tin tôi nên quá nghe lời,
"đem thân bách-chiến làm tôi triều-đình.
    "Ngỡ là phu quí phụ vinh,
"ai ngờ một phút tan-tành thịt-xương.
    "Năm năm trời bể ngang-tàng,   2555
"dẫn mình đi bỏ chiến-trường như không.
    "Khéo khuyên kể lấy làm công,
"kể bao nhiêu lại đau lòng bấy nhiêu.
    "Xét mình công ít tội nhiều,

he still stood on his feet amidst his foes. 2520
His body, firm as rock and hard as bronze,
who in the whole wide world could shake or move?

Imperial troops rushed forward giving chase—
death vapors choked the skies: who could resist?
All battlements tumbled down, inside and out— 2525
some fleeing men found Kiều and led her there.
As stones and arrows flew and whizzed around,
Từ stood there still, transfixed, beneath the skies.

"You had stout heart and clever mind," she cried,
"but you took my advice and came to this! 2530
How can I bear to look you in the face?
I'd rather die with you on this same day."
Her pent-up grief gushed forth in floods of tears—
she flung herself head first upon the ground.
Oh, strange affinity of two wronged souls! 2535
As she collapsed, he too fell down with her.

Some government soldiers now were walking past—
sorry, they picked her up, helped her revive.
To their headquarters they delivered her—
Lord Hồ caught sight of her and kindly spoke: 2540
"Defenseless, fragile woman that you are,
you've been war-tossed and suffered grievous blows.
Our plans, laid down at Court, won this campaign,
but you did help—you talked the traitor round.
Now all is well that has come off so well— 2545
I'll leave you free to choose your own reward."

Her bitter tears poured forth, a flow of pearls—
she heaved with sobs, unburdening her breast:
"A hero was my Từ—he went his way
beneath the skies, he roamed the open seas. 2550
I talked, he listened overtrusting me—
the victor laid down arms to serve at court!
He hoped to gain the world for man and wife—
alas, he came to nothing in a trice.
Five years he roved between the sky and sea, 2555
then dropped his body on the field like trash.
Now you suggest I ask for my reward—
the more you praise my act, the more I grieve.
I judge myself a culprit, nothing less—

"sống thừa tôi đã nên liều mình tôi.   2560
   "Xin cho tiện-thổ một doi,
"gọi là đắp-điếm lấy người tử-sinh."
    Hồ-công nghe nói thương tình,
truyền cho cáo-táng di-hình bên sông.
    Trong quân mở tiệc hạ-công.   2565
Xôn-xao tơ-trúc hội-đồng quân-quan.
    Bắt nàng thị-yến dưới màn,
dở say lại ép cung đàn nhật-tâu.
    Một cung gió thảm mưa sầu,
bốn dây nhỏ máu năm đầu ngón tay.   2570
    Ve ngâm vượn hót nào tày,
lọt tai Hồ cũng nhăn mày rơi châu.
    Hỏi rằng: "Này khúc ở đâu?
"Nghe ra muôn oán nghìn sầu lắm thay!"
    Thưa rằng: "*Bạc-Mệnh* khúc này.   2575
"Phổ vào đàn ấy những ngày còn thơ.
    "Cung cầm lựa những ngày xưa,
"mà gương bạc-mệnh bây giờ là đây."
    Nghe càng đắm ngắm càng say.
Lạ cho mặt sắt cũng ngây vì tình!   2580
    Dạy rằng: "Hương-lửa ba sinh,
"dây loan xin nối cầm lành cho ai."
    Thưa rằng: "Chút phận lạc-loài,
"trong mình nghĩ đã có người thác oan.
    "Còn chi nữa cánh hoa tàn?   2585
"Tơ lòng đã dứt dây đàn Tiểu Lân.
    "Rộng thương còn mảnh hồng-quần,
"hơi tàn được thấy gốc phần là may."
    Hạ-công chén đã quá say,
Hồ-công đến lúc rạng ngày nhớ ra.   2590
    Nghĩ: "Mình phương-diện quốc-gia,
"quan trên nhắm xuống người ta trông vào.
    "Phải tuồng trăng-gió hay sao?
"Sự này biết tính thế nào được đây?"
    Công-nha vừa buổi sáng ngày,   2595
quyết tình Hồ mới đoán ngay một bài.
    Lệnh quan ai dám cãi lời?
Ép tình mới gán cho người thổ-quan.
    Ông tơ thật nhẽ đa-đoan,

that's why I tried to end my futile life.   2560
Please give me just a paltry patch of earth
to cover him I love in life and death."
Her plea moved him—the lord had Từ's remains
wrapped up in grass and buried by the stream.

    The troops proclaimed their victory with a feast.   2565
Strings twanged, flutes piped—all reveled and caroused.
The lord forced Kiều to wait on him—half drunk,
he bade her play the lute she'd daily played.

    It moaned like wind and rain—five fingertips
dripped blood upon four strings. When gibbons howl,   2570
cicadas wail, they cannot match such grief.
Hồ listened, knitting brows and shedding tears.
He asked: "What are you playing there? It sounds
like all the world's dark sorrows rolled in one."
"My lord, this tune's called *Cruel Fate*," she said.   2575
"I wrote it for the lute when I was young,
in days long gone. But now, of cruel fate
you have a victim under your own eyes."

    Entranced, he heard her; spellbound, he watched her.
O miracle, love disturbed an iron mask!   2580
"We're destined for each other," said the lord.*
"Let me restring your lute and make it whole."*
"I am a fallen woman," answered she.
"My conscience bears a person's wrongful death.
And what's there left of me, a faded flower?   2585
My heartstrings broke just like Hsiao-lin's lute strings.*
Pity a woman—I'll bless my fortune if
I see the elms back home before I die."

    Flushed with success, Lord Hồ had drunk too much—
but he regained his senses as light dawned.   2590
He thought, "I am a noble of the realm,
whom both my betters and the rabble watch.
Does it become a lord to toy with love?*
Now, how should I untangle this affair?"

    So at the morning levee, he resolved   2595
to carry his expedient out forthwith.
Who dare protest the word a mandarin speaks?
Kiều was compelled to wed a tribal chief.

    How wayward you can be, O Marriage God,

xe tơ sao khéo vơ quảng vơ xiên!   2600
  Kiệu hoa áp thẳng xuống thuyền,
lá màn rủ thấp ngọn đèn khêu cao.

  Nàng càng ủ liễu phai đào,
trăm phần nào có phần nào phần tươi.

  Đành thân cát dập sóng vùi,   2605
cướp công cha-mẹ thiệt đời thông-minh.

  Chân trời mặt bể lênh-đênh,
nắm xương biết gửi tử-sinh chốn nào?

  Duyên đâu ai dứt tơ đào,
nợ đâu ai đã dắt vào tận tay.   2610

  Thân sao thân đến thế này,
còn ngày nào cũng dư ngày ấy thôi.

  Đã không biết sống là vui,
tấm thân nào biết thiệt-thòi là thương.

  Một mình cay-đắng trăm đường,   2615
thôi thì nát ngọc tan vàng thì thôi.

  Mảnh trăng đã gác non đoài,
một mình luống những đứng ngồi chưa xong.

  Triều đâu nổi tiếng đùng-đùng,
hỏi ra mới biết rằng sông Tiền-đường.   2620

  Nhớ lời thần-mộng rõ-ràng:
"Này thôi hết kiếp đoạn-trường là đây.

  "Đạm Tiên nàng nhẽ có hay!
"Hẹn ta thì đợi dưới này rước ta."

  Dưới đèn sẵn bức tiên hoa,   2625
một thiên tuyệt-bút gọi là để sau.

  Cửa bồng vội mở rèm châu,
trời cao sông rộng một màu bao-la.

  Rằng: "Từ-công hậu-đãi ta,
"chút vì việc nước mà ra phụ lòng.   2630

  "Giết chồng mà lại lấy chồng,
"mặt nào còn đứng ở trong cõi đời?

  "Thôi thì một thác cho rồi,
"tấm lòng phó mặc trên trời dưới sông."

  Trông vời con nước mênh-mông,   2635
đem mình gieo xuống giữa dòng trường-giang.

  Thổ-quan theo vớt vội-vàng,
thì đà đắm ngọc chìm hương mất rồi.

at random tying couples with your threads!   2600
The bridal carriage took her to his boat—
curtains came down, the nuptial lamp lit up.

    Willow all withered, peach blossom all seared—
her freshness was all gone, not one spark left.
Let waves and sands entomb her self, annul   2605
her parents' love and care, her gifts of mind.
Mere flotsam seaborne toward the world's far bounds,
where could she find a grave and rest her bones?
Who had cut them, her silken threads of love?
And who had clapped on her this debt of woe?   2610
How could a body sink to reach this state?
Each day on earth was just a wasted day.
If while alive the body knows no joy,
why mourn a loss it will not know as loss?
Alone, she felt a hundred stabs of pain—   2615
she would destroy herself and end it all.
    The moon had slipped behind the western hills—
lonely, distraught, she walked and sat by turns.
And then she heard the roar of rising tides—
she asked and learned the river was Ch'ien-t'ang.   2620
She now recalled the name from her weird dream:
"So here my life of griefs shall meet its term.
Đạm Tiên, O friend, you know that I've kept tryst?
You promised—wait and welcome me down there!"
    A sheet was lying ready by the lamp—   2625
she wrote a farewell poem as her will.
Parting the beaded curtain, she looked out:
high sky, broad stream—one all-pervading hue.
"Lord Từ so kindly treated me," she thought,
"yet I betrayed him, sold him to the state.   2630
I killed my man, then took another man—
how can I live and show my face on earth?
Why, I shall perish now and make an end.
To waves and skies let me entrust my heart."
    She cast her eyes upon the shoreless space,   2635
then headlong hurled her body in mid-stream.
The tribal chief rushed up to rescue her—
the fragrant gem had sunken out of sight.*

Thương thay cũng một kiếp người,
hại thay mang lấy sắc tài làm chi!   2640
   Những là oan-khổ lưu-ly,
chờ cho hết kiếp còn gì là thân.
   Mười lăm năm bấy nhiêu lần,
làm gương cho khách hồng-quần thứ soi.
   Đời người đến thế thì thôi!   2645
Trong cơ âm cực dương hồi khôn hay.
   Mấy người hiếu-nghĩa xưa nay,
trời làm chi đến lâu ngày càng thương?

VI

   Giác Duyên từ tiết giã nàng,
đeo bầu quảy níp rộng đường vân-du.   2650
   Gặp bà Tam Hợp đạo-cô,
thong-dong hỏi hết nhỏ to sự nàng:
   "Người sao hiếu-nghĩa đủ đường,
"kiếp sao rặt những đoạn-trường thế thôi?"
   Sư rằng: "Phúc họa đạo trời,   2655
"cỗi-nguồn cũng ở lòng người mà ra.
   "Có trời mà cũng tại ta.
"Tu là cõi phúc tình là dây oan.
   "Thúy Kiều sắc-sảo khôn-ngoan,
"vô-duyên là phận hồng-nhan đã đành.   2660
   "Lại mang lấy một chữ tình,
"khư-khư mình buộc lấy mình vào trong.
   "Vậy nên những chốn thong-dong,
"ở không yên-ổn ngồi không vững-vàng.
   "Ma đưa lối quỉ đem đường,   2665
"lại tìm những chốn đoạn-trường mà đi.
   "Hết nạn nọ đến nạn kia,
"thanh-lâu hai lượt thanh-y hai lần.
   "Trong vòng giáo dựng gươm trần,
"kể răng hùm-sói gửi thân tôi-đòi.   2670
   "Giữa dòng nước dẫy sóng dồi,
"trước hàm rồng cá gieo mồi vắng tanh.
   "Oan kia theo mãi với tình,
"một mình mình biết một mình mình hay.
   "Làm cho sống đọa thác đày,   2675

Pity a life, an all too human life,
yet somehow cursed, alas, with charms and gifts.   2640
She wandered from one sorrow to the next—
what would be left of her, at journey's end?
For fifteen years, how often she held up
a mirror where all women see themselves!
None could have dropped to lower depths. But dawn   2645
succeeds the dark—who knows the wheels of fate?*
Must those true sons or daughters sorely grieve
before high Heaven pities all their woes?

VI

Since taking leave of Kiều, with gourd and bag
Giác Duyên had trod her trail among the clouds.   2650
She met Tam Hợp—at leisure she inquired
about Kiều's destiny in full detail:
"True daughter, faithful lover—she's proved both:
why has she known but sorrow and distress?"
"Heaven gives weal or woe," the preacher said,   2655
"yet from the human heart it also springs.
As Heaven shapes our fate we lend a hand.
Renounce the world, reap joy—to lust spins grief.
Kiều boasts a lavish share of charms and gifts,
and woe befalls a rose as her set lot.   2660
Moreover, she has woven passion's web
wherein at pleasure she'll enmesh herself.
Thus, when she dwelt in those abodes of peace,
she would not stay, for she could not sit still.
By fiends inspired, by demons led astray,   2665
she left and darted down the path of thorns.
She raced from woe to woe—an inmate twice
at those resorts of mirth, and twice a slave.*
Beset with bristling spears and naked swords,
she served a wolf, she did a tiger's will.   2670
Midstream, as surged wild waves, she threw herself
to tempt fell dragons' jaws in their hushed depths.
To passion sorrow clings and won't let go—
only she knows her pain, feels it alone.
On earth she suffers torments fit for hell,   2675

"đoạn-trường cho hết kiếp này mới thôi."

Giác Duyên nghe nói rụng-rời:

"Một đời nàng nhẽ thương ôi còn gì!"

Sư rằng: "Song chẳng hề chi.

"Nghiệp-duyên cân lại nhắc đi còn nhiều.   2680

"Xét trong tội-nghiệp Thúy Kiều,

"mắc điều tình-ái khỏi điều tà-dâm.

"Lấy tình thâm trả nghĩa thâm,

"bán mình đã động hiếu-tâm đến trời.

"Hại một người cứu muôn người,   2685

"biết đường khinh-trọng biết lời phải-chăng.

"Thửa công-đức ấy ai bằng?

"Túc-khiên đã rửa lâng-lâng sạch rồi.

"Khi nên trời cùng chiều người,

"nhẹ-nhàng nợ trước đền-bồi duyên sau.   2690

"Giác Duyên dầu nhớ nghĩa nhau,

"Tiền-đường thả một bè lau rước người.

"Trước sau cho vẹn một lời,

"duyên ta mà cùng phúc trời chi không."

Giác Duyên nghe nói mừng lòng,   2695

lân-la tìm thú bên sông Tiền-đường.

Đánh tranh chụm nóc thảo-đường,

một gian nước biếc mây vàng chia đôi.

Thuê năm ngư-phủ hai người,

đóng thuyền chực bến kết chài giăng sông.   2700

Một lòng chẳng quản mấy công,

khéo thay gặp-gỡ cùng trong chuyển-vần!

Kiều từ gieo xuống duềnh ngân,

nước xuôi bỗng đã trôi dần tận nơi.

Ngư-ông kéo lưới vớt người,   2705

ngẫm lời Tam Hợp rõ mười chẳng ngoa.

Trên mui lướt-mướt áo là,

tuy dầm hơi nước chưa lòa bóng gương.

Giác Duyên nhận thật mặt nàng,

nàng còn thiêm-thiếp giấc vàng chưa phai.   2710

Mơ-màng phách quế hồn mai,

Đạm Tiên thoắt đã thấy người ngày xưa.

Rằng: "Tôi đã có lòng chờ,

"mất công mười mấy năm thừa ở đây.

"Chị sao phận mỏng đức dày!   2715

and they shan't end until her lifetime ends."
    Giác Duyên heard that dire warning, shook with dread:
"Of such a life, alas, what will be left?"
"But all's not lost," the prophetess replied.
"On balance every action weighs and counts.   2680
When judged for her past sins, Kiều must be charged
with reckless love, but not with wanton lust.
Requiting love for love, she sold herself—
a daughter's heart moved Heaven there on high.
She caused one death, but saved ten thousand lives.   2685
She knew right thoughts from wrong, fair deeds from foul.
Whose merits equal her good works, in truth?
They've all but washed away her sins of yore.
Heaven will sometimes choose to humor man—
who's purged past faults is due for future joys.   2690
Giác Duyên, remember your own pledge to her—
for her please float a raft down the Ch'ien-t'ang.
You'll thus redeem a promise you once made:
it falls on us to do what's Heaven-blessed."
    Giác Duyên heard those good words—her heart rejoiced.   2695
She went and settled on the Ch'ien-t'ang shore.
Braiding some thatch, she built her hut: a home
between the emerald waves and golden clouds.
Year in year out, she hired two fishing men
to wait with boat and fishnet stretched across.   2700
She prayed with all her soul and grudged no pains:
through Heaven's mill the meeting came to pass.
    After Kiều plunged, she rode the silver stream—
she drifted with the current, reached this spot.
The fishermen hauled their net, pulled her aboard—   2705
at last, Tam Hợp's prediction was fulfilled.
In her silk nightrobe dripping on the bow,
though drenched, she had not lost the gleam of life.
Giác Duyên could tell it was indeed Kiều's face,
but she remained immersed in heavy sleep.   2710
    Her soul was wandering through a grove of dreams*
when from the past appeared a friend, Đạm Tiên.
She said: "With love I've been awaiting you—
i've spent ten years and more just haunting here.
How frail your fate! Your virtues, though, how strong!   2715

"Kiếp xưa đã vậy lòng này dễ ai.
    "Tâm thành đã thấu đến trời,
"bán mình là hiếu cứu người là nhân.
    "Một niềm vì nước vì dân,
"âm-công cất một đồng cân đã già.   2720
    "Đoạn-trường sổ rút tên ra,
"đoạn-trường thơ phải đưa mà trả nhau.
    "Còn nhiều hưởng-thụ về lâu,
"duyên xưa tròn-trặn phúc sau dồi-dào."
    Nàng còn ngơ-ngẩn biết sao,   2725
"Trạc Tuyền" nghe tiếng gọi vào bên tai.
    Giật mình thoắt tỉnh giấc mai,
bâng-khuâng nào đã biết ai mà nhìn.
    Trong thuyền nào thấy Đạm Tiên,
bên mình chỉ thấy Giác Duyên ngồi kề.   2730
    Thấy nhau mừng-rỡ trăm bề,
dọn thuyền mới rước nàng về thảo-lư.
    Một nhà chung-chạ sớm trưa,
gió-trăng mát mặt muối-dưa chay lòng.
    Bốn bề bát-ngát mênh-mông,   2735
triều dâng hôm sớm mây lồng trước sau.
    Nạn xưa trút sạch làu-làu,
duyên xưa chưa dễ biết đâu chốn này.

    Nỗi nàng tai-nạn đã đầy,
nỗi chàng Kim Trọng bấy chầy mới thương.   2740
    Từ ngày muôn dặm phù-tang,
nửa năm ở đất Liêu-dương lại nhà.
    Vội sang vườn Thúy dò-la,
nhìn xem phong-cảnh nay đà khác xưa.
    Đầy vườn cỏ mọc lau thưa,   2745
Song trăng quạnh-quẽ vách mưa rã-rời.
    Trước sau nào thấy bóng người,
hoa đào năm ngoái còn cười gió đông.
    Xập-xè én liệng lầu không,
cỏ lan mặt đất rêu phong dấu giày.   2750
    Cuối tường gai-góc mọc đầy,
đi về này những lối này năm xưa.
    Chung-quanh lặng ngắt như tờ,
nỗi-niềm tâm-sự bây giờ hỏi ai?

Who can match your true heart, despite past sins?
Heaven has noticed it: a loving child,
you sold yourself; an altruist, you saved lives.
Your country and your people you served well.
Such hidden merits have now tipped the scale.   2720
Your name's now struck from the Book of the Damned—
your poems writ in sorrow I'll give back.
With many days ahead, you shall fulfill
your great past love, reap future happiness."
    Still dreamy, Kiều knew not what to believe   2725
when someone whispered in her ear, "Pure Spring!"
She wakened with a start—bemused and dazed,
she failed to recognize a single face.
Đạm Tiên she could find nowhere in the boat,
but at her side she soon could see Giác Duyên.   2730
    Their mutual joy burst forth a hundred ways.
They left the boat, went home to that grass hut.
The two now shared one roof—the moon and wind
cooled faces, while plain greens and salt cleansed hearts.
A vast, vast space around—tides rose and fell   2735
from dawn to dusk within a cage of clouds.
As Kiều shook off the filth of all past woes,
how could her erstwhile love know she lived here?

    If Kiều had shouldered her full load of griefs,
young Kim himself had suffered much the while.   2740
For mourning rites he'd made that far-flung trip
and from Liao-yang came back in half a year.
    He hurried toward his dear Kingfisher's nest*
and took one startled look—the scene had changed.*
The garden was a patch of weeds and reeds.   2745
Hushed, moon-lit windows, weather-beaten walls.
Not one lone soul—peach blossoms of last year
were smiling, flirting yet with their east wind.*
Swallows were rustling through the vacant house.
Grass clad the ground, moss hid all marks of shoes.   2750
At the wall's end, a clump of thorns and briers:
this pathway both had walked a year ago.
A silent chill was brooding over all—
who could relieve the anguish of his heart?

Láng-giềng có kẻ sang chơi,   2755
lân-la sẽ hỏi một hai sự-tình.

Hỏi ông ông mắc tụng-đình,
hỏi nàng nàng đã bán mình chuộc cha.

Hỏi nhà nhà đã dời xa,
hỏi chàng Vương với cùng là Thúy Vân.   2760

Đều là sa-sút khó-khăn,
may thuê viết mướn kiếm ăn lần hồi.

Điều đâu sét đánh lưng trời,
thoắt nghe chàng thoắt rụng-rời xiết bao.

Hỏi thăm di-trú nơi nao,   2765
đánh đường chàng mới tìm vào tận nơi.

Nhà tranh vách đất tả-tơi,
lau treo rèm nát trúc cài phên thưa.

Một sân đất cỏ dầm mưa,
càng ngao-ngán nỗi càng ngơ-ngẩn dường.   2770

Đánh liều lên tiếng ngoài tường,
chàng Vương nghe tiếng vội-vàng chạy ra.

Dắt tay vội rước vào nhà,
mé sau viên-ngoại ông-bà ra ngay.

Khóc-than kể hết niềm tây: 2775
"Chàng ôi biết nỗi nước này cho chưa?

"Kiều-nhi phận mỏng như tờ,
"một lời đã lỗi tóc-tơ với chàng.

"Gặp cơn gia-biến lạ dường,
"bán mình nó phải tìm đường cứu cha.   2780

"Dùng-dằng khi bước chân ra,
"cực trăm nghìn nỗi dặn ba bốn lần.

"Trót lời nặng với lang-quân,
"mượn con em nó Thúy Vân thay lời.

"Gọi là trả chút nghĩa người,   2785
"sầu này dằng-dặc muôn đời chưa quên.

"Kiếp này duyên đã phụ duyên,
"dạ-đài còn biết sẽ đền lai-sinh.

"Mấy lời ký-chú đinh-ninh,
"ghi lòng để dạ cất mình ra đi.   2790

"Phận sao bạc bấy Kiều-nhi!
"Chàng Kim về đó con thì ở đâu?"

Ông-bà càng nói càng đau,
chàng càng nghe nói càng dàu như dưa.

A neighbor happened by—approaching him, 2755
Kim asked some questions he discreetly phrased.
Old Vương? He'd somehow tangled with the law.
And Kiều? She'd sold herself to ransom him.
The family? All had moved a long way off.
And what about young Vương and young Thúy Vân? 2760
The two had fallen on hard days of need:
he scribed, she sewed—both lived from hand to mouth.

It was a firebolt striking from mid-sky:
Kim heard the news, was staggered by it all.
He asked and learned where all those folks had moved— 2765
he slowly found his way to their new home.
A tattered hut, a roof of thatch, mud walls;
reed blinds in rags, bamboo screens punched with holes;
a rain-soaked yard where nothing grew but weeds:
the sight distressed and shocked him all the more. 2770

Still, making bold, he called outside the wall.
Young Vương, on hearing him, rushed out at once—
he took him by the hand, led him inside.
From their back room the parents soon appeared.

They wept and wailed as they retold their woes: 2775
"Young man, you know what happened to us all?
Our daughter Kiều is cursed by evil fate:*
she failed her word to you, her solemn troth.
Disaster struck our family, forcing her
to sell herself and save her father's life. 2780
How torn and wrenched she was when she left home!
Grief-bowed, she told us time and time again:
since she had sworn to you a sacred oath,
she begged her sister Vân to take her place
and in some way redeem her pledge to you. 2785
But her own sorrow will forever last.
In this existence she broke faith with you—
she'll make it up to you when she's reborn.
These were the words she said and said again:
we graved them in our souls before she left. 2790
O daughter Kiều, why does fate hurt you so?
Your Kim is back with us, but where are you?"

The more they spoke of Kiều, the more they grieved—
the more Kim heard them speak, the more he ached.*

Vật mình vầy gió tuôn mưa,   2795
dầm-dề giọt ngọc thẫn-thờ hồn mai.

Đau đòi đoạn ngất đòi thôi,
tính ra lại khóc khóc rồi lại mê.

Thấy chàng đau nỗi biệt-ly,
nhịn-ngừng ông mới vỗ-về giải-khuyên: 2800

"Bây giờ ván đã đóng thuyền,
"đã đành phận bạc khôn đến tình chung.

"Quá thương chút nghĩa đèo-bòng,
"nghìn vàng thân ấy dễ hòng bỏ sao?"

Dỗ-dành khuyên-giải trăm chiều,   2805
lửa phiền càng dập càng khêu mối phiền.

Thế xưa giớ đến kim-hoàn,
của xưa lại giớ đến đàn với hương.

Sinh càng trông thấy càng thương,
gan càng tức-tối ruột càng xót-xa.   2810

Rằng: "Tôi trót quá chân ra,
"để cho đến nỗi trôi hoa giạt bèo.

"Cùng nhau thề-thốt đã nhiều,
"những điều vàng-đá phải điều nói không.

"Chưa chăn-gối cùng vợ-chồng,   2815
"lòng nào mà nỡ dứt lòng cho đang?

"Bao nhiêu của mấy ngày đường,
"còn tôi tôi một gặp nàng mới thôi."

Nỗi thương nói chẳng hết lời,
tạ-từ sinh mới sụt-sùi trở ra.   2820

Vội về sửa chốn vườn hoa,
rước-mời viên-ngoại ông-bà cùng sang.

Thần-hôn chăm-chút lễ thường,
dường thân thay tấm lòng nàng ngày xưa.

Đinh-ninh mài lệ chép thư,   2825
cắt người tìm-tôi đưa tờ nhắn-nhe.

Biết bao công mướn của thuê,
Lâm-thanh mấy độ đi về dặm khơi.

Người một nơi hỏi một nơi,
mênh-mông nào biết bể trời nơi nao?   2830

Sinh càng thảm-thiết khát-khao,
như nung gan sắt như bào lòng son.

Ruột tằm ngày một héo-hon,
tuyết-sương ngày một hao-mòn mình ve.

He writhed in agony, he sorely wept,   2795
his face tear-drowned and sorrow-crazed his mind.
It hurt him so he fainted many times
and, coming to, he shed more bitter tears.

When he saw Kim so desolate, old Vương
curbed his own grief and sought to comfort him: 2800
"The plank's now nailed and fastened to the boat.*
Ill-starred and doomed, she can't requite your love.
Although you care so much for her you've lost,
must you throw off a life as good as gold?"

To soothe his pain, they tried a hundred ways—   2805
grief, smothered, flared and burned more fiercely yet.
They showed him those gold bracelets from the past
and other keepsakes: incense, that old lute.
The sight of them rekindled his despair—
it roused his sorrow, rent his heart again.   2810
"Because I had to go away," he cried,
"I let the fern, the flower float downstream.
We two did take and swear our vows of troth,
vows firm as bronze or stone, not idle words.
Though we have shared no bed, we're man and wife: 2815
how could I ever cast her from my heart?
Whatever it may cost in gold, in time,
I shall not quit until I see her face."

He suffered more than all the words could say—
stifling his sobs, he bade goodbye and left.   2820
He hurried home, arranged a garden lodge,
then he went back to fetch Kiều's parents there.
He saw to their well-being day and night
like their own son, in their lost daughter's stead.

With ink and tears he wrote away for news—   2825
agents he sent and missives he dispatched.
Who knows how much he spent on things, on men,
and several times he trekked to far Lin-ch'ing.
He would search here while she was staying there.
Where should he look between the sky and sea?   2830
He yearned and pined—he seemed to have his soul
inside a kiln, his heart beneath a plow.
The silkworm, spinning, wasted day by day;
the gaunt cicada, bit by frost, shrank more.

Thẫn-thờ lúc tỉnh lúc mê,   2835
máu theo nước mắt hồn lìa chiêm-bao.

Xuân-huyên lo-sợ xiết bao,
quá ra khi đến thế nào mà hay.

Vội-vàng sắm-sửa chọn ngày,
duyên Vân sớm đã xe dây cho chàng.   2840

Người yểu-điệu kẻ văn-chương,
trai tài gái sắc xuân đang vừa thì.

Tuy rằng vui chữ vu-qui,
vui này đã cất sầu kia được nào.

Khi ăn-ở lúc ra vào,   2845
càng âu duyên mới càng dào tình xưa.

Nỗi nàng nhớ đến bao giờ,
tuôn châu đòi trận vò tơ trăm vòng.

Có khi vắng-vẻ thư-phòng,
đốt lò hương giở phím đồng ngày xưa.   2850

Bẻ-bai rủ-rỉ tiếng tơ,
trầm bay lạt khói gió đưa lay rèm.

Dường như bên nóc bên thềm,
tiếng kiều đồng-vọng bóng xiêm mơ-màng.

Bởi lòng tạc đá ghi vàng,   2855
tưởng nàng nên lại thấy nàng về đây.

Những là phiền-muộn đêm ngày,
xuân thu biết đã đổi-thay mấy lần?

Chế-khoa gặp hội trường văn,
Vương Kim cùng chiếm bảng xuân một ngày.   2860

Cửa trời rộng mở đường mây,
hoa chào ngõ hạnh hương bay dặm phần.

Chàng Vương nhớ đến xa gần,
sang nhà Chung-lão tạ ân chu-tuyền.

Tình xưa ân trả nghĩa đền,   2865
gia-thân lại mới kết duyên Châu-Trần.

Kim từ nhẹ bước thanh-vân,
nỗi nàng càng nghĩ xa gần càng thương.

Ấy ai dặn ngọc thề vàng?
Bây giờ Kim-mã ngọc-đường với ai?   2870

Ngọn bèo chân sóng lạc-loài,
nghĩ mình vinh-hiển thương người lưu-ly.

Vâng ra ngoại-nhậm Lâm-tri,

He languished, half alive, half dead—he'd weep 2835
real tears of blood, but lose his soul to dreams.
    His parents took alarm because they feared*
what, gone too far, his grief might lead him to.
In haste they readied things and chose a date:
an early marriage tied young Kim and Vân. 2840
A graceful girl, a brilliant scholar wed,
uniting charms and gifts in their full flush.
Though he found joy in matrimonial life,
how could this happiness outweigh that grief?
They lived together—as he came to care 2845
for his new union, surged his love of old.
Whenever he remembered Kiều's ordeal,
he wept and felt a tightened knot inside.
    At times, in his hushed study, he would light
the incense burner, play the lute of yore. 2850
Silk strings would sigh sweet moans while scentwood smoke
spread fragrant wisps and breezes stirred the blinds.
Then, from the steps beneath the roof, he'd hear
a girl's faint voice—he'd glimpse what seemed a skirt.
Because he'd etched his love in stone and bronze, 2855
he'd dream of her and think she had come back,

    His days and nights were steeped in dismal gloom
while spring and autumn wheeled and wheeled about.
For learned men a contest now took place:
young Vương and Kim attained the honor roll.* 2860
Heaven's broad gate swung open—flowers hailed them
in His Majesty's park, fame reached their heaths.*
    Young Vương still kept in mind those days long past:
he called on Chung to settle his great debt.
He paid it off in full, then took to wife 2865
Chung's daughter, thus allying their two clans.
    As Kim stepped briskly on amidst blue clouds,*
he thought of Kiều and sorrowed all the more.
With whom had he exchanged those vows of troth?*
With whom was he now sharing jade and gold?* 2870
Poor fern afloat down in the troughs of waves—
with honors blessed, he mourned her wandering life.
    Then he was sent to serve in far Lin-tzu:

quan-san nghìn dặm thê-nhi một đoàn.

Cầm-đường ngày tháng thanh-nhàn, 2875
sớm khuya tiếng hạc tiếng đàn tiêu-dao.

Phòng xuân trướng rủ hoa đào,
nàng Vân nằm bỗng chiêm-bao thấy nàng.

Tỉnh ra mới rỉ cùng chàng,
nghe lời chàng cũng hai đường tin nghi: 2880

"Nọ Lâm-thanh với Lâm-tri,
"khác nhau một chữ hoặc khi có lầm.

"Trong cơ thanh khí tương tầm,
"ở đây hoặc có giai-âm chăng là?"

Thăng-đường chàng mới hỏi-tra, 2885
họ Đô có kẻ lại già thưa lên:

"Sự này đã ngoại mười niên,
"tôi đã biết mặt biết tên rành-rành.

"Tú-bà cùng Mã Giám-sinh,
"đi mua người ở Bắc-kinh đưa về. 2890

"Thúy Kiều tài sắc ai bì,
"có nghệ đàn lại đủ nghề văn-thơ.

"Kiên-trinh chẳng phải gan vừa,
"liều mình thế ấy phải lừa thế kia.

"Phong-trần chịu đã ê-chề, 2895
"dây duyên sau lại xe về Thúc-lang.

"Phải tay vợ cả phù-phàng,
"bắt về Vô-tích toan đường bẻ hoa.

"Dứt mình nàng phải trốn ra,
"chẳng may lại gặp một nhà Bạc kia. 2900

"Thoắt buôn về thoắt bán đi,
"mây trôi bèo nổi thiếu gì là nơi.

"Bỗng đâu lại gặp một người,
"hơn đời trí dũng nghiêng trời uy-linh.

"Trong tay mười vạn tinh-binh, 2905
"kéo về đóng chật một thành Lâm-tri.

"Tóc-tơ các tích mọi khi,
"oán thì trả oán ân thì trả ân.

"Đã nên có nghĩa có nhân,
"trước sau trọn-vẹn xa gần ngợi-khen. 2910

"Chưa từng được họ được tên,
"sự này hỏi Thúc sinh-viên mới tường."

Nghe lời Đô nói rõ-ràng,

with loved ones he trekked over hill and dale.
Now, in his yamen, he lived leisured days*   2875
amidst the lute's sweet sounds, the crane's soft cries.*

    On a spring night, in her peach-curtained room,
asleep Vân dreamed and saw her sister Kiều.
When she awoke, she told her spouse at once.
He wondered, torn between mistrust and hope: 2880
"Lin-ch'ing, Lin-tzu—they differ by one word:
they may have been mistaken each for each.
Two sisters, kindred souls, met in a dream—*
perchance, we shall receive good tidings here."

    Now, working in his office, he inquired.   2885
Old Đô, one of his clerks, gave this report:*
"It all began more than ten years ago—
I knew them all quite well, each name, each face.
Dame Tú and Scholar Mã went to Peking—
they purchased Kiều and brought her back with them.   2890
In looks and gifts she stood without a peer.
She played the lute and wrote both prose and verse.
She wished to save her virtue, fiercely fought,
and tried to kill herself, so they used tricks.
She had to live in mud till she turned numb,   2895
then marriage ties attached her to young Thúc.
But his first wife laid cruel hands on her
and held her in Wu-hsi to nip the flower.
When she betook herself from there and fled,
bad luck would have her fall among the Bạcs.   2900
No sooner caught than she was sold once more:
a cloud, a fern, she drifted here and there.
She happened on a man: he beat the world
in wit and grit, shook heaven by sheer might.
Leading a hundred thousand seasoned troops,   2905
he came and stationed them throughout Lin-tzu.
Here Kiều cleared off all scores from her sad past:
she rendered good for good or ill for ill.
She proved her loyal heart, her kindly soul—
she paid all debts, won praise from near and far.   2910
I did not get to know the hero's name—
for this detail please query Scholar Thúc."

    After he heard old Đô's clear-drawn account,

tức-thì đưa thiếp mời chàng Thúc-sinh.

Nỗi nàng hỏi hết phân-minh:

"Chồng-con đâu tá tính-danh là gì?"   2915

Thúc rằng: "Gặp buổi loạn-ly,

"trong quân tôi hỏi thiếu gì tóc-tơ.

"Đại-vương tên Hải họ Từ,

"đánh quen trăm trận sức dư muôn người.   2920

"Gặp nàng khi ở châu Thai,

"lạ gì quốc-sắc thiên-tài phải duyên.

"Vẫy-vùng trong bấy nhiêu niên,

"làm cho động-địa kinh-thiên đùng-đùng.

"Đại-quân đồn đóng cõi Đông,   2925

"về sau chẳng biết vân-mòng làm sao."

Nghe tường ngành-ngọn tiêu-hao,

lòng riêng chàng luống lao-đao thần-thờ:

"Xót thay chiếc lá bơ-vơ!

"Kiếp trần biết giũ bao giờ cho xong?   2930

"Hoa trôi nước chảy xuôi dòng,

"xót thân chìm-nổi đau lòng hợp-tan.

"Lời xưa đã lỗi muôn-vàn,

"mảnh hương còn đó phím đàn còn đây.

"Đàn cầm khéo ngẩn-ngơ dây,   2935

"lửa-hương biết có kiếp này nữa thôi?

"Bình-bồng còn chút xa-xôi,

"đỉnh-chung sao nỡ ăn ngồi cho an?"

Rắp mong treo ấn từ quan,

mấy sông cũng lội mấy ngàn cũng pha.   2940

Giãn mình trong áng can-qua,

vào sinh ra tử họa là thấy nhau.

Nghĩ điều trời thẳm vực sâu,

bóng chim tăm cá biết đâu mà nhìn.

Những là nấn-ná đợi tin,   2945

nắng-mưa biết đã mấy phen đổi-dời.

Năm mây bỗng thấy chiều trời,

khâm-ban sắc-chỉ đến nơi rành-rành.

Kim thì cải-nhậm Nam-bình,

chàng Vương cũng cải-nhậm thành Phú-dương.   2950

Sắm-sanh xe-ngựa vội-vàng,

hai nhà cùng thuận một đường phó-quan.

Xảy nghe thế giặc đã tan,

Kim sent his card and bade Thúc visit him.
He asked his guest to settle dubious points: 2915
"Where is Kiều's husband now? And what's his name?"
    Thúc answered: "Caught in those wild times of strife,
I probed and asked some questions while at camp.
The chieftain's name was Hải, his surname Từ—
he won all battles, overwhelmed all foes.   2920
He chanced to meet her while he was in T'ai—
genius and beauty wed, a natural course.
For many years he stormed about the world:
his thunder made earth quake and heaven quail!
He garrisoned his army in the East—   2925
since then, all signs and clues of him are lost."
    Kim heard and knew the story root and branch—
anguish and dread played havoc with his heart:
"Alas for my poor leaf, a toy of winds!
When could she ever shake the world's foul dust?   2930
As flows the stream, the flower's swept along—
I grieve her wave-tossed life, detached from mine.
From all our broken pledges I still keep
a bit of incense there, and here this lute.
Its soul has fled the strings—will incense there   2935
give us its fire and fragrance in this life?
While she's now wandering, rootless, far from home,
how can I wallow in soft ease and wealth?"
His seal of office he'd as soon resign—
then he would cross all streams and scale all heights,   2940
then he would venture onto fields of war
and risk his life to look for his lost love.
But heaven showed no track, the sea no trail—
where could he seek the bird or find the fish?
    While he was pausing, waiting for some news,   2945
who knows how often cycled sun and rain?
Now from the throne, on rainbow-tinted sheets,
arrived decrees that clearly ordered thus:
Kim should assume new office in Nan-ping,
Vương was transferred to functions at Fu-yang.   2950
In haste they purchased horse and carriage, then
both families left together for their posts.
The news broke out: The rebels had been crushed—

sóng êm Phúc-kiên lửa tàn Chiết-giang.

Được tin Kim mới rủ Vương,   2955
tiện đường cùng lại tìm nàng sau xưa.

Hàng-châu đến đó bây giờ,
thật tin hỏi được tóc-tơ rành-rành.

Rằng: "Ngày hôm nọ giao-binh,
"thất-cơ Từ đã thu-linh trận-tiền.   2960

"Nàng Kiều công cả chẳng đền,
"lệnh quan lại bắt ép duyên thổ-tù.

"Nàng đà gieo ngọc trầm châu,
"sông Tiền-đường đó ấy mồ hồng-nhan."

Thương ôi không hợp mà tan!   2965
Một nhà vinh-hiển riêng oan một nàng.

Chiêu-hồn thiết-vị lễ thường,
giải oan lập một đàn-tràng bên sông.

Ngọn triều non bạc trùng-trùng,
vời trông còn tưởng cánh hồng lúc gieo.   2970

Tình thâm bể thảm lạ điều,
nào hồn tinh-vệ biết theo chốn nào?

Cơ duyên đâu bỗng lạ sao,
Giác Duyên đâu bỗng tìm vào đến nơi.

Trông lên linh-vị chữ bài,   2975
thất-kinh mới hỏi: "Những người đâu ta?

"Với nàng thân-thích gần xa?
"Người còn sao bỗng làm ma khóc người?"

Nghe tin ngơ-ngác rụng-rời.
Xúm quanh kể-lể rộn lời hỏi-tra: 2980

"Này chồng này mẹ này cha,
"này là em ruột này là em dâu.

"Thật tin nghe đã bấy lâu,
"pháp-sư dạy thế sự đâu lạ dường!"

Sư rằng: "Nhân-quả với nàng,   2985
"Lâm-tri buổi trước Tiền-đường buổi sau.

"Khi nàng gieo ngọc trầm châu,
"đón nhau tôi đã gặp nhau rước về.

"Cùng nhau nương cửa bồ-đề,
"thảo-am đó cũng gần kề chẳng xa.   2990

"Phật-tiền ngày bạc lân-la,
"đăm-đăm nàng cùng nhớ nhà khôn khuây."

waves stilled, fires quenched in Fukien and Chekiang.
Informed, Kim thereupon requested Vương   2955
to help him look for Kiều along the way.
When they both reached Hang-chow, they could obtain
precise and proven facts about her fate.
This they were told: "One day, the fight was joined.
Từ, ambushed, fell a martyr on the field.   2960
Kiều's signal service earned her no reward:
by force they made her wed a tribal chief.
She drowned that body fine as jade, as pearl:
the Ch'ien-t'ang river has become her grave."
   Ah, torn asunder not to meet again!   2965
They all were thriving—she had died foul death.

   To rest her soul, they set her tablet up,
installed an altar on the riverbank.
The tide cast wave on silver-crested wave:
gazing, all pictured how the bird had dropped.*   2970
Deep love, a sea of griefs—so strange a fate!
Where had it strayed, the bird's disconsolate soul?*
   How queerly fortune's wheel will turn and spin!
Giác Duyên now somehow happened by the spot.
She saw the tablet, read the written name.   2975
She cried, astonished: "Who are you, my friends?
Are you perchance some kith or kin of hers?
But she's alive! Why all these mourning rites?"
   They heard the news and nearly fell with shock.
All mobbed her, talked away, asked this and that: 2980
"Her husband here, her parents over there,
and there her sister, brother, and his wife.
From truthful sources we heard of her death,
but now you tell us this amazing news!"
   "Karma drew us together," said the nun,   2985
"first at Lin-tzu, and next by the Ch'ien-t'ang.
When she would drown her beauteous body there,
I stood at hand and brought her safe to shore.
She's made her home within the Bodhi gate—
our grass-roofed cloister's not too far from here.   2900
At Buddha's feet calm days go round and round,
but her mind's eye still fastens on her home."

Nghe tin nở mặt nở mày,
mừng nào lại quá mừng này nữa chăng?

Từ phen chiếc lá lìa rừng,   2995
thăm-tìm luống những liệu chừng nước-mây.

Rõ-ràng hoa rụng hương bay,
kiếp sau họa thấy kiếp này hẳn thôi.

Minh-dương đôi ngả chắc rồi,
cõi trần mà lại thấy người cứu-nguyên!   3000

Cùng nhau lạy tạ Giác Duyên,
bộ-hành một lũ theo liền một khi.

Bẻ lau vạch cỏ tìm đi,
tình thâm luống hãy hồ-nghi nửa phần.

Quanh-co theo dải giang-tân,   3005
khỏi rừng lau đã tới sân Phật-đường.

Giác Duyên lên tiếng gọi nàng,
buồng trong vội dạo sen vàng bước ra.

Nhìn xem đủ mặt một nhà,
xuân già còn khỏe huyên già còn tươi,   3010

hai em phương-trưởng hòa hai,
nọ chàng Kim đó là người ngày xưa.

Tưởng bây giờ là bao giờ?
Rõ-ràng mở mắt còn ngờ chiêm-bao.

Giọt châu thánh-thót quẹn bào,   3015
mừng mừng tủi tủi xiết bao là tình.

Huyên già dưới gối gieo mình,
khóc-than mình kể sự mình đầu đuôi:

"Từ con lưu-lạc quê người,
"bèo trôi sóng vỗ chốc mười lăm năm.   3020

"Tính rằng sông-nước cát-lầm,
"kiếp này ai lại còn cầm gặp đây."

Ông-bà trông mặt cầm tay,
dung-quang chẳng khác chi ngày bước ra.

Bấy chầy dãi nguyệt dầu hoa,   3025
mười phần xuân có gầy ba bốn phần.

Nỗi mừng biết lấy gì cân?
Lời tan-hợp chuyện xa-gần thiếu đâu.

Hai em hỏi trước han sau,
đứng trông chàng cũng trở sầu làm tươi.   3030

Quây nhau lạy trước Phật-đài,
tái-sinh trần-tạ lòng người từ-bi.

At what was heard all faces glowed and beamed:
could any bliss on earth exceed this joy?
The leaf had left its grove—since that dark day,   2995
they'd vainly searched all streams and scanned all clouds.
The rose had fallen, its sweet scent had failed:
they might see her in afterworlds, not here.
She'd gone the way of night, they dwelt with day—*
now, back from those Nine Springs, she walked on earth!*   3000
    All knelt and bowed their thanks to old Giác Duyên,
then in a group they followed on her heels.
They cut and cleared their way through reed and rush,
their loving hearts half doubting yet her word.
By twists and turns they edged along the shore,   3005
pushed past that jungle, reached the Buddha's shrine.
In a loud voice, the nun Giác Duyên called Kiều,
and from an inner room she hurried out.
    She glanced and saw her folks—they all were here:
Father looked still quite strong, and Mother spry;*   3010
both sister Vân and brother Quan grown up;
and over there was Kim, her love of yore.
Could she believe this moment, what it seemed?
Was she now dreaming open-eyed, awake?
Tear-pearls dropped one by one and damped her smock—   3015
she felt such joy and grief, such grief and joy.
    She cast herself upon her mother's knees*
and, weeping, told of all she had endured:
"Since I set out to wander through strange lands,
a wave-tossed fern, some fifteen years have passed.   3020
I sought to end it in the river's mud—
who could have hoped to see you all on earth?"
    The parents held her hands, admired her face:
that face had not much changed since she left home.
The moon, the flower, lashed by wind and rain   3025
for all that time, had lost some of its glow.
What scale could ever weigh their happiness?
Present and past, so much they talked about!
The two young ones kept asking this or that
while Kim looked on, his sorrow turned to joy.   3030
Before the Buddha's altar all knelt down
and for Kiều's resurrection offered thanks.

Kiệu hoa giục-giã tức-thì,
Vương-ông dạy rước cùng về một nơi.

Nàng rằng: "Chút phận hoa rơi,   3035
"nửa đời nêm trải mọi mùi đắng-cay.

"Tính rằng mặt nước chân mây,
"lòng nào còn tưởng có rày nữa không?

"Được rày tái-thế tương-phùng,
"khát-khao đã thỏa tâm lòng lâu nay.   3040

"Đã đem mình bỏ am mây,
"tuổi này gửi với cỏ-cây cũng vừa.

"Mùi thiền đã bén muối-dưa,
"màu thiền ăn-mặc đã ưa nâu-sồng.

"Sự đời đã tắt lửa lòng,   3045
"còn chen vào chốn bụi hồng làm chi?

"Dớ-dang nào có hay gì?
"Đã tu tu trót qua thì thì thôi.

"Trùng-sinh ân nặng bể trời,
"lòng nào nỡ dứt nghĩa người ra đi?"   3050

Ông rằng: "Bỉ thử nhất thì!
"Tu-hành thì cũng phải khi tòng quyền.

"Phải điều cầu Phật cầu tiên,
"tình kia hiếu nọ ai đền cho đây?

"Độ-sinh nhờ đức cao-dày,   3055
"lập am rồi sẽ rước thầy ở chung."

Nghe lời nàng phải chiều lòng,
giả sư giả cảnh đều cùng bước ra.

Một nhà về đến quan-nha,
đoàn-viên vội mở tiệc hoa vui-vầy.   3060

Tàng-tàng chén cúc dớ say,
đứng lên Vân mới giải-bày một hai.

Rằng: "Trong tác-hợp cơ trời,
"hai bên gặp-gỡ một lời kết-giao.

"Gặp cơn bình địa ba đào   3065
"vậy đem duyên chị buộc vào cho em.

"Cũng là phận cái duyên kim,
"cũng là máu chảy ruột mềm chớ sao?

"Những là rày ước mai ao,
"mười lăm năm ấy biết bao nhiêu tình.   3070

"Bây giờ gương vỡ lại lành,
"khuôn thiêng lừa-lọc đã dành có nơi.

At once they ordered sedans decked with flowers—
old Vương bade Kiều be carried home with them.
"I'm nothing but a fallen flower," she said. 3035
"I drank of gall and wormwood half my life.
I thought to die on waves beneath the clouds—
how could my heart nurse hopes to see this day?
Yet I've survived and met you all again,
and slaked the thirst that long has parched my soul. 3040
This cloister's now my refuge in the wilds—
to live with grass and trees befits my age.
I'm used to salt and greens in Dhyana fare;
I've grown to love the drab of Dhyana garb.
Within my heart the fire of lust is quenched— 3045
why should I roll again in worldly dust?
What good is that, a purpose half achieved?
To nunhood vowed, I'll stay here till the end.
I owe to her who saved me sea-deep debts—
how can I cut my bonds with her and leave?" 3050
Old Vương exclaimed: "Other times, other tides!*
Even a saint must bow to circumstance.*
You worship gods and Buddhas—who'll discharge
a daughter's duties, keep a lover's vows?
High Heaven saved your life—we'll build a shrine 3055
and have our Reverend come, live there near us."
Heeding her father's word, Kiều had to yield:
she took her leave of cloister and old nun.
The group returned to Kim's own yamen where,
for their reunion, they all held a feast. 3060
After mum wine instilled a mellow mood,
Vân rose and begged to air a thought or two;
"It's Heaven's own design that lovers meet,
so Kim and Kiều did meet and swear their troth.
Then, over peaceful earth wild billows swept, 3065
and in my sister's place I wedded him.
Amber and mustard seed, lodestone and pin!*
Besides, 'when blood is spilt, the gut turns soft.'*
Day after day, we hoped and prayed for Kiều
with so much love and grief these fifteen years. 3070
But now the mirror cracked is whole again:*
wise Heaven's put her back where she belongs.*

"Còn duyên may lại còn người,
"còn vầng trăng cũ còn lời nguyền xưa.
    "Quả mai ba bảy đang vừa,   3075
"đào non sớm liệu xe tơ kịp thì!"
    Dứt lời nàng vội gạt đi:
"Sự muôn năm cũ kể chi bây giờ?
    "Một lời tuy có ước xưa,
"xét mình dài gió dầu mưa đã nhiều.   3080
    "Nói càng hổ-thẹn trăm chiều,
"thà cho ngọn nước thủy-triều chảy xuôi."
    Chàng rằng: "Nói cùng lạ đời!
"Dẫu lòng kia vậy còn lời ấy sao?
    "Một lời đã trót thâm-giao,   3085
"dưới dày có đất trên cao có trời.
    "Dẫu rằng vật đổi sao dời,
"tử-sinh cũng giữ lấy lời tử-sinh.
    "Duyên kia có phụ chi tình,
"mà toan xẻ gánh chung-tình làm hai?"   3090
    Nàng rằng: "Gia-thất duyên hài,
"chút lòng ân-ái ai ai cũng lòng.
    "Nghĩ rằng trong đạo vợ-chồng,
"hoa thơm phong nhị trăng vòng tròn gương.
    "Chữ trinh đáng giá nghìn vàng,   3095
"đuốc hoa chẳng thẹn với chàng mai xưa?
    "Thiếp từ ngộ-biến đến giờ,
"ong qua bướm lại đã thừa xấu-xa.
    "Bấy chầy gió táp mưa sa,
"mấy trăng cũng khuyết mấy hoa cũng tàn.   3100
    "Còn chi là cái hồng-nhan?
"Đã xong thân-thể còn toan nỗi nào?
    "Nghĩ mình chẳng hổ mình sao,
"dám đem trần-cấu dự vào bố-kinh.
    "Đã hay chàng nặng vì tình,   3105
"trông hoa đèn chẳng thẹn mình lắm ru!
    "Từ rày khép cửa phòng thu,
"chẳng tu thì cũng như tu mới là.
    "Chàng dầu nghĩ đến tình xa,
"đem tình cầm-sắt đổi ra cầm-cờ.   3110
    "Nói chi kết tóc xe tơ,
"đã buồn cả ruột lại dơ cả đời."

She still loves him and, luckily, still has him—
still shines the same old moon both once swore by.
The tree still bears some three or seven plums,*   3075
the peach stays fresh—it's time to tie the knot!" *
    Kiều brushed her sister's speech aside and said:
"Why now retell a tale of long ago?
We once did pledge our troth, but since those days,
my life has been exposed to wind and rain.   3080
I'd die of shame discussing what's now past—
let those things flow downstream and out to sea!"
    "A curious way to put it!" Kim cut in.
"Whatever you may feel, your oath remains.
A vow of troth is witnessed by the world,   3085
by earth below and heaven far above.
Though things may change and stars may shift their course,
sworn pledges must be kept in life or death.
Does fate, which brought you back, oppose our love?
We two are one—why split us in two halves?"   3090
    "A home where love and concord reign," Kiều said,
"whose heart won't yearn for it? But I believe
that to her man a bride should bring the scent
of a close bud, the shape of a full moon.
It's priceless, chastity—by nuptial torch,   3095
am I to blush for what I'll offer you?
Misfortune struck me—since that day the flower
fell prey to bees and butterflies, ate shame.
For so long lashed by rain and swept by wind,
a flower's bound to fade, a moon to wane.   3100
My cheeks were once two roses—what's now left?
My life is done—how can it be remade?
How dare I, boldfaced, soil with worldly filth
the homespun costume of a virtuous wife?*
You bear a constant love for me, I know—   3105
but where to hide my shame by bridal light?
From this day on I'll shut my chamber door:
though I will take no vows, I'll live a nun.
If you still care for what we both once felt,
let's turn it into friendship—let's be friends.*   3110
Why speak of marriage with its red silk thread?*
It pains my heart and further stains my life."

Chàng rằng: "Khéo nói nên lời!
"Mà trong lẽ phải có người có ta.
  "Xưa nay trong đạo đàn bà,   3115
"chữ trinh kia cũng có ba bảy đường.
  "Có khi biến có khi thường,
"có quyền nào phải một đường chấp-kinh.
  "Như nàng lấy hiếu làm trinh,
"bụi nào cho đục được mình ấy vay?   3120
  "Trời còn để có hôm nay,
"tan sương đầu ngõ vén mây giữa trời.
  "Hoa tàn mà lại thêm tươi,
"trăng tàn mà lại hơn mười rằm xưa.
  "Có điều chi nữa mà ngờ,   3125
"khách qua đường để hững-hờ chàng Tiêu."
  Nghe chàng nói đã hết điều,
hai thân thì cũng quyết theo một bài.
  Hết lời khôn lẽ chối lời,
cúi đầu nàng những vắn dài thở-than.   3130
  Nhà vừa mở tiệc đoàn-viên,
hoa soi ngọn đuốc hồng chen bức là.
  Cùng nhau giao-bái một nhà,
lễ đà đủ lễ đôi đà xứng đôi.
  Động-phòng dìu-dặt chén mồi,   3135
bâng-khuâng duyên mới ngậm-ngùi tình xưa.
  Những từ sen ngó đào tơ,
mười lăm năm mới bây giờ là đây.
  Tình-duyên ấy hợp-tan này,
bi-hoan mấy nỗi đêm chầy trăng cao.   3140
  Canh khuya bức gấm rủ thao,
dưới đèn tỏ rạng má đào thêm xuân.
  Tình-nhân lại gặp tình-nhân,
hoa xưa ong cũ mấy phân chung-tình.
  Nàng rằng: "Phận thiếp đã đành,   3145
"có làm chi nữa cái mình bỏ đi.
  "Nghĩ chàng nghĩa cũ tình ghi,
"chiều lòng gọi có xướng-tùy mảy-may.
  "Riêng lòng đã thẹn lắm thay,
"cũng đà mặt dạn mày dày khó coi.   3150
  "Những như âu-yếm vành ngoài,
"còn toan mở mặt với người cho qua.

"How skilled you are in spinning words!" Kim said.
"You have your reasons—others have their own.
Among those duties falling to her lot,   3115
a woman's chastity means many things.
For there are times of ease and times of stress:
in crisis, must one rigid rule apply?
True daughter, you upheld a woman's role:
what dust or dirt could ever sully you?   3120
Heaven grants us this hour: now from our gate
all mists have cleared; on high, clouds roll away.
The faded flower's blooming forth afresh,
the waning moon shines more than at its full.
What is there left to doubt? Why treat me like   3125
another Hsiao, a passerby ignored?" *

        He argued, pleaded, begged—she heard him through.
Her parents also settled on his plans.
Outtalked, she could no longer disagree:
she hung her head and yielded, stifling sighs.   3130

        They held a wedding-feast—bright candles lit
all flowers, set aglow the red silk rug.
Before their elders groom and bride bowed low—
all rites observed, they now were man and wife.

        In their own room they traded toasts, still shy   3135
of their new bond, yet moved by their old love.
Since he, a lotus sprout, first met with her, *
a fresh peach bud, fifteen full years had fled.
To fall in love, to part, to reunite—
both felt mixed grief and joy as rose the moon.   3140

        The hour was late—the curtain dropped its fringe:
under the light gleamed her peach-blossom cheeks.
Two lovers met again—out of the past,
a bee, a flower constant in their love.

        "I've made my peace with my own fate," she said. 3145
"What can this cast-off body be good for?
I thought of your devotion to our past—
to please you, I went through those wedding rites.
But how ashamed I felt in my own heart,
lending a brazen front to all that show!   3150
Don't go beyond the outward marks of love—
perhaps, I might then look you in the face.

"Lại như những thói người ta,
"vớt hương dưới đất bẻ hoa cuối mùa.

"Khéo là giở nhuốc bày trò,   3155
"còn tình đâu nữa mà thù đẩy thôi.

"Người yêu ta xấu với người,
"yêu nhau thì lại bằng mười phụ nhau.

"Cửa-nhà dầu tính về sau,
"thì còn em đó lọ cầu chị đây.   3160

"Chữ trinh còn một chút này,
"chẳng cầm cho vững lại giày cho tan.

"Còn nhiều ân-ái chan-chan,
"hay gì vầy cánh hoa tàn mà chơi?"

Chàng rằng: "Gắn-bó một lời,   3165
"bỗng không cá nước chim trời lỡ nhau.

"Xót người lưu-lạc bấy lâu,
"tưởng thể-thốt nặng cùng đau-đớn nhiều.

"Thương nhau sinh-tử đã liều,
"gặp nhau còn chút bấy nhiêu là tình.   3170

"Chừng xuân tơ liễu còn xanh,
"nghĩ rằng chưa thoát khỏi vành ái-ân.

"Gương trong chẳng chút bụi trần,
"một lời quyết hẳn muôn phần kính thêm.

"Bấy lâu đáy bể mò kim,   3175
"là nhiều vàng-đá phải tìm trăng-hoa?

"Ai ngờ lại hợp một nhà,
"lọ là chăn-gối mới ra sắt-cầm."

Nghe lời sửa áo cài trâm,
khấu-đầu lạy tạ cao-thâm nghìn trùng: 3180

"Thân tàn gạn đục khơi trong,
"là nhờ quân-tử khác lòng người ta.

"Mấy lời tâm-phúc ruột-rà,
"tương-tri dường ấy mới là tương-tri.

"Chớ-che đùm-bọc thiếu gì,   3185
"trăm năm danh-tiết cùng vì đêm nay."

Thoắt thôi tay lại cầm tay,
càng yêu vì nết càng say vì tình.

Thêm nên giá nổi hương bình,
cùng nhau lại chuốc chén quỳnh giao-hoan.   3190

Tình xưa lai-láng khôn hàn,
thong-dong lại hỏi ngón đàn ngày xưa.

But if you want to get what they all want,
glean scent from dirt, or pluck a wilting flower,
then we'll flaunt filth, put on a foul display,   3155
and only hate, not love, will then remain.
When you make love and I feel only shame,
then rank betrayal's better than such love.
If you must give your clan a rightful heir,
you have my sister—there's no need for me.   3160
What little chastity I may have saved,
am I to fling it under trampling feet?
More tender feelings pour from both our hearts—
why toy and crumple up a faded flower?"
     "An oath bound us together," he replied.   3165
"We split, like fish to sea and bird to sky.
Through your long exile how I grieved for you!
Breaking your troth, you must have suffered so.
We loved each other, risked our lives, braved death—
now we two meet again, still deep in love.   3170
The willow in mid-spring still has green leaves—
I thought you still attached to human love.
But no more dust stains your clear mirror now:
your vow can't but increase my high regard.
If I long searched the sea for my lost pin,*   3175
it was true love, not lust, that urged me on.*
We're back together now, beneath one roof:
to live in concord, need two share one bed?" *
     Kiều pinned her hair and straightened up her gown,
then knelt to touch her head in gratitude: 3180
"If ever my soiled body's cleansed of stains,
I'll thank a gentleman, a noble soul.
The words you spoke came from a kindred heart:
no truer empathy between two souls.
A home, a refuge—what won't you give me?   3185
My honor lives again as of tonight."
     Their hands unclasped, then clasped and clasped again—
now he esteemed her, loved her all the more.
They lit another candle up, refilled
the incense urn, then drank to their new joy.   3190
His old desire for her came flooding back—
he softly asked about her luting skill.

Nàng rằng: "Vì mấy đường tơ,
"lắm người cho đến bây giờ mới thôi.

"Ăn-năn thì sự đã rồi,   3195
"nể lòng người cũ vâng lời một phen."

Phím đàn dìu-dặt tay tiên,
khói trầm cao thấp tiếng huyền gần xa.

Khúc đâu đầm-ấm dương-hòa,
ấy là hồ-điệp hay là Trang-sinh?   3200

Khúc đâu êm-ái xuân-tình,
ấy hồn Thục-đế hay mình đỗ-quyên?

Trong sao châu nhỏ duềnh quyên,
âm sao hạt ngọc Lam-điền mới đông.

Lọt tai nghe suốt năm cung,   3205
tiếng nào là chẳng não-nùng xôn-xao.

Chàng rằng: "Phổ ấy tay nào?
"Xưa sao sầu-thảm nay sao vui-vầy?

"Tẻ vui bởi tại lòng này,
"hay là khổ tận đến ngày cam lai?"   3210

Nàng rằng: "Vì chút nghề chơi,
"đoạn-trường tiếng ấy hại người bấy lâu.

"Một phen tri-kỷ cùng nhau,
"cuốn dây từ đấy về sau cũng chừa."

Chuyện-trò chưa cạn tóc-tơ,   3215
gà đã gáy sáng trời vừa rạng đông.

Tình riêng chàng lại nói sòng,
một nhà ai cũng lạ-lùng khen-khao.

Cho hay thục-nữ chí cao,
phải người sớm mận tối đào như ai?   3220

Hai tình vẹn-vẽ hòa hai,
chẳng trong chăn-gối cũng ngoài cầm-thơ.

Khi chén rượu khi cuộc cờ,
khi xem hoa nở khi chờ trăng lên.

Ba sinh đã phỉ mười nguyền,   3225
duyên đôi-lứa cũng là duyên bạn-bầy.

Nhớ lời lập một am mây,
khiến người thân-tín rước thầy Giác Duyên.

Đến nơi đóng cửa cài then,
rêu trùm kẻ ngạch cỏ len mái nhà.   3230

Sư đã hái thuốc phương xa,
mây bay hạc lánh biết là tìm đâu?

"Those strings of silk entangled me," she said,
"in sundry woes which haven't ceased till now.
Alas, what's done regrets cannot undo— 3195
but I'll obey your wish just one more time."
    Her elfin fingers danced and swept the strings—
sweet strains made waves with curls of scentwood smoke.
Who sang this hymn to life and peace on earth?
Was it a butterfly or Master Chuang?* 3200
And who poured forth this rhapsody of love?
The king of Shu or just a cuckoo-bird?*
Clear notes like pearls dropped in a moon-lit bay.
Warm notes like crystals of new Lan-t'ien jade.*
    His ears drank in all five tones of the scale— 3205
all sounds which stirred his heart and thrilled his soul.
"Whose hand is playing that old tune?" he asked.
"What sounded once so sad now sounds so gay!
It's from within that joy or sorrow comes—
have bitter days now set and sweet ones dawned?" 3210
"This pleasant little pastime," answered she,
"once earned me grief and woe for many years.
For you my lute just sang its one last song—
henceforth, I'll roll its strings and play no more."
    The secrets of their hearts were flowing still 3215
when cocks crowed up the morning in the east.
Kim spoke, told all about their private pact.
All marveled at her wish and lauded her—
a woman of high mind, not some coquette
who'd with her favors skip from man to man.* 3220
    Of love and friendship they fulfilled both claims—
they shared no bed but joys of lute and verse.
Now they sipped wine, now played a game of chess,
admiring flowers, waiting for the moon.
Their wishes all came true since fate so willed, 3225
and of two lovers marriage made two friends.
    As pledged, they built a temple on a hill,
then sent a trusted man to fetch the nun.
When he got there, he found doors shut and barred—
he saw a weed-grown rooftop, moss-filled cracks. 3230
She'd gone to gather simples, he was told:
the cloud had flown, the crane had fled—but where?

Nặng vì chút nghĩa bấy lâu,
trên am cứ giữ hương-dầu hôm mai.

Một nhà phúc lộc gồm hai.   3235
Nghìn năm dằng-dặc quan-giai lần-lần.

Thừa-gia chẳng hết nàng Vân,
một cây cù-mộc một sân quế-hòe.

Phong-lưu phú-quí ai bì?
Vườn xuân một cửa để bia muôn đời.   3240

Ngẫm hay muôn sự tại trời,
trời kia đã bắt làm người có thân.

Bắt phong-trần phải phong-trần,
cho thanh-cao mới được phần thanh-cao.

Có đâu thiên-vị người nào,   3245
chữ tài chữ mệnh dồi-dào cả hai.

Có tài mà cậy chi tài,
chữ tài liền với chữ tai một vần.

Đã mang lấy nghiệp vào thân,
cũng đừng trách lẫn trời gần trời xa.   3250

Thiện-căn ở tại lòng ta,
chữ tâm kia mới bằng ba chữ tài.

Lời quê chắp-nhặt dông-dài,
mua vui cũng được một vài trống canh.

For old times' sake, Kiều kept the temple lit,
its incense candles burning night and day.
    The twice-blessed home enjoyed both weal and wealth.   3235
Kim climbed the office ladder year by year.
Vân gave him many heirs: a stooping tree,*
a yardful of sophoras and cassia shrubs.*
In rank or riches who could rival them?
Their garden throve, won glory for all times.   3240

    This we have learned: with Heaven rest all things.
Heaven appoints each human to a place.
If doomed to roll in dust, we'll roll in dust;
we'll sit on high when destined for high seats.
Does Heaven ever favor anyone,   3245
bestowing both rare talent and good luck?
In talent take no overweening pride,
for talent and disaster form a pair.*
Our karma we must carry as our lot—
let's stop decrying Heaven's whims and quirks.   3250
Inside ourselves there lies the root of good:
the heart outweighs all talents on this earth.

    May these crude words, culled one by one and strung,
beguile an hour or two of your long night.

NOTES

Each number refers to a corresponding line in the English translation.

3 *a play of ebb and flow]* "an event [in which] the sea [becomes] mulberry [fields]." A passage in the Chinese collection entitled *Stories of Gods and Fairies (Shen Hsien Chuan)* reads: "Every thirty years, the vast sea turns into mulberry fields and mulberry fields turn into the vast sea." Hence, the Vietnamese phrase "sea and mulberry" (*bể-dâu*) refers to some upheaval or profound change either in nature or in the affairs of men. See also note 715.

5 *losses balance gains]* "(who) is rich in this is poor in that" (*bỉ sắc tư phong*). The Chinese adage, which makes the common observation that no one is perfect or enjoys complete happiness, has a Vietnamese equivalent in a folk saying: "[who] gets this loses that" (*được cái này mất cái kia*).

6 *a rose]* "rosy cheeks" (*má hồng*). The phrase refers to women, in general, and to beauties, in particular.

8 *old books]* "green chronicles" (*sử xanh*). The phrase alludes to the ancient Chinese custom of recording events on green bamboo slips.

9 *Chia-ching]* the reign title of the Ming emperor Shih-tsung who ruled China from 1522 to 1566.

10 *both capitals]* Ming China had two capitals: Peking (the northern capital) and Nanking (the southern capital). Kiều's family lived in Peking—this fact is not mentioned in the poem until Line 2043.

11 *a burgher]* a *yüan-wai* (*viên-ngoại*), the title for a commoner of some means in old China.
   Vương] Wang in Chinese.

13 *Vương Quan]* Wang Kuan in Chinese.

16 *Thúy Kiều ... Thúy Vân]* Ts'ui-ch'iao and Ts'ui-yün in Chinese. In the original novel, the two sisters are portrayed as follows: "Both girls possessed great beauty and gentle natures, and were skilled in poetry. Ts'ui-ch'iao also had refined manners, loved beautiful things, and knew music, at which she excelled in the playing of the *hu-ch'in*. Heaven had endowed Ts'ui-yün with a sedate temperament ... Ts'ui-ch'iao had eyelashes like willow leaves, eyes sparkling like jade, features like autumn streams, skin like peach blossoms. Ts'ui-yün was beautiful, too, but in a quiet, wholesome way."

27 *A glance or two from her, and kingdoms rocked!]* "[With] one or two [glances she] toppled kingdoms [or] toppled city walls." This is a paraphrase of two lines from a song by the Han poet Li Yen-nien (Lý Diên Niên).

31 *all five tones]* The traditional Chinese scale has five tones: *kung* (C), *shang* (D), *chiao* (E), *chih* (G), and *yü* (A).

32 *the lute]* the *hu-ch'in* (*hồ-cầm*) or "Hu stringed instrument." The Hu are an ancient Tartar people of northwest China related to the Hsiung-nu. In modern Chinese, a *hu-ch'in* is a two-string violin used in Peking opera. But Nguyễn Du probably had in mind the *p'i-p'a* (*tỳ-bà*), a four-string, pear-shaped guitar, which looks rather like the European lute. In old China, it was the most popular of several "barbarian" instruments introduced by Central Asian nomads.

    Ai Chang] Ai Ju-chang (Ngại Như Trương), a musican celebrated in a Han song, *Ai Ju-chang.*

33 *Cruel Fate]* "Thin Fate" (*Bạc-mệnh*). See also notes 411 and 753.

35 *womanhood]* "red skirts [or trousers]" (*hồng-quần*), the attire of well-born women in old China. See also note 2157.

36 *that time when maidens pinned their hair]* "the period [when one] gets to the hairpin" (*tuần cập-kê*). In old China, girls ritually pinned up their hair on reaching the age of fifteen, as a sign that they were ready for marriage.

38 *wooers]* "bees and butterflies" (*ong-bướm*). Cf. notes 1229 and 1586.
    the wall] the "east wall" (*tường đông*). In the *Mencius*, there is censure of a certain fellow who "climbed over the wall of neighbors to the east and tried to seduce their daughter." An East Asian equivalent of the wall under Juliet's balcony, the "east wall" has become the symbol of an illicit love tryst. See also notes 284 and 1093.

43 *the Feast of Light]* Ch'ing-ming ("pure and bright"), a spring festival in old China, when people put graves in order and made offerings to the dead.

45 *merry pilgrims]* "swallows and orioles" (*yến-anh*). Cf. note 64.

48 *a crush of clothes, a rush of wheels and steeds]* "horses and carriages like water, upper and lower garments like *nen* grass." *Nen* is a kind of grass with long, slender stems like tubes that grow packed together.

62 *Đạm Tiên]* Tan-hsien in Chinese.

64 *lovers]* "swallows and orioles" (*yến-anh*). Cf. note 45.

65 *roses]* "rosy faces" (*hồng-nhan*). See also note 6.

70 *the pin had snapped, the vase had crashed]* "the hairpin [had] broken, the [flower] vase [had] fallen" (*trâm gãy bình rơi*). This double metaphor of Chinese origin describes the death of a beautiful woman or of one's wife or ladylove. Cf. note 749.

71 *A death-still silence filled the void, her room]* "the empty room was as still as a sheet."

77 *a coffin]* "a piece [made of] catalpa [wood]" (*nếp tử*).
a hearse] "a vehicle [decorated with] beads" (*xe châu*). Cf. note 921.

79 *For many moons]* "Going through so many [times when] the hare dives [and] the crow dips," i.e., through many moonsets and sunsets. According to Chinese mythology, there is a jade (or silver) hare on the moon and a golden crow on the sun.

82 *tears]* "pearls" (*châu*).

86 *rose-fresh cheeks]* "rosy cheeks" (*má hồng*). See also note 6.

89 *they ... who shared in her embrace]* "men [who as] male phoenixes together shared the female phoenix."

90 *they ... who lusted for her charms]* "men [who] desired the green [and] craved the red [of her beauty]."

94 *the Yellow Springs]* suối vàng, the nether world, also known as the Nine Springs (*cửu-nguyên, cửu-tuyền*, or *chín suối*). Cf. notes 710, 734, 1685, and 3000.

100 *four lines of stop-short verse]* "four lines [with] three [words in the same] rhyme" (*bốn câu ba vần*). The chüeh-chü ("cut-off lines") quatrain was invented by T'ang poets to express intense feelings in the most compact form.

108 *all women]* "rosy faces" (*hồng-nhan*). See also notes 6, 65, and 86.

132 *an old-style poem]* a ku-shih poem not subject to length, rhyme, and tone restrictions and therefore a better medium than the regulated poem (*lü-shih*) for expressing a flood of feelings and emotions.

133 *To leave or stay—they all were wavering still ...]* Kim Trọng's appearance on the scene is described in a more perfunctory way in the Chinese novel: "While sisters and brother were still wavering between staying on and going home, they suddenly heard the sound of bells from a distance, and a young scholar riding a horse came toward them."

137 *He carried poems packing half his bag]* "[He] carried half a bagful of [poems about] the wind and the moon." The Chinese phrase *bán nang phong nguyệt* ("half a bag of wind and moon") refers to a poet's enjoyment of nature.

144 *some jade-and-ruby grove]* "ruby trees [with] jasper branches" (*cây quỳnh cành dao*).

148 *Kim Trọng]* Chin Chung in Chinese. According to the original novel, he "looked as handsome as P'an An [P'an Yo] and could improvise poems as fast as Tzu-chien [Ts'ao Chih]. Though he was only fifteen years of age, he already dreamed of marriage."

156 *two beauties locked in their Bronze Sparrow Tower]* In the Three Kingdoms period of Chinese history, Ts'ao Ts'ao (155–220) of Wei vowed to defeat the state of Wu and capture the two beautiful Ch'iao sisters for the harem of his palace, the Bronze Sparrow Tower in Honan. But a favorable wind enabled Chou Yü, the young military

commander of Wu, to destroy Ts'ao's fleet in 208 at a spot on the Yangtze called the Red Cliff. In a well-known quatrain, the T'ang poet Tu Mu (803–52) wrote: "Had the east wind not helped young Chou, the Bronze Sparrow/would have locked up two beauties in their spring."

159 *this season of new leaves]* "the period [when people] challenge [one another] to guess leaves" (*tuần đố lá*). This may be a reference to the T'ang springtime game of breaking off a branch at random and guessing whether the number of leaves on it was even or odd as an omen of good or bad luck.

161 *He caught a fleeting glimpse of both afar]* "[He] caught a fleeting glimpse of the red shadows in the distance." A "red shadow" (*bóng hồng*) is a beautiful woman glimpsed from a distance. See also note 35.

175 *East drooped a red camellia, toward the next house].* See note 38.

177 *the moon]* "Ch'ang-o's shadow" (*bóng nga*). Ch'ang-o is the moon goddess of Chinese mythology.

190 *two golden lotus blooms]* a beautiful woman's bound feet, according to the feminine aesthetics of old China. When his concubine, P'an Fei, danced on a floor decorated with golden lotus flowers, the Marquis of Tung-hun, sixth ruler of the southern Ch'i dynasty (479–501), said: "At every step a lotus blooms!"

192 *that Peach Blossom Spring]* "Peach Blossom Spring," a prose piece written by the Chinese poet-recluse T'ao Ch'ien (365–427), tells of a fisherman from Wu-ling who lost his way and wandered into a fairyland through a crack in the side of a hill, near where peach trees were in full bloom. After he returned to the world and reported his discovery, no one was able to find that blissful realm again.

193 *sister souls]* "sound and spirit" (*thanh-khí*). This is a drastic condensation of a sentence from *The Book of Changes*: "[Those of] the same sound respond to each other, [and those of] the same spirit seek each other" (*Đồng thanh tương ứng đồng khí tương cầu*). The abbreviated phrase also refers to like minds, kin spirits, or people who have a special affinity for one another and feel at home together.

199 *our League Chief]* the head of the Sorrow League. See note 200.

200 *the Book of the Damned]* "the register of [those with] severed entrails" (*Sổ Đoạn-trường*), which lists the membership of the Sorrow League or "the society of [those with] severed entrails" (*Hội Đoạn-trường*): women of beauty or men of talent doomed by Heaven or other spiteful gods to a life of woe.

209 *the Book of Sorrow Songs]* "the collection of [poems written by those with] severed entrails" (*Tập Đoạn-trường*), an anthology of poems and songs by members of the Sorrow League. See note 200.

224 *her mother]* "the house [where grows] the day lily" (*nhà huyên*). The day lily stands for a loving, caring mother because its dried edible

flowers (known as "golden needles" or *kim-châm*) are supposed to produce a soothing effect, which gives the plant a popular name: "the grass that makes one forget cares" (*vong-u'u-thảo*).

226 *your cheeks like some pear blossoms drenched with rain]* The beautiful Lady Yang in tears is thus described by the T'ang poet Po Chü-yi (772–846) in "A Song of Everlasting Sorrow."

238 *her tears]* "the flow of the Hsiang" (*mạch Tương*). The Hsiang river metaphorically means "tears of sorrow" because, according to tradition, it was on its bank that the two sisters O-huang (Nga Hoàng) and Nü-ying (Nữ Anh) wasted away mourning their common husband, the sage-king Shun (Thuấn).

240 *over the wall a catkin flew next door]* This line may be interpreted as foreshadowing Kiều's love tryst with Kim Trọng in his lodgings. See note 38.

243 *How strange, the race of lovers!]* In the Chinese novel, Chin Chung's thoughts after meeting the two sisters are rendered as follows: "Speaking of Chin Chung, after he had taken leave of Ts'ui-ch'iao and her sister, he dreamed of them day and night, trying in vain to figure out some way of meeting the two beauties again. Then, one day, he came to his senses in a jolt: 'But I have been all wrong! They live in one place and I in another—even if there is some fateful tie between us, we shall not find it easy to meet. So I need to rent a house right next door to theirs, allegedly for a study-room, and, who knows, some happy opportunity may occur.'"

253 *icy, metal-cold]* "the frosty air cold as copper" (*hơi giá như đồng*).

255 *Hsiang bamboo blinds]* "blinds of Hsiang (bamboo)" (*mành Tương*). The Ladies of the Hsiang mourned their beloved husband and wept so much that their tears stained bamboos growing along the riverbank: this is the mythological origin of a rare species of bamboos with speckles on their stems. See also note 238.

257 *If fate did not mean them to join as mates]* "If [we two were] not bound together by the debt of three existences." Once fate has destined a man and a woman for each other, they are sure to become mates—if not in this lifetime, then over the next two reincarnations. Bound by "fateful ties" (*duyên*), they owe each other a "debt" (*nợ*) which must be paid off in the course of "three existences" (*ba sinh*).

258 *why had the temptress come and teased his eyes?]* "why [had she] come with [her] trick of toppling city walls to tease the pupils of [his] eyes?" For "toppling city walls" (*khuynh-thành*), see note 27. The word *ngươi*, understood as "the pupil or apple of the eye," seems to fit the context perfectly, but some editors prefer to treat it as a variant of *người* ("a person," "a man") with the change in tone imposed by a prosodic requirement of six-eight verse.

266 *her Blue Bridge]* According to Taoist lore, an unsuccessful T'ang

scholar, P'ei Hang (Bùi Hàng) met a nymph-like girl, Yün-ying (Vân Anh), near Lan-ch'iao (the "Blue Bridge") in Lan-t'ien, Shensi, and eventually wedded her. The Blue Bridge—in Vietnamese, *Lam-kiều* or *cầu Lam*—has come to mean a place where one encounters a beautiful girl whom one is to marry. Cf. note 457.

267 *no stream for his red leaf]* A T'ang man found a red leaf on a stream flowing out of the Imperial Palace: it carried a poem by a member of the imperial harem. He wrote a poem in reply on the same leaf and, going upstream floated it back into the palace; by chance, the woman found it. Later, she was discharged from the harem. The two met, fell in love, got married to discover that they had written to each other before. The woman said in a poem: "Now we know that a red leaf makes a good go-between." The red leaf (*lá thắm* or *hồng-diệp*) has become a metaphor for love as foreordained by fate.

268 *no passage for his bluebird bearing word]* The Queen Mother of the West (Hsi Wang Mu), the highest goddess in the Chinese Taoist pantheon, used bluebirds as messengers. In romantic literature, the bluebird is the harbinger of love.

275 *heathen climes]* "Wu and Yüeh." As ancient kingdoms in China, Wu corresponded roughly to the province of Kiangsu and Yüeh to the province of Kwangtung.

280 *"Kingfisher View"]* Thúy, in *Thúy Kiều*, means "kingfisher."

282 *It must be Heaven's will that we should meet!]* "This must be some [manifestation] of Heaven's [will] to bind [us] together [in the course of] three existences!" See note 257.

284 *that east wall]* See note 38.

285 *spring]* Peach Blossom Spring, where live immortals. See note 192.

grotto] The grotto on Mount T'ien-t'ai (Thiên-thai) in Chekiang, where according to Chinese folklore Liu Ch'en (Lưu Thần) and Yüan Chao (Nguyễn Triệu) met and fell in love with nymphs under the Han dynasty.

286 *the nymph]* "the red shadow." See note 161.

306 *I would send back the pearl, but where's Ho-p'u?]* Ho-p'u (Hợp-phố) in Chiao-chou (or in present-day Kwangtung), was once renowned for its pearl fisheries, but, unhappy with a despotic governor, native pearl divers fled the area. As pearl fishing decreased, people said that the pearls had gone away. Upon the appointment of a wiser, kinder governor who replaced the tyrant, the divers returned, and pearl fishing thrived again: people said that the pearls had come back to Ho-p'u. The saying, "The pearl has come back to Ho-p'u" (*Châu về Hợp-phố*), means that what was lost has been returned to its rightful owner or come back where it belongs.

327 *For months I dreamt my goddess in the clouds]* "For full months it was

as if [I had been] sent to the palace in the clouds." This refers to Ch'ang-o, the moon goddess, who epitomizes feminine beauty.

328 *lovelorn, I hugged my post, prepared to drown]* A young man named Wei, waiting for a tryst with a girl who failed to show up, stubbornly stayed under a bridge, clasping a post, until he drowned in the rising tide.

330 *will on a leaf of grass the mirror shine?]* "will the mirror on its stand shine upon the trace of a duckweed or not?" *Bèo* (a duckweed, a water fern, or any small floating aquatic plant) is an image recurring throughout the poem to describe a girl or woman doomed to a wandering, rootless life. But in this particular instance it is a metaphor for someone worthless. The folk simile "cheap as duckweed" (*rẻ như bèo*) means "dirt cheap."

333 *love]* "the red leaf" (*lá thắm*). See note 267.
the marriage bond] "the crimson [or red] thread" (*chỉ hồng* or *xích-thằng*), a silk thread spun by the Marriage God to tie a man and a woman together in wedlock. See also note 549.

343 *Heaven]* "the sacred potter's wheel" (*khuôn thiêng*).

352 *stone and bronze]* *dá-vàng.* See note 513.

357 *a sunflower-figured fan]* The fan stands for the female sex, probably throughout the world and certainly in East Asia. The sunflower, which always turns to the sun (the *yang* or male principle), is a symbol of women's submission and faithfulness to their husbands, according to Confucian ethics.

365 *The Hsiang, the stream of longing tears, ran low: / he waited at the*
–66 *spring, she at the mouth.]* The inspiration for these two lines comes from an old Chinese song: "He stays at the source of the Hsiang. / She stays at the mouth of the Hsiang. / Unseeing, both yearn for each other, / Both drink the water of the Hsiang." For the mythological origin of the Hsiang river as a symbol of lovelorn grief, see notes 238 and 255.

391 *the fairy cave]* "the cave with the [flowering] peach trees" (*động đào*). See note 192.

392 *Paradise]* "[Mount] T'ien-t'ai." See note 285.

406 *Pan]* This is an allusion to one of two famous Chinese women of letters. Lady Pan (Pan Chieh-yü or Ban Tiệp-dư) was for a long time a favorite consort of the Han emperor Ch'eng (33–7 B.C.). She received the title "Chieh-yü" as the imperial concubine who most distinguished herself in literature. In the first century A.D., under the Eastern Han dynasty, Pan Chao (Ban Chiêu) was such an accomplished scholar and writer that, upon the death of her brother, the historian Pan Ku (Ban Cô), she could go on and bring to completion the great work in which she had assisted him during his life.

Hsieh] Under the Tsin dynasty, Hsieh Tao-yün (Tạ Đạo Uẩn) knew her classics so well that her erudition impressed even her uncle Hsieh An (Tạ An, A.D. 320–85), the most famous member of a brilliant family of scholars.

410 *wear jade]* "[be in] the court [of those who] wear jade." In China, aristocrats and high officials "wore jade" (*ngọc-bội*), i.e., they put on jade insignia as badges of rank.

cross the Golden Gate] "[belong to] the group [of people who walk] the road to the Golden Gate." The Golden Gate (*Kim-môn*) or Golden Horse Gate (*Kim-mã-môn*) was an entrance to the Imperial Palace, where high court officials waited for an audience with the Han emperor Wu.

411 *I deem my own lot a mayfly's wing]* "[I] think my own lot is [as] thin [as] a dragonfly's wing." A "thin lot" (*phận mỏng*) is one marked by poverty, misfortune, etc. See also notes 33 and 753.

412 *Heaven]* "the blue potter's wheel" (*khuôn xanh*).

422 *I'll keep my troth and sacrifice my life.]* "[I'll] take [what's etched in] bronze [*vàng*] and stone [*đá*] and with it risk [my] person." See note 513.

426 *the sun]* "the crow" (*ác*). See note 79.

434 *curtains]* "curtains with fireflies" (*trướng huỳnh*). Under the Tsin dynasty, Ch'e Yin (Trác Dận) was so poor that he could not afford oil for a lamp, so at night he read by the light of fireflies he had caught and kept in a bag. This diligent student passed his examinations and rose to high office, retiring with the title of duke. A reference to fireflies (or glowworms) is a classical metaphor for a student's life. Doãn Hành, a 15th-century Vietnamese scholar, alluded to the story in a quatrain in Chinese, entitled "Fireflies": "At night, around the house, some twinkling stars. / After the rain, on ponds, some flickering flames. / They know I've lost the will that moved Duke Ch'e: / they all fly past my window, unafraid." (*The Heritage of Vietnamese Poetry*, an anthology edited and translated by Huỳnh Sanh Thông. [New Haven and London: Yale University Press, 1979].

439 *Wu-hsia]* "the peak of Hsia" (*đỉnh Hiệp*). In the preface to a *fu* attributed to Sung Yü, the king of Ch'u (Sở), while visiting Mount Kao-t'ang (Cao-đường), met a nymph in a dream—they made love together. Afterward, she told him that she came from the fairy mountain of Wu-hsia (Vu-hiệp), where she made clouds at dawn and rains at evening. The phrase "clouds and rains" (*mây-mưa*) has become a metaphor for sexual intercourse. For more about Sung Yü, see note 1232.

457 *The pestle's yet to pound on the Blue Bridge]* In plain language, "I am not yet married to you." P'ei Hang (see note 266), wishing to marry the beautiful Yün-ying, was told by her grandmother that he must first produce a mortar and a pestle made of jade that could be used for

pounding special ingredients and preparing a magic drug. He managed to purchase those implements, brought them to the old woman, and was asked to pound some medicine for a hundred days: it became the elixir of life. He and the girl were allowed to wed, drink the elixir, and achieve immortality.

459 *the red leaf] hồng-diệp.* See note 267.

the crimson thread] xích-thằng. See note 333.

464 *Chung Tzu-ch'i]* "Chung Ch'i" (Chung Kỳ). In the Spring and Autumn period of Chinese history, Po Ya (Bá Nha) was a subtle lutanist, and the only man who could appreciate each and every nuance of his playing was Chung Tzu-ch'i (Chung Tử Kỳ). Upon Chung's death, Po smashed his lute and played no more, having lost the "friend who understood his music" (*bạn tri-âm*).

473 The Battlefield of Han and Ch'u] After the downfall of the Ch'in dynasty, Liu Pang (Lưu Bang) of Han and Hsiang Yü (Hạng Vũ) of Ch'u fought each other bitterly for control of China. Liu triumphed and founded the Han dynasty in 206 B.C.

475 *The Ssu-ma tune, A Phoenix Seeks His Mate]* The Han writer Ssu-ma Hsiang-ju (Tư Mã Tương Như, 179–17 B.C.) played that tune on the lute and captured the heart of a young widow, Cho Wen-chün (Trác Văn Quân): she eloped with him against her rich father's wishes.

477 *Here was Chi K'ang's famed masterpiece,* Kuang-ling] In the Three Kingdoms period of Chinese history, Chi K'ang (Kê Khang, 223–62) of Wei was one of the Seven Sages of the Bamboo Grove (*Trúc Lâm Thất Hiền*). He distinguished himself both as a lutanist and as a theorist of lute-playing, and his favorite piece was *Kuang-ling*, which a Taoist priest or immortal had taught him. Strictly speaking, Kiều could not have played that tune because, according to tradition, Chi K'ang was under oath not to teach it to anybody else, and it is assumed to have disappeared with him when he fell a victim to political persecution.

479 Crossing the Border-gate—*here was Chao-chün, / half lonesome for her*
–80 *lord, half sick for home.]* Chao-chün (Chiêu Quân) was the courtesy name of Wang Ch'iang (Vương Tường), a lady in the Han emperor Yüan's harem. To placate the Tartar khan who demanded a Chinese bride in 33 B.C., the emperor sent her into exile among barbarians. This incident, embroidered with fanciful or supernatural details, is often exploited in Chinese literature. It is the subject of a 13th-century play by Ma Chih-yüan, *Autumn in the Palace of Han* (translated by Donald Keene and available in Cyril Birch, *Anthology of Chinese Literature* [New York: Grove Press, 1965]).

505 *you've named me your bride]* "[you] have admitted [me] to the rank of [one who wears a skirt of] coarse cloth and a thorn [for a hairpin]." The phrase "coarse cloth and a thorn" (*bô-kinh*), which is an abbreviation of "a skirt of coarse cloth and a thorn for a hairpin" (*bô quần kinh*

thoa), stands for virtuous wifehood according to Confucian ethics.

to serve her man] "[to perform her] duty of submission to [her] husband." A woman's obedience to her husband (*tòng-phu*) is one of the "three obediences" (*tam-tòng*) prescribed for her by Confucian ethics. See also notes 2217 and 2329.

507   *They play in mulberry groves along the P'u]* In ancient China, mulberry groves along the P'u river (which flows through Shantung) served as trysting places for lovers and thus acquired a notorious reputation. The phrase "among mulberry trees on the P'u" (*tang gian Bộc thượng* or, in Vietnamese, *trên Bộc trong dâu*) has come to mean lax sexual mores symptomatic of moral and social decadence.

509   *to snatch the moment, pluck the fruit]* "to eat an instantly fixed dish and live for the moment" (*ăn xổi ở thì*). The proverbial phrase refers disapprovingly to those who follow the *carpe diem* way of life and take no thought of the morrow.

512   *Ts'ui and Chang]* The two most famous lovers in Chinese literature, Ts'ui Ying-ying (Thôi Oanh Oanh) and Chang Chün-jui (Trương Quân Thụy) are the heroine and hero of a bittersweet, semi-autobiographical tale in prose by the T'ang poet Yüan Chen (779–831). It was turned by Wang Shih-fu (active at the end of the 13th century and beginning of the 14th) into a dramatic masterpiece, *Hsi Hsiang Chi*. Both the play and the original tale can be found in S. I. Hsiung, trans., *The Romance of the Western Chamber* (New York: Columbia University Press, 1968). In the 19th century, Lý Văn Phức (1785–1849) or Nguyễn Lê Quang, or both, adapted the play into a tale in Vietnamese six-eight verse.

513   *passion's storms]* "clouds and rains" (*mây-mưa*). See note 439.

stone and bronze] "stone and gold" (*dá-vàng*). In old Vietnamese writings, the word *vàng* was used broadly like the Chinese word *kim* to include gold and other metals, in particular bronze, which looks like gold. The phrase "stone and bronze" or "bronze and stone" (*vàng-dá* or, in Chinese, *kim-thạch*) refers to faithfulness, loyalty, strength of conviction, firmness of purpose, etc.

515   *wing to wing and limb to limb they lay]* This is an allusion to the love affair between Emperor Ming-huang and Lady Yang as described by Po Chü-yi (Bạch Cư Dị) in "A Song of Everlasting Sorrow" (*Trường Hận Ca*).

519   *cast the shuttle in defense]* Under the Tsin dynasty, a fellow named Hsieh Kun (Tạ Côn) bothered a girl with his amorous attentions while she was working at the loom. To drive him away, she hurled the shuttle in his face, breaking his teeth. That did not deter him, however: he went on wooing her and eventually won her hand. To "cast the shuttle" (*gieo thoi*), from the Chinese phrase "to cast the shuttle in resistance"

(*dẫu thoa chi cự*), is to take drastic steps in defense of one's womanly virtue.

533 *Liao-yang]* a subprefecture in what is now Liaoning Province in Northeast China.

534 *Father]* "the house [where grows] a cedrela" (*xuân-đường*). The cedrela or fragrant cedar (*xuân*) stands for the father.

540 *to tie the marriage tie]* "to hand over the silk thread" (*trao tơ*). The silk thread as a symbol of marriage is primarily connected with the myth of the Marriage God (see also notes 333 and 687). But the phrase "to hand over the silk thread," though no doubt related to that myth, comes more directly from an incident that allegedly took place under the T'ang. A young and brilliant scholar, Kuo Yüan-chen (Quách Nguyên Chân), wished to marry into the family of Prime Minister Chang Chia-cheng (Trương Gia Trinh), who had five daughters. The father had the five girls stand hidden behind a curtain, each showing a silk thread of a different color. Kuo picked the girl with the red thread, and it was a happy choice: she turned out to be the third daughter, the prettiest and most accomplished one.

549 *he ... who spins silk threads]* "the old man [who spins] silk [threads]" (*ông tơ*), the Marriage God. See also notes 333 and 687.

555 *I'll never leave | and play my lute aboard another's boat]* In "A Ballad
–56 of the Lute" (*Tỳ-bà Hành*), the T'ang poet Po Chü-yi (Bạch Cư Dị) tells of his chance meeting with a courtesan who, once celebrated for her looks and lute-playing in the capital city of Ch'ang-an, was now the lonely wife of an often-absent tea merchant and played the lute by herself on her houseboat. Playwrights elaborated this simple incident into a love story involving Po himself as a central figure: he was supposed to have had in Ch'ang-an a passionate affair with the courtesan, who swore eternal love to him but eventually let herself be sold to the tea merchant. Based on this fictitious episode, "to carry one's lute aboard another boat" (*ôm cầm sang thuyền khác*) is to leave one's lover or one's husband for someone else. For other uses of the lute as a symbol of love and union between a man and a woman, cf. notes 1400, 2582, and 2586.

576 *bailiffs]* yamen runners, official errand boys and messengers, a mandarin's underlings and henchmen (*sai-nha*). In traditional China and Vietnam, those lowly members of the bureaucracy came into daily contact with the people and represented the law in their eyes—they were even more feared and hated than their superiors, the mandarins, who usually kept their distance from the vulgar masses. See also note 597–98.

578 *fiends and monsters]* "buffalo heads and horse faces" (*dẫu trâu mặt ngựa*), torturers in Buddhist hell.

581 *bluebottles buzzing through the house]* Bluebottles (*ruồi xanh* or
nhặng) are hustlers who will stoop to anything for gain and profit. The
line is reminiscent of a proverbial simile: "to hustle and bustle like a
bluebottle fly going into a privy" (*bằng-nhằng như nhặng vào chuồng
tiêu*). To take bribes is to "eat dirt" (*ăn bẩn*).

588 *Some knave who sold raw silk had brought a charge.]* According to the
Chinese novel, this was how the Wang family ran afoul of the law. A
member of the clan unknowingly harbored two robbers who claimed
to be silk merchants. When they were exposed, the kinsman was
arrested, and because old Wang had been hobnobbing with them he
was also implicated.

597 *Lawmen behaved that day as is their wont, / wreaking dire havoc just for*
–98 *money's sake.]* The fact that a mandarin's subordinates often ter-
rorized the populace is recorded in this proverb among others: "The
mandarin lets you go, but his office catches you" (*Quan tha nha bắt*).
Serving as intermediaries between a corrupt official and his victims,
they were in a splendid position to play petty tyrants as well as to line
their pockets. To see them in action, as described in traditional litera-
ture, read "The Catfish and the Toad" in *The Heritage of Vietnamese
Poetry*, ed. Huỳnh, pp. 57–67.

607 *Chung]* also Chung in Chinese.

608 *a bureaucrat who somehow had a heart]* "[someone who] was also in
the yamen service but had a compassionate heart" (cf. notes 576 and
597–98). In the Chinese novel, old Chung portrayed himself as follows:
"Though my body finds itself in a yamen, my mouth still eats no meat
and still prays to the Buddha." When Ts'ui-ch'iao offered him fifty
liang of silver as a token of her gratitude, he turned down the present.
Instead, he adopted her as his daughter.

616 *misfortune, like a storm, swooped down on her]* "[she] met a disaster
coming on the wind unexpectedly." A "disaster that comes flying on
the wind" (*vạ gió tai bay*) could be a natural calamity, an act of God,
but more often than not something visited upon innocent heads by the
arbitrary power or cupidity of men who represented and enforced the
law.

619 *A raindrop does not brood on its poor fate]* This comparison of Kiều to
a raindrop (*hạt mưa*) echoes the following folk poem, which vividly
depicts the uncertain, precarious fate of women in a world dominated
by men: "My body is like a drop from a downpour. / It may fall into a
well or into a flower garden. / My body is like a drop of falling rain. / It
may land inside a mansion or end out in a slushy field" (*Thân em như
hạt mưa dào. / Hạt rơi xuống giếng hạt vào vườn hoa. / Thân em như
hạt mưa sa. / Hạt vào dài-các hạt ra ruộng lầy*).

620 *a leaf of grass repays three months of spring]* This comes from two lines
in "A Wanderer's Song" by the T'ang poet Meng Chiao (751–814):

"Who says that a son's heart, an inch of grass, / can ever full requite the glow of spring?" Although Meng's poem is about a man's grateful remembrance of his mother, spring as a metaphor can refer to either parent or both: one owes one's life to one's father and one's mother even as grass owes its growth to the three warm months of spring.

625 *Scholar]* "Giám-sinh" (in Chinese, *Chien-sheng*), someone who was or had been a student at the Imperial (or National) College (*Quốc-tử-giám*, or, in Chinese, *Kuo-tzu-chien*).

Mã] Ma in Chinese.

626 *Lin-ch'ing]* the main city of a subprefecture of the same name in Shantung.

643 *For jade I've come to this Blue Bridge]* In plain language, "I've come here to buy a beautiful bride." See also notes 266 and 457.

648 *the price for her, four hundred and some liang]* The word *vàng* is used here to mean "precious metal" or "money" and not "gold": the currency involved in the transaction was silver. In the Chinese novel, Scholar Ma agreed to pay 500 liang for Ts'ui-ch'iao, but later in the contract it was somehow reduced to 450. When he turned over the sum, he tried surreptitiously to withhold five liang, but she discovered his ploy and insisted on the full amount.

649 *All was smooth paddling]* "The boat was smoothly [rowed] with the paddle" (*Thuyền dà êm giầm*).

657 *find / a fitting match]* "give the silk thread to a fitting match." See note
–58 540.

wed a worthy mate] "toss the ball to a worthy place." According to tradition, the Han emperor Wu had his daughter throw down a ball from her tower to a group of suitors gathered below: the one who caught the ball won her hand.

667 *she softly spoke / and with some words of comfort calmed him down]* In
–68 the Chinese novel, old Wang refused to sign the marriage contract and sell his daughter, so she banged her head against a pillar and lost consciousness. She had to be revived, and only then did he go along with the deal.

671 *Ying]* Under the reign of the Han emperor Wen, Ch'un-yü I (Thuần Vu Ý), a man without a son, was sentenced to death. The condemned man's daughter, T'i-ying (Đề Oanh), threw herself at the emperor's feet to present her petition, offering to become a public bondservant. The ruler, moved by her filial piety, pardoned the father.

672 *Li]* Under the reign of the Han emperor Wu, a girl named Li Chi (Lý Ký) wanted to earn money for her poor parents. She sold herself to be used as a human sacrifice to a snake demon. She slew the monster and so impressed the king of Yüeh with her feat that he made her his queen.

673 *As it grows old]* "[as] the crane's age gets higher." Probably because its white plumage suggests hoary hair, the crane symbolizes old age. The

"crane's age" (*tuổi hạc* or, in Chinese, *hạc-thọ*) is long life.

the cedar] The cedrela or fragrant cedar (*xuân*) stands for the father. See note 534.

686 *silver*] *vàng*. See note 648.

687 *the Old Man of the Moon*] the Marriage God. According to Chinese folklore, under the T'ang, a fellow named Wei Ku (Vi Cố) saw an old man reading under the moon and carrying a bag full of red threads. He asked about their use and was told that they were for tying men and women together. The old man thus revealed himself as the Marriage God and has become known as the "Old Man of the Moon" (*nguyệt-lão* or, in Vietnamese, *trăng già*). See also notes 333 and 549.

708 *a beast*] "a buffalo [or] a horse" (*trâu-ngựa*).

make amends] "repay the debt of the love between a bamboo and plum tree" (*đền nghì trúc-mai*). The bamboo (*trúc*) and the plum tree (*mai*), which can survive the bitter cold of winter and thrive, symbolize enduring friendship or faithful love. Nguyễn Văn Vĩnh gives a plausible twist to the phrase *trúc-mai* by interpreting *trúc* and *mai* as two varieties of bamboos growing together in harmony. Indeed, *mai* is a bamboo with stems thicker than those of *trúc* but thinner than those of *bương*. See also notes 746 and 1381.

710 *my heart will stay a crystal down below*] "the crystal of love, carried down to the palace of the [Nine] Springs, will not melt as yet." (The palace of the Nine Springs (*tuyền-đài*) is the world of the dead. See notes 94, 710, 734, 1685, and 3000.) According to a Chinese story, a girl was in love with a traveling merchant. As he failed to come back from one of his trips, she missed him so much that she wasted away and died. When she was cremated, it was discovered that her heart had turned into a hard rock, like ruby. Upon his return, the merchant wept for the girl. His tears fell on the crystal, and it dissolved into blood. There is a Vietnamese version of the story, a folktale with a dramatic twist. A king's daughter was captivated by the singing voice of a boatman, named Trương Chi, who rowed his boat past her riverside mansion every day. Lovesick, she wanted to see him. Face to face with him, however, she was cured because she found him far less attractive than she had imagined from his voice. Now, in his turn, he was smitten with the princess and eventually died of unrequited passion. In the grave, his heart was transformed into a ruby, a "crystal of love" (*khối tình*), which was later found and fashioned into a drinking cup. The princess received the cup as a present. When she poured tea into it, she saw the reflection of a boatman forlornly rowing his boat. Now realizing what she had done to the boatman she wept, and as her tears touched the cup it melted away.

715 *flux and change*] "mulberry [fields turning into] the sea" (*dâu-bể*). See note 3.

726 *let me trust you to mend and splice what's left]* "[I'll] leave it to [you],
younger sister, to splice up what's left of the [broken] silk thread [with]
some phoenix-glue." According to Taoist mythology, phoenix glue
(*keo loan*) is a magic adhesive prepared from the blood of a female
phoenix (*loan*) and can be used to mend even snapped bowstrings.
About the silk thread (*tơ*), love, and marriage, see notes 333, 540, and
2242.

732 *my pledge]* "the word [I swore in sight of] streams and hills" (*lời
nước-non*).

734 *down there]* "[in the region of] the Nine Springs" (*chín suối*). See notes
94, 710, 1685, and 3000.

746 *to keep my pledge]* "to repay the debt of love between a bamboo and a
plum tree" (*đền nghì trúc-mai*). See notes 708 and 1381.
I'll have turned to naught] "the body of the rush or the willow [will
have] gone to pieces." Rushes and willows (*bồ-liễu*) stand for women as
weak, frail creatures.

749 *the pin has snapped, the vase has crashed]* "the hairpin has snapped, the
[flower] vase has broken to pieces" (*trâm gãy bình tan*). See note 70.

753 *a lot as gray as dirt]* "a lot as white as lime" (*phận bạc như vôi*). There
is a subtle play, virtually untranslatable, on the word *bạc*. As the
Vietnamese form of the Chinese word *po*, it means "thin, slight, scant,
poor" and, figuratively, "poor in feeling, ungrateful, unfaithful, harsh,
cruel": therefore, *phận bạc* is a poor lot in life or a harsh fate. But as a
different word, related to *bạch* (*pai*, in Chinese), it means "white," and
bạc như vôi is "as white as lime." In East Asian tradition, white is the
color of disloyalty—traitors wear white make-up (often consisting of
lime or *vôi*) in opera. As a result, *bạc* ("white") in *bạc như vôi* takes on
the connotation of the other *bạc* ("cruel," "treacherous"). In brief, to
have "a lot as white as lime" is to be doomed by a wanton fate to a life
of sorrows. See also notes 33 and 411.

759 *the parents]* "the cedrela and the day lily" (*xuân-huyên*). See notes 224
and 534.

769 *lovers . . . must part]* "the mustard [seed must] fall away [from amber]
and the pin [must] drop off [from lodestone]." The attraction between
amber and a mustard seed or between lodestone and an iron pin is
symbolic of karmic affinity and love. See also note 3067.

770 *our child must lead a wanderer's life]* "the child [is to] float and drift
[like] a water fern [or] a cloud."

782 *parting tugged their hearts]* "the silk threads, taken away, [wrenched
and] wore out the silkworms." See note 2242.

793 *the east wind]* the wind that blows in spring and therefore favors love.

809 *Tú]* Hsiu in Chinese.

812 *sawdust and bitter melon]* *mạt cưa mướp đắng*. The proverbial phrase
refers to a pair of well-matched swindlers. Although of rather un-

certain origin, it is sometimes explained as follows: a hawker who palmed off sawdust (*mạt cưa*) as rice bran on unsuspecting customers came across another who peddled bitter melons (*mướp đắng*) as cucumbers—they traded their goods, duping each other.

814   *to sell their painted dolls]* "to deal in powder and sell perfume" (*buôn phấn bán hương*). This is an elegant euphemism for prostitution. A franker description of the oldest profession is "to sell one's rump and feed one's mouth" (*bán trôn nuôi miệng*). Cf. note 2140.

823   *The flag has come to hand!]* This alludes to the proverb, "Who holds the flag in hand waves it" (*Cờ đến tay ai người ấy phất*). In this context, it means, "Who has seized an opportunity is free to use it to best advantage; who holds power wields it as he or she chooses."

839   *some yokel]* "[some] black little boy" (*con đen*). "Black" (*đen*) refers to the skin color of people who have to work out in the sun and soil their hands and feet with mud. Members of the ruling classes used to call peasants and their like "dumb folks with black butts" (*dân ngu khu đen*). Here, of course, "a black little boy" is someone as unsophisticated as a country hick and easy to fool.

844   *... if I don't touch her, later she'll suspect.]* Scholar Mã's interior monologue corresponds to the following passage in the Chinese novel: "'Hmm, today I've got hold of that rare beauty whom I'll take back to the shop. If some fellow wishes to be the one to open the box and doesn't come up with a few hundred liang, why, let him not count on it! ... But at present I've not yet got out of town. If I don't consummate the marriage with her, she might report it to her parents and make trouble. I think I'd better do it ... and once back at the shop I'll just use some make-up and have it look intact again—no worry that the box-opening bonus won't fall smack into my purse. Why shouldn't I take first crack at her, then? If that Hsiu woman gets to know about it, I'll just spend an hour on my knees, and it all will blow over.'"

858   *She grabbed the knife and thought to kill herself.]* In the Chinese novel, Ts'ui-ch'iao thought to commit suicide even before Scholar Ma consummated the marriage: judging from his obvious reluctance to get intimate with her, she suspected that he was saving her for a brothel. But she gave up the idea, reasoning that to kill herself now, while she was still a virgin bride, would give him cause to raise objections with her parents and demand his money back.

874   *mother]* nhà huyên. See note 224.

879   *water's mud and dust's soil-free]* "water is muddy and dust is clear" (*nước đục bụi trong*). This is a straight translation of the Chinese phrase *trọc thủy thanh trần*. It implies that innocent people are victimized by a corrupt society.

902   *a vine]* "a creeping vine [or] a rattan" (*cát-đằng*). See notes 1350 and 1480.

918 *reminded her of her old folks]* "stirred in [her] heart [feelings for the two persons she was supposed to care for in the] morning [and in the] evening." "Morning and evening" (*thần-hôn*) is a condensation of the Chinese phrase "to settle [one's parents in bed in the] evening [and inquire about their health in the] morning" (*hôn định thần tỉnh*) and always suggests solicitous concern for one's parents' welfare on a daily basis.

920 *Lin-tzu]* the main city of a subprefecture of the same name in Shantung. Once the capital of the state of Ch'i, it was a prosperous, sophisticated town with a high standard of living.

921 *the carriage]* "the vehicle [decorated with] beads" (*xe châu*). Cf. note 77.

931 *bawdyhouses]* "green pavilions" (*lầu xanh*).

942 *nights of mirth]* "night [after] night [of celebrating] the Cold Meat Festival." This festival (*Hàn-thực*) was held in China from the 105th to the 107th day after the winter solstice in memory of Chieh Chih-t'ui (Giới Chi Thôi), and during that period food was supposed to be eaten cold.

days of revelry] "day [after] day [of celebrating] the Fifteenth Night of the First Lunar Month." On that night (*Nguyên-tiêu*), which marked the end of the New Year's festivities, the Chinese lit lanterns and stayed up eating such snacks as small rice-flour dumplings: it was also known as the Lantern Festival.

945 *messages]* "reports [carried by] wild geese" (*tin nhạn*). Under the Han dynasty, Su Wu (Tô Vũ) was a Chinese envoy held prisoner by the Hsiung-nu. After some twenty years, as relations improved between the barbarians and the Court of China, Emperor Chao asked for Su's release. The khan claimed that the captive had died. As a ruse to expose the khan's lie, a new envoy told him that the emperor had shot a wild goose carrying a message written by Su and tied to its leg. The fictitious story so astonished the khan that he let Su go. This true incident has given rise in literature to the metaphor of the wild goose as a carrier of news and messages. See also note 1084.

954 *concubine]* "little star" (*tiểu-tinh*). In Poem 21 of *The Book of Odes*, a nobleman's concubines lament their hard lot and compare themselves to "little stars" that must fade out before daybreak: unlike the first-rank wife, they may not stay all night in their lord's bed but must leave him and hurry back to their apartments before sunrise.

955 *A swallow's somehow turned an oriole]* This line and Line 959 are often interpreted as Nguyễn Du's veiled attacks on Nguyễn Ánh's disloyalty towards the Lê dynasty. The Nguyễn lords had been fighting against the Tây-sơn rebels in the South and against the Trịnh lords in the North in the name of a Lê restoration. Upon victory, however, Nguyễn Ánh grabbed the throne; the emperor's vassal made himself the em-

peror, instead. The image of a swallow changed to an oriole was aptly vivid as an oracular indictment of the usurpation. Since birds are viewed traditionally as auspices (not only in East Asia, but throughout the world), the metamorphosis of one bird into another, indicating a profound upheaval in the natural order of things, could not bode well for the future of the Nguyễn dynasty.

959 *But now it seems the roles and ranks have changed]* See note 955.

962 *her devils, fiends, and demons all broke loose]* "[she was] roused by the three demons" (*nổi tam-bành*). The phrase means "to fly into a rage" and usually refers to a woman. According to Taoist belief, each human being is possessed by three evil spirits or demons: P'eng Chü (Bành Cứ), in the brain; P'eng Chih (Bành Chất), in the forehead; and P'eng Chiao (Bành Kiểu), in the belly. They urge him or her to rash or wicked deeds which they will gleefully report to the Jade Emperor.

997 *a rose]* "peach-red cheeks" (*má đào*). See note 6.

999 *frail reed]* "a willow [or] a "rush" (*liễu-bồ*). See note 746.

1000 *the Ch'ien-t'ang]* a river flowing through the subprefecture of Ch'ien-t'ang in Chekiang.

1007 *force / your sterling virtue into games of love]* "force stone and bronze
−08 [into] clouds and rains." See notes 439 and 513.

1010 *your nuptial day]* "the day of the young, tender peach [tree]" (*ngày đào non*). In Poem 6, a wedding song, of *The Book of Odes*, the bride is compared to a young flowering peach tree: she will rightfully bring into the groom's home not only her beautiful looks but also her fertility, her ability to bear children even as the tree will bear peaches.

1045 *the yard's catalpa tree]* The yard is "Lai's yard" (*sân Lai*). According to Chinese legend, old Lai was such a filial son that, at seventy, he would still don funny clothes and dance in the yard to amuse his father and mother. As a metaphor, "Lai's yard" means one's home where one's parents still live.

1062 *Sở Khanh]* Ch'u Ch'ing in Chinese.

1063 *the charmer]* "Ch'ang-o's shadow" (*bóng nga*), a beautiful woman. See also notes 177 and 327.

1067 *She ought to rule the moon, among the clouds]* See note 327.

1084 *a messenger]* "a wild goose" (*hồng*). See note 945.

1090 *The twenty-first, hour of the dog]* The two Chinese characters 昔越 (*hsi yüeh*) can be broken down into others, 廿一日戌走 (*nien i jih hsü tsou*), which mean "flee on the twenty-first day, hour of the dog." The "hour of the dog" is between 7 and 9 P.M.

1093 *the eastern wall]* See note 38.

1098 *these birds of mirth]* "swallows and orioles" (*yến-anh*). Cf. note 64.

1100 *knot grass]* To "knot grass" (*kết cỏ*) is to repay an act of kindness. On his deathbed, Wei Wu-tzu (Ngụy Vũ Tứ) of the kingdom of Tsin gave the order that his childless concubine should be killed and buried with him. His son Wei K'o (Nguy Khỏa), disobeying the paternal injunction, let her live. Later, in a battle, he captured a Ch'in military commander, the famous Tu Hui (Đỗ Hối), thanks to the help of an old man who tripped up the Ch'in officer's horse with knots of grass. That night, the old man appeared to Wei K'o in a dream and said that he was the dead father of the concubine whose life had been spared.

fetch jade rings] To "fetch jade rings" (*ngậm vành* or, literally, to "carry rings in the mouth") is another expression of gratitude. Yang Pao (Dương Bảo), at nine years of age, saved a wounded goldfinch from ants and nursed it until it grew strong enough to fly away. One night, the bird came back as a boy dressed in yellow and bearing as gifts four white jade rings (or badges of high office). Indeed, four generations of Yang's descendants rose to important posts in government.

1110 *Can any scheme on earth surpass swift flight?]* "Of all the thirty-six schemes, which scheme is better?" A Chinese adage says: "Of all thirty-six policies, the best scheme is to flee" (*Tam thập lục sách tẩu thị thượng kế*).

1116 *the Maker]* "the child who creates [the world]" (*con tạo*). The Creator is here viewed as someone who is always up to mischief, who takes delight in hurting its own creatures. See also note 1129.

1129 *Heaven, wanton knave]* "the child who performs magic changes" (*hóa-nhi*). See note 1116.

1148 *How can an eel mind muddying its head?]* *Thân lươn bao quản lấm đầu.* The line has acquired the status of a proverb, meaning that a poor, helpless person may have to endure humiliation and degradation in order to save himself or herself and survive.

1152 *Mã Kiều]* Ma Ch'iao in Chinese.

1158 *Sở Khanh]* In popular parlance, his name has come to mean a Don Juan, a heartless, unscrupulous seducer.

1161 *that feint, the 'sword in flight']* As a tactic in swordsmanship, one pretends to flee and lets one's opponent come close enough, then one suddenly turns around and attacks him when he least expects it.

1162 *as thick as thieves]* "[like] a sorcerer and a medium" (*một cốt một đồng*).

1170 *his brazen face]* "a face [like a scarecrow's face made of] a spathe" (*mặt mo*).

1173 *tempted her, led her astray]* "enticed the wind [and] seduced the cloud" (*quyến gió rủ mây*).

1180 *seducing me, poor girl]* "enticing the swallow [and] seducing the oriole" (*quyến yến rủ anh*).

1194 *a mere rose]* "a rosy face" (*hồng-nhan*). See note 108.

1221 *A girl, wellborn and raised in her good home]* "[a girl coming from] a house with upper floors and private apartments for women" (*cửa các buồng khuê*).

1227 *the house of mirth]* "the green pavilion" (*lầu xanh*).

1229 *bees and butterflies]* Cf. notes 38 and 1586.

1231 *Birds flocked the branch, winds stirred the leaves]* This is a brief para-
phrase of two lines from a poem which Hsüeh T'ao (Tiết Đào;
767?–831) wrote when she was quite young: "The branch greets birds
from south and north. / The leaves sway back and forth with winds."
To her father's dismay, the poem revealed not only literary precocity
but also an early disposition toward promiscuous love. Indeed, she
grew up to be the most famous poetess and courtesan under the T'ang.

1232 *some beau]* Sung Yü (Tống Ngọc), a Ch'u poet of the 3rd century B.C.,
a legendary figure reputed to be a womanizer. See also note 439.

    some spark] Ch'ang-ch'ing (Trường Khanh), courtesy name of Ssu-
ma Hsiang-ju (Tư Mã Tương Như; 179–117 B.C.), a Han writer. He
acquired his fame as a Lothario partly from his seduction of the young
widow Cho Wen-chün. See also note 475.

1239 *Over her flesh let them all rage and storm]* "Let them all make rains in
Ch'u and clouds in Ch'in." See note 439.

1240 *love]* "spring" (*xuân*).

1253 *nine debts]* "the nine words [which indicate] high and deep [debts of
gratitude]" (*chín chữ cao-sâu*). They are the nine laborious tasks which
parents have performed for their children's sake, birth, feeding, and
upbringing among them, and which demand requital by acts of filial
piety, according to Poem 202 in *The Book of Odes*.

1253 *whose sun / was sinking day by day toward mulberry trees]* This comes
–54 from a Chinese metaphor: "The sun is falling toward mulberry trees
and elms" (*Nhật lạc tang du*). It refers to the sunset of life, with
particular application to one's parents.

1257 *Of sophoras their yard had two, still young]* "The yard of sophoras had
two little ones still young." Under the Sung dynasty, Wang Hu
(Vương Hựu), who had three sons, planted in his front yard three
sophora trees in symbolic hope that they all would grow up to become
ministers of state. Therefore, a "yard of sophoras" (*sân hòe*) means
one's children, especially one's sons for whom one entertains great
expectations. See also note 3238.

1259 *her vow of deathless troth]* "the vow for the three existences" (*lời
nguyện-ước ba sinh*). See note 257.

1261 *When he came home for her, the willow branch / had been snatched off
–62 and passed from hand to hand.]* "When he came back he asked for the
willow on Chang Terrace—/ the spring branch had been broken off for
men to pass from hand to hand." Under the T'ang, Miss Willow was a
courtesan living in Ch'ang-an, the capital city, on a street named
Chang Terrace (Chương-đài). Han Hsiu (Hàn Hú), her lover, had to
leave her and take up a far-away post. From there he wrote her a poem
with these lines: "O Chang Terrace Willow, Chang Terrace Wil-

low! / Are you still fresh and green as you once were?" When he came
back, she was gone—she had been abducted by a Tartar general.

1270 *the Sorrow League* / See note 200.

1276 *Kỳ Tâm of the Thúc clan, a well-read breed* / According to the Chinese
novel, he was "a student from the Shu (Thúc) clan, with Shou (Thủ) as
his name and Ch'i-hsin (Kỳ Tâm) as his courtesy name."

1277 *Hsi in Ch'ang* / the subprefecture of Wu-hsi in Ch'ang-chou, a prefec-
ture of Kiangsu Province, roughly belonging to the area of Nanking.

1285 *Man and girl, girl and man in fevered clasp* / "Moon and flower, flower
and moon [loving each other] passionately."

1287 *two kin spirits* / thanh-khí. See note 193.

1289 *They'd tryst and cling together night or day.* / "They'd stay together,
[exchanging] peaches by day and plums at night." To "[give each other]
peaches by day and plums at night" (*sớm đào tối mận*) is to carry on an
intense love affair. The phrase comes from a Chinese expression:
"[One] gives a peach, [the other] requites with a plum" (*Đầu đào báo lý*).
The ultimate source is Poem 64, a courtship song, in *The Book of Odes*.
Cf. note 3220.

1290 *What had begun as lust soon turned to love.* / "First it was still [an affair
of] the moon and the wind, [but] later it became [a matter of] stone and
bronze." The moon and the wind (*trăng-gió*) stand for transitory
infatuation, and stone and bronze (*dá-vàng*) for an enduring relation-
ship between lovers. See also notes 513, 2180, and 2593.

1292 *his father* / xuân-dường. See note 534.

1298 *chess* / encircling chess, the game of go.

1301 *tidal waves* / "waves that topple city walls" (*sóng khuynh-thành*). See
notes 27 and 258.

1314 *a T'ang poem* / a *lü-shih*, or regulated verse, piece, composed in strict
accordance with rules laid down under the T'ang dynasty (618–907),
which is generally regarded as the Golden Age of Chinese poetry.

1317 *I owe you my reply.* / "I ought to eke out [your] sable [with a dog's
tail]." "Eke out sable" (*nối diêu*) is an abbreviated translation of a
Chinese proverbial phrase: to "eke out sable [tails] with dog tails" (*cẩu
vĩ tục diêu*). In old China, high court officials wore sable tails as
ornaments attached to their hats and caps. Toward the end of the Tsin
dynasty, the usurper Chao Wang-lun (Triệu Vương Luân) kept so
many sycophants at court that a joke gained currency: "If there is not
enough sable, eke it out with dog tails" (*Điêu bất túc cẩu vĩ tục*). As a
literary expression, it is often used in a self-deprecatory way: to "eke
out sable" is to reply to someone's poem with one not as good.

1319 *My heart still dwells beneath those golden clouds.* / In old Chinese
poetry, "golden clouds" suggest thoughts of home, with particular
reference to a son or daughter far away from his or her parents.

1327 *No doubt, my lord keeps his own wedded wife* / "The lord of spring must already have [somebody] at some place." The expression "lord of spring" (*chúa xuân*) refers to a man who acts as the main protagonist in love or marriage. Cf. note 1946.

1330 *my heart has nursed for you a steadfast love]* "[for you] my heart has privately borne nothing but [a vow of love sworn in sight of] streams and hills." Cf. note 732.

1331 *plan to live as lifelong mates]* "plan a square and round life for a hundred years." "A hundred years" (*trăm năm*), the human span, also stands for long and happy life together as man and wife.

1335 *the house of mirth]* "Ping-k'ang" (Bình-khang), the red-light district of Ch'ang-an, the capital of T'ang China.

1339 *within the threshold of your home,/a mistress is already wielding*
–40 *sway]* "within the cassia threshold of the moon palace there is already Ch'ang-o to hold sway." According to Chinese mythology, on the moon there are a cassia tree (*quế*) and a palace (*cung*) where lives the goddess Ch'ang-o (*Hằng-nga*) in the company of a magic toad (*thiềm*). Her abode is also known as the "toad palace" (*thiềm-cung* or *cung thiềm*), while "the toad under the cassia tree" (*thiềm quế*) refers to the dark spots humans see in the moon. In a bold wordplay, Nguyễn Du changes *thiềm* to *thềm* ("threshold" or "doorstep") so that the latter word aptly balances the word *cung* in *thềm quế cung trăng* ("the cassia threshold of the moon palace"). To compare young Thúc's deserted wife to Ch'ang-o is quietly ironic: the latter once got fed up with her husband, Hou Yi, stole the pill of immortality from him, and fled to the moon where she has been living without a man ever since.

1344 *to drain your fond affection from your spouse]* "to cause the sea of [your] love to rise sometimes and ebb sometimes."

1349 *the lady lords it over you]* "the power [of the one who runs things] inside [the home] is greater than [the power of the one who runs things] outside." A wife is known as the "minister of internal affairs" (*nội-tướng*).

1350 *I shall fall prey to her, your lioness.]* "A person [who is like] a rattan [or] a vine [will be] delivered before the jaws of a lioness." A "rattan or vine" (*dằng-la*) stands for a concubine in her position of dependence on the first-rank wife's goodwill and mercy. The image of the lioness (*sư-tử*), a jealous, shrewish wife, comes from "Ho-tung lioness" (*sư-tử Hà-đông*), an epithet jokingly coined by the Sung writer Su Shih (Tô Thức) to describe a friend's wife who vocally objected to her husband's parties with singing girls.

1352 *her vinegar]* "[her] sour vinegar" (*giấm chua*). The phrase refers specifically to a first-rank wife's bitter resentment of a concubine: the T'ang empress Wu, jealous of a palace lady, had her killed and pickled in vinegar.

hell's own fire] "hot fire" (*lửa nồng*). The phrase describes a brothel as a hellish place for women who have to live there and work as prostitutes.

1353 *your father]* "the house [where grows] a pine" (*nhà thông*). The word *thông* is used loosely here for the cedrela. See note 534.

1355 *the rose picked off a wall]* "the willow [that grows along] a path [or] the flower [that blooms on] a wall" (*liễu ngõ hoa tường*). The phrase refers to a prostitute or a woman of easy virtue.

1356 *He'll send the harlot back to harlotdom.]* "[Someone who came from] a green pavilion [he will] cast out [and put back among] those who haunt a green pavilion."

1363 *Wu or Laos]* Wu (*Ngô*) is a mild pejorative applied by the Vietnamese to China and the Chinese. It dates from the hated Ming occupation of the country in the early part of the 15th century: the founder of the Ming dynasty had started his political career as a bandit in Wu, an area roughly corresponding to Kiangsu Province. To the Vietnamese Laos (*Lào*) was a country beyond rugged mountains and difficult of access. As a proverbial expression, "Wu and Laos" (*Ngô-Lào*) means faraway places to which one would not normally think of going.

1366 *I've sworn my troth—I'll brave the winds and waves!]* "Since [I've] already decided [to etch my troth in] stone and bronze [*dá-vàng*], [I'll] brave even the winds and the waves." See note 513.

1370 *the moon]* "the hare." See note 79.

1381 *lovers joined their lives beneath one roof]* "the bamboo and the plum tree lived together in one home." See notes 708 and 746.

1388 *the father]* xuân-dường. See note 534.

1392 *in her old whorehouse he'd put back the whore]* "he ordered that [the one with] powdered cheeks go back to the green pavilion."

1397 *my hand has dipped in indigo]* Indigo (*chàm*), from the indigo plant, is technically known as a "vat" dye, that is, a fast dye which does not dissolve in water and which is not easy to wash or scrub away. Hence, the proverbial phrase "the hand has dipped in indigo" (*tay dã nhúng chàm*) means that one has made a mistake that is difficult or impossible to correct. For another proverbial use of indigo, see note 2326.

1414 *boors]* "black little boys" (*con den*). See note 839.

1426 *shackles, cuffs, and cangue]* "the three wooden [instruments of physical restraint]" (*ba cây*). This is a translation of the Chinese expression *tam-mộc*.

1448 *this harlot]* "[someone who leads the life of] the moon and flowers" (*trăng-hoa*). The phrase refers to the pursuit of pleasure and promiscuous sex, as contrasted with faithful love based on marriage: the moon, which waxes and wanes, and flowers, which bloom and fade, symbolize inconstancy. See also notes 1290 and 1538.

1455 *the height of T'ang]* High T'ang (*Thịnh-Đường*). Usually thought to have lasted from 713 to 765, the period spanned the reign of Emperor

Hsüan-tsung and saw the flowering of great poets like Li Po and Tu Fu.

1458 *Chou and Ch'en]* In ancient China, Chou (*Châu*) and Ch'en (*Trần*) were the only clans making up a certain village, and they intermarried. The phrase "Chou and Ch'en" (*Châu-Trần*) has come to mean marriage as a bond linking two families.

1466 *the bridal carriage]* "the palanquin [decorated with] flowers" (*kiệu hoa*).

1477 *this frail girl found her support in you]* "[someone with] the lot of a rush fulfilled the duty of a submissive [wife]." See note 505.

1480 *With your new bride, you've cooled toward your old mate.]* "[You've grown] intense in [your] love for a clinging vine [and] cool in [your] love for [someone you married when you had only] wine dregs and rice bran." In Chinese, *cát* is *Pueraria thungergiana*, a creeper that yields edible beans and fibers for making cloth, and *lũy* is a climbing vine. Together, they mean "concubines," women who are like "clinging vines" in that they are dependent on both the husband and the first-rank wife. "Wine dregs and rice bran" (*tao-khang*) refers to the woman a man wedded when he was still poor, i.e., the first-rank wife.

1497 *Father]* xuân-dường. See note 534.

1500 *their sweet love nest]* "[their] spring mansion" (*xuân-dình*).
    Mount Kao-t'ing] a mountain in Chekiang, the site of a stage-post celebrated in old Chinese poetry as a parting place.

1501 *Ch'in]* a river flowing through Shensi, also celebrated in literature as a place for farewells.

1502 *along the bank, some willows waved goodbye]* "dangling here and there on the bank of willow trees were some Yang Pass branches." Yang Pass (*Dương-quan*), in Kansu Province, has become associated with parting through a farewell quatrain by the T'ang poet Wang Wei (701–61), in which the last line reads: "Beyong Yang Pass and going west, there won't be any old friend" (*Tây xuât Dương quan vô cô nhân*). It was a custom in China to break off a willow branch and give it to a friend about to leave on a long journey. For a discussion of the willow as an image of parting, read Chapter 8 (pp. 95–103) in Hans H. Frankel's *The Flowering Plum and the Palace Lady* (New Haven and London: Yale University Press, 1976).

1506 *peace must reign at home to reign abroad]* "[you must] see to it that inside [your home] it stays nice and warm before [you can have peace and] quiet outside." "Inside" alludes to the first-rank wife and "outside" to the concubine.

1507 *One sees a needle's eye if no red scarf.]* "It's [more] easy to remain blind to a scarlet breastcloth [than] to a needle's eye." A proverb says: "One may remain blind to a scarlet breastcloth, but it's hard to remain blind to a needle's eye" (*Lòa dược yểm thắm, khó lòa trôn kim*). An absent-minded person may fail to see the most obvious thing, but someone who pays attention will notice the smallest detail. In the Chinese novel, to indicate that it is impossible to keep people in the dark about what is going on, the following proverb is quoted by Ts'ui-ch'iao: "When a man walks grass is stirred, and when a bird flies feathers drop" (*Nhân hành thảo động, điểu phi mao lạc*).

1508 *Blindfolded, who will try to catch a bird?*] To "cover one's eyes and try to catch a bird" (*bịt mắt bắt chim*) is to engage in wishful thinking and attempt the impossible.

1520 *autumn was tinging maple woods with gloom*] "maple woods were already tinged with hues [associated with] passes and mountains [and parting]." Passes and mountains (*quan-san*) suggest long, difficult journeys and therefore stir up sad feelings about parting from friends and loved ones.

1529 *Hoạn*] Huan in Chinese. In the Chinese novel, the relationship between Miss Huan and young Shu is described as follows: "His wife was Miss Huan, . . . beautiful and bright. The only trouble with her was her fierce jealousy, but then she knew how to keep up a dignified front. She was also quite headstrong and wanted to have her way in everything. Since she would share her love for someone with no one else, she would not have the one she loved share his love with anyone else. Not only was young Shu by far her inferior in talent and wit, but she arranged the household in such an orderly fashion that he came to lose all freedom. Though outwardly he seemed happy enough, deep in his heart he missed something."

1530 *the Civil Office Board*] the ministry handling civil personnel in old China. Its head was sometimes the equivalent of a prime minister.

1531 *On happy winds of chance Thúc had met her*] "Bound by fate for [the palace of] T'eng, [he] had been blown in the right direction by the wind." According to tradition, Wang Po (Vương Bột, ca. 650–76) was on his way to visit his father, a magistrate in Chiao-chi (North Vietnam, then under Chinese rule). As he was sailing down the Yangtze, a favorable wind brought his boat to Hsin-chien in Kiangsi Province, just in time for a banquet held by Prince T'eng, Emperor T'ang Kao-tsu's youngest son, at his newly built palace there. To celebrate the palace, Wang wrote a preface in parallel prose and an eight-line poem: the preface caused a sensation and made Wang famous overnight. Later writers often alluded to this incident as a symbol of good luck leading to success, though Wang's life as a whole was marked by misfortune and failure: in fact, he drowned at sea in his twenties. For young Scholar Thúc, to marry into the family of a minister of state was to reach Prince T'eng's palace at the right moment for a feast: it was a stroke of luck as good as, or even better than, literary success, since most scholars viewed the latter only as an avenue to membership in the ruling class with all its perquisites and privileges. This is an instance of

Nguyễn Du's felicitous use of a cliché which, in an unconventional context, takes on an unexpected edge of sarcasm and a renewed vitality.

1538 *the knave whose fickle heart had roamed]* "the faithless person who had shown a heart [given to affairs of] the moon and flowers." See also note 1448.

1548 *the ant's inside the cup—where can it crawl?]* "The ant is crawling on the rim of the cup" (*Kiến bò miệng chén*) is a proverbial expression about someone in perilous circumstances from which there is no escape.

1552 *the traitor]* "the man who sells his [old] boat [before he has] made a visit [to buy] planks [for a new one]." To "sell one's boat before one has shopped for planks" (*chưa thăm ván đã bán thuyền*) is to be fickle in one's affections and wavering in one's loyalties, too ready to discard things and people that no longer serve one's purpose.

1577 *I've kept my mouth shut tight]* To "stop tightly the bottle's mouth" (*bưng kín miệng bình*) is to keep mum, keep a secret to oneself. There is a similar expression in Chinese: to "stop one's mouth like a bottle" (*thủ khẩu như bình*).

1578 *Why should I squeal when no one's sticking me?]* The line includes a proverb: "Who tortures you that you should confess?" (*Ai khảo mà xưng?*). Only a fool would volunteer information against himself, would condemn himself out of his own mouth.

1580 *to pull a vine and shake the woods]* *rút dây động rừng*. The expression means "to do something that will provoke grave repercussions, start a chain of events with a single act."

1586 *they've peddled tales of your so-called amours]* "they've made up all sorts of stories about butterflies and bees". "Butterflies and bees" (*bướm-ong*) are philanderers and womanizers. Cf. notes 38 and 1229.

1593 *perch and fish-cress]* "the native delights, *Brasenia purpurea* and perch." On an autumn day, Chang Han (Trương Hàn), an official in the capital under the Tsin, missed the taste of *Brasenia purpurea* (*thuần*, an edible waterplant) and perch (*lư*, similar to *úc*, a fish found in Vietnam), common dishes of his native countryside: thereupon, he resigned and went back to his village. The story has become a stereotype for homesickness.

1598 *the lady guessed his mind and offhand said: ...]* In the Chinese novel, it was young Shu himself who suggested to his wife that he should go back to Lin-tzu and visit his father whom he had not seen for more than a year.

1599 *those white clouds]* Under the T'ang, Ti Jen-chieh (Địch Nhân Kiệt), who became a trusted minister to Empress Wu, was celebrated as a filial son. One day, standing on Mount T'ai-hang, he saw a mass of

white clouds in the distance. He said to those who were with him: "My
parents' home stands under those white clouds."

1600 *care for your old sire]* "[perform your duties] morn and eve" (*thần-
hôn*). See note 918.

1607 *her mother]* nhà huyên. See note 224.

1609 *A jealous tantrum's like an itch]* The proverbial phrase "a mangy itch
and a jealous rage" (*ngứa ghẻ hờn ghen*) associates two urges that
cannot be easily satisfied but, instead, get worse and worse.

1626 *Ch'i]* "the port of Ch'i" (*bến Tề*). Lin-tzu used to be the capital of the
ancient state of Ch'i.

1629 *Their sun is setting, hanging at head's height]* "Sunlight has sunk
toward the mulberry trees and reached head's height." See note 1253–
54.

1633 *a clinging ivy]* "a yam bean vine [or] a morning glory vine" (*sắn-bìm*).
See notes 902, 1350, and 1480.

1636 *Ch'ang-o]* See note 1340.
       her hall] cung Quảng[-hàn], the "Palace of Vast [Cold]."

1638 *a crescent moon, three stars]* This line may suggest that Kiều was
thinking of young Thúc. The crescent moon (*nửa vành trăng khuyết*)
and the three stars (*ba sao*) seem to resemble the character 心 (*Tâm*; in
Chinese, *Hsin*), a part of Thúc's given name.

1674 *her tablet]* bài vị, the memorial tablet bearing the name of the
deceased.

1679 *we two]* "the plum tree and the bamboo" (*mai-trúc*). See note 708.

1685 *the Three Isles]* tam-đảo. According to Taoist mythology, there are
three fairy islands in the Eastern sea, the most famous of which is
P'eng-lai (*Bồng-lai*).
       the Nine Springs] cửu-tuyền. See notes 94, 710, 734, and 3000.

1715 *with a jolt, she wakened from her drowse]* "the soul [that visited a grove
of] plum trees suddenly woke up from the yellow millet [dream]." The
line contains two allusions about sleep and dreaming. The first has to
do with Chao Shih-hsiung (Triệu Sư Hùng), who, under the Sui
dynasty, happened to be at sunset in a grove of plum trees on Mount
Lo-fu (La-phù) in Kwangtung, a mountain reputed to be the abode of
gods and spirits. He met a gorgeous woman and took her to the wine
shop where they drank together. He got drunk and lost consciousness.
When he woke up next morning, he found himself under a flowering
plum tree. The second allusion is to a T'ang parable. In an inn, a poor
student met a Taoist priest and was given a magic pillow on which he
went to sleep. He dreamed he married a beautiful girl and rose to high
office to live happily for fifty years. On waking up, he found that the
innkeeper had not yet finished cooking a pot of yellow millet.

1724 *on a couch a lady sat enthroned]* "a lady sat on a bed [decorated with]" seven gems." According to Chinese tradition, the "seven gems" (*thất-bảo*) are coral, amber, agate, nacre, pearl, gold or silver, and crystal. See also note 2210.

1731 *A graveyard cat! A hen that prowls the fields!]* The phrase "graveyard cats and field chickens" (*mèo mả gà đồng*) refers either to vagrants who make a dishonest living or to men and women of loose morals who consort with one another outside marriage.

1752 *a reed]* "a willow [or] a rush" (*liễu-bồ*). See note 746.

1755 *walls have ears and eyes]* "[there are] ears on walls [even as there are] chinks in wattles" (*tai vách mạch dừng*). Another form of the same proverb is "Wattles have chinks, walls have ears" (*Dừng có mạch, vách có tai*).

1758 *flies and ants]* "bees and ants" (*con ong cái kiến*). The phrase refers to the "little people," the poor, helpless victims of those in power.

1778 *the lute]* "bamboo and silk" (*trúc-tơ*).

1785 *to meet her Lin-tzu spouse again]* "[for] the water and the water fern to meet again."

1820 *her heart a raveled knot of silken threads]* "the silkworm's bowels in many sections like tangled threads."

1832 *I think of my lost mother and still grieve.]* "I think in my mind [as one who] climbs the bare hill [and] it hurts my heart till the end of the heavens." One who "climbs the bare hill" (*trắc-dĩ*) is one who loves his or her mother; the image comes from two lines in *The Book of Odes*: "I climb this bare hill / [and] yearn for my mother" (*Trắc bỉ dĩ hề, / chiêm vọng mẫu hề*).

1846 *he took the proffered cup and quaffed the gall]* "holding a soapberry in his mouth, he had to drain the proffered cup right away." The soapberry (*bồ-hòn*), which contains saponin, tastes bitter and acrid. As a proverbial phrase, to "hold a soapberry in one's mouth and make believe it tastes sweet" (*ngậm bồ-hòn làm ngọt*) is to feel deep bitterness while putting on a happy appearance.

1858 *to wipe them off]* "to wipe off drops from the Hsiang." See note 238.

1865 *The waterclock now marked the night's third watch]* "Drops from the dragon already marked the third watch." A waterclock (or clepsydra) had often the shape of a dragon and was called a "bronze dragon" (*đồng-long*).

1879 *So gently it holds us, her iron hand!]* "[Her hand can be] as light as cork [or] as heavy as lead" (*nhẹ như bấc nặng như chì*).

1902 *she could have graced a palace cast in gold]* As a boy, the Han emperor Wu (Hán Vũ-đế) admired a girl named A-chiao (A-kiều) so much that he said, "If I could get her, I would build a golden house to keep her in." When he grew up to rule China, she became one of his consorts.

1910 *the Void's great gate]* "the gate of the Void" (*cửa không*), i.e., a Buddhist shrine or temple.

1913 *Kuan-yin]* the Buddhist goddess of mercy, "listener to the world's cries."

1914 *everblooming lotus]* "four-season flowers" (*hoa bốn mùa*). This is a reference to the lotus throne of a Buddha.

tall bo tree] "a tree that is a hundred feet tall" (*cây trăm thước*). The Buddha attained enlightenment (*bodhi*) under a bo (or bodhi) tree or pipal (*cây bố-đế*).

1920 *three vows]* tam-qui (*Trisarana* or "three surrenders"). Upon becoming a monk or nun, a Buddhist pledges surrender (*qui*) to the Three Treasures (*tam-bảo* or *Triratna*): surrender to the Buddha (*Phật*) as the master, to the Dharma (*Pháp*) or Law as medicine, and to the Sangha (*Tăng*) or the religious community as friends.

five commands] ngũ-giới (*panca veramani*). Binding on Buddhist laity, male and female, as well as on monks and nuns, the five commandments are against killing, stealing, lechery, lying, and drinking alcohol.

1922 *Pure Spring]* Trạc Tuyền (in Chinese, Cho-ch'üan), literally, "cleansed spring."

1926 *the Purple Grove]* rừng tía. According to Buddhist tradition, Kuan-yin stays at the Purple Bamboo Grove (*Tử-trúc-lâm*).

red dust] bụi hồng, a metaphor for the world of mundane concerns.

1931 *Kuan-yin's willow branch]* "the willow branch" (*cành dương*). Kuan-yin is often represented with a willow branch in her hand, sprinkling drops of mercy on a suffering world.

1946 *[I] let you singly shoulder all our woes]* "the lord of spring let the flower [take] the punishment all alone." About the "lord of spring" (*chúa xuân*), see note 1327.

1955 *I break my vow]* "I [let] stone break and bronze fade." See also notes 422, 513, and 1290.

1957 *a small, frail skiff]* "a cypress boat" (*chiếc bách*). This metaphor for a woman as a helpless creature buffeted by the world can be traced back to Poem 26 of *The Book of Odes*.

1961 *a drop of rain]* "a drop from a downpour" (*một giọt mưa dào*). See note 619.

1971 *Try for your freedom—run or fly away!]* In the Chinese novel, young Shu tells Ts'ui-ch'iao: "Now I realize that from this garden going west there are many Buddhist convents. So gather a few personal belongings and run away to take refuge somewhere for a while and wait till things have calmed down: then, you could flee farther yet." After she had followed his advice and left, his wife wanted to pursue the fugitive, but he dissuaded her.

1976 *the thread of silk]* tơ. See note 2242.

1988 Lan-t'ing *engravings]* engravings of calligraphy from *Lan-t'ing-hsü* (*Lan-đình-tự*), a piece of prose written by Wang Hsi-chih (Vương Hy

Chi; 321–79): its literary merit is overshadowed by its worth and fame as a calligraphic masterpiece. In the Chinese novel, Miss Huan praises Ts'ui-ch'iao's brush strokes by comparing them to "Yen's sinews and Liu's bones" (*Nhan cân Liễu cốt*), quoting a phrase coined by the Sung scholar-statesman Fan Chung-yen (Phạm Trọng Yêm). Under the T'ang dynasty, both Yen Chen-ch'ing (Nhan Chân Khanh) and Liu Kung-ch'üan (Liễu Công Quyền) were celebrated as calligraphers.

1991 *Dhyana/ thiền*, having to do with meditation or contemplation and therefore with Buddhism in general, and especially the Ch'an (meditative, intuitional) school founded in China by Bodhidharma, the twenty-eighth patriarch.

2036 *Retreat of Blessed Peace/* "the temple that calls [people] to retreat [from] the world" (*Chiêu Ân Am*).

2040 *Giác Duyên/* Chüeh-yüan in Chinese.

2081 *Bạc/* Po in Chinese.

2094 *to force a man on her/* "to force the tie between Chou and Ch'en." See note 1458.

2096 *and all around you've spread a nasty name/* "moreover, [you've] incurred a bad, a [no] good reputation near and far." According to a proverb, "good news spreads near, and bad news spreads far" (*tiếng lành đồn gần, tiếng dữ đồn xa*).

2103 *Bạc Hạnh/* Po Hsing in Chinese.

2105 *T'ai/* a county in Chekiang Province.

2119 *wed and serve a man/* "plan [to perform] the duty of submission [to one's] husband." See note 505.

2121 *I have bought / a tiger in a poke/* "[I have dealt with people who] sell
–22   tigers and trade in wolves" (*bán hùm buôn sói*).

2132 *all the gods of hearth and home/* "The City Guardian Spirit [*Thành-hoàng*] and the Kitchen God [*Thổ-công*]."

2144 *Bạc was carting his false face away/* "Bạc carried [his] false face looking for a way to get far [from there]." There is a pun on the man's surname: *bạc* can also mean "false," "disloyal," "treacherous" (see also note 753).

2151 *the fate of a peach blossom/* số hoa đào. A woman born under the sign of the peach blossom is doomed to become a prostitute.

2157 *Great Potter's Wheel/* Hồng-quân, the Creator as shaper of human destinies. See also notes 343, 412 and 3072.

       womanhood/ "people who wear red skirts" (*khách hồng-quần*). See note 35.

2164 *I'll brazen out the death of my spring days/* "[I'll] sacrifice [my] powdered face and get [my] green days over with."

2167 *A tiger's beard, a swallow's jaw, and brows / as thick as silkworms/* This
–68   is the physiognomy of a military hero, similar to that of the famous Han commander Pan Ch'ao (Ban Siêu), who had a jaw like a swallow's

beak and a neck like a tiger's (*yến hàm hổ cảnh*).

he stood broad and tall] "[his] shoulders were five inches broad [and his] body was ten feet tall."

2171 *Between the earth and heaven he lived free]* "Carrying heaven on [his] head and trampling the earth, [he] lived in the world." To "carry heaven overhead and trample the earth underfoot" (*đội trời đạp đất*) is to lead a proudly independent life, acknowledging nobody's authority.

2172 *Từ Hải ... Yüeh-tung]* Từ Hải is Hsü Hai in Chinese, and Yüeh-tung is Kwangtung, the area "east of the Yüeh river." Hsü Hai's portrait in the Chinese novel is as follows: "At that time there was a bravo whose name was Hai, whose clan name was Hsü, and whose courtesy name was Ming-shan. A native of Yüeh, he had a generous nature, made light of wealth, and did not take seriously the married state. He boasted a mastery of all martial arts and was renowned as a hero throughout the world. At first he had pursued a scholar's career, but after several failures at the examinations, he turned to trade and grew rich, with more money than he could spend. But he enjoyed associating with those adventurous souls who roamed the streams and lakes."

2173 *Plying his oar, he roved the streams and lakes / with sword and lute upon*
–74 *his shoulders slung.]* "[On] rivers and lakes [he] was used to the pleasure of roaming at large, / [carrying] a sword and a lute as half a load [on each shoulder] and [plying] one oar [through] hills and streams." The second line of the six-eight couplet is a highly condensed paraphrase of two lines of verse by the T'ang rebel Huang Ch'ao (Hoàng Sào): "[Carrying] a bow and a sword on half [of the two] shoulders, [I] roam freely under heaven. / [Plying] one oar [through] rivers and mountains, [I] go to the ends of the earth" (*Bán kiên cung kiếm bằng thiên túng. / Nhất trạo giang sơn tận địa huy*). On Huang Ch'ao, see note 2496.

2179 *Two kindred souls have joined]* "The heart and the bosom have met" (*Tâm phúc tương cờ*).

2180 *those giddy fools who play at love]* "people who are [as] fickle [as] the moon and the wind." See also notes 1290 and 2593.

2181 *your charms]* "[your] peach-red cheeks" (*má đào*).

2182 *none's won favor yet in your clear eyes]* This is an allusion to Yüan Chi (Nguyễn Tịch; 210–63), the most eccentric member of the group called the Seven Sages of the Bamboo Grove (*Trúc Lâm Thất Hiền*). He refused to see people he disliked, showing them only the whites of his eyes, and reserved his "clear eyes" (*thanh-nhãn* or *mắt xanh*) for the chosen few.

2184 *caged birds or fish in pots]* "Fish in pots and birds in cages" (*cá chậu chim lồng*) are common men who live constrained lives and lack the freedom of those who "carry heaven overhead and trample the earth underfoot." See note 2171.

2192 *They call to mind the tale of Prince P'ing-yüan.]* In a poem entitled
      "The Youth of Han-tan: A Song," the T'ang poet Kao Shih (Cao
      Thích; 702?–65) wrote: "Where can he entrust his heart and soul? / He
      is put in mind of Prince P'ing-yüan" (*Vị tri can dảm hướng thùy
      thị. / Linh nhân khước ước Bình nguyên quân*). This is an allusion to an
      important event in the prince's life which showed how difficult it is to
      choose somebody one can trust. He was the younger brother of the
      king of Chao (Triệu). When Han-tan (Hàn-đam), the capital, was
      besieged by troops from Ch'in (Tần), the prince was charged with
      leading a mission to the state of Ch'u (Sở) and seeking military
      assistance there. One more man was needed to complete the delegation,
      but the prince could not find a suitable person among the thousands of
      guests and retainers who were living at his home. Finally, one of them,
      Mao Sui (Mao Toại), who seemed a perfect nonentity, volunteered to
      go. In desperation, the prince took him along. As it turned out, the
      unassuming man proved such a good diplomat that the king of Ch'u
      was persuaded to send relief troops and break the Ch'in siege of the
      Chao capital.

2196 *Chin-yang shall see a dragon in the clouds]* Under the Sui dynasty, Li
      Yüan, who was commandant at Chin-yang in T'ai-yüan, had a four-
      year-old son, Li Shih-min, for whom physiognomists predicted an
      imperial career of extraordinary brilliance. Indeed, the boy grew up to
      rebel against the Sui and succeeded in installing his father on the throne
      as the founder of the T'ang dynasty. He himself became emperor as
      T'ang T'ai-tsung. The prophecy about the Li family's imperial future
      was summed up in a saying: "A dragon is flying over Chin-yang" (*Long
      phi Tấn dương*).

2204 *we'll sit together when I sit on high]* "even [after I have won] ten
      thousand bushels [of rice] and a thousand carriages, [we shall] stay
      together."

2210 *a sumptuous bed and curtains decked with gods]* "a bed [encrusted with]
      seven gems [and] curtains [decorated with] eight immortals."
      According to Taoist lore, the "eight immortals" (*bát-tiên*) are: 1)
      Chung-li Ch'üan (Chung Ly Quyền), who is represented holding his
      feather fan or a peach of immortality; 2) Lü Tung-pin (Lừ Động Tân),
      who is always represented with his magic saber and holds in one hand
      his fly-whisk; 3) Chang Kuo Lao (Trương Quả Lão), who is usually
      seen mounted on his white mule and carrying a phoenix feather or a
      peach of immortality; 4) Li T'ieh-kuai (Lý Thiết Quái), always de-
      picted with his crutch and his gourd of magic medicines; 5) Lan Ts'ai-
      ho (Lam Thái Hòa), a hermaphrodite who plays a flute or a pair of
      cymbals; 6) Ts'ao Kuo-chiu (Tào Quốc Cữu), who was connected with
      the Sung emperors and is shown with the tablet of admission to Court
      in his hand; 7) Ho Hsien Ku (Hà Tiên Cô), a goddess holding in her

hand a lotus blossom or a peach of immortality; and 8) Han Hsiang Tzŭ (Hàn Tương Tử), who is represented with a bunch of flowers or a basket of peaches of immortality. About the "seven gems" (*thât-bảo*), see note 1724.

2212 *found a dragon for her mount]* "had a beautiful marriage riding a dragon." To "ride a dragon" (*cỡi rồng* or *thừa-long*) is to wed a worthy husband.

2217 *A woman's place is near her man]* "A woman's lot (is summed up in) the word *follow*." *Tòng* is to "follow or submit to (one's husband)", according to Confucian ethics. Cf. notes 505 and 2329.

2230 *the eagle]* "the roc" (*bằng*), the mythical bird that symbolizes manly ambition.

2235 *the elms back home]* "the catalpas and the elms" (*tử-phân*), trees that stand for one's native place.

2236 *clouds]* "Ch'in clouds." A line of verse by the T'ang writer Han Yü (Hàn Dũ) reads: "I see clouds straddling the Ch'in mountain range and know not where my home is" (*Vân hoành Tần lĩnh gia hà tại*).

2237 *her old parents]* "the wizened day lily and the aging cedrela" (*huyên cỗi xuân già*). See notes 224 and 534.

2242 *cut from her mind, it clung on to her heart]* "though the lotus stem was cut off from [her] mind, [her] heart was still entangled in the silk thread." The association of both the lotus and silk with love is based on two puns that go back to old Chinese poetry. The Chinese word *lien* ("lotus"; *liên* in Sino-Vietnamese) sounds like *lien* ("to love, feel attached to someone"; *liên* in Sino-Vietnamese). The lotus stem (*ngó*) also happens to have a symbolically relevant attribute: when it gets broken in half, the two sections often remain loosely connected by very thin fibers or filaments. *Ssu* ("raw silk," "silk thread"; *tô* in Sino-Vietnamese and *tơ* in the vernacular) is a homonym of *ssu* ("to think of, long for someone absent"; *tư* in Sino-Vietnamese).

2247 *the eagle]* "the wild goose" (*hồng*). Like the mythical roc (*bằng*), the high-flying goose symbolizes a man who wants to rise or has risen above the vulgar throng by his own efforts. For other uses of the wild goose in metaphor, see notes 945 and 2886.

2325 *face soaked with sweat / like indigo]* "the face [seeming] as if indigo
–26 [had been] poured [on it]."
      frame shaking like a leaf] "the body looking like a shaking wagtail." *Giẽ* is a vague term referring to various birds, including snipes and jays, which often wag their tails. Some editors prefer to emend the word to *cầy* ("dog"), having in mind the proverbial expression "to shake like a [wet] dog warming itself [by the fire]" (*run như cầy sầy*).

2329 *A morning star weds not an evening star]* "[As] Shen [with regard to] Shang, [I could] not fulfill [towards you those duties embodied in] the word *follow*." Shen (*Sâm*, a constellation which includes some stars in

Orion) and Shang (*Thương* or Lucifer, a morning star) never see each other: they stand for lovers separated by insurmountable obstacles or for brothers at odds with each other. About "the word *follow*," see notes 505 and 2217.

2334 *the thief has met the shrewd old gal]* A proverb: "The thief meets the old woman" (*kẻ cắp gặp bà già*). It means that someone meets his or her match, as in such English equivalents as "It takes a thief to catch a thief."

2348 *no gold can match the washerwoman's heart]* When he was still a poor, hungry fisherman, Han Hsin (Hàn Tín) was befriended by an old washerwoman who gave him a bowl of rice. Later, thanks to his military genius, he helped Liu Pang (Lưu Bang) triumph over Hsiang Yü (Hạng Vũ) and mount the throne in 206 B.C. as Emperor Kao-tsu, founder of the Han dynasty. Now the most prestigious general in the empire, Han Hsin repaid the washerwoman's bowl of rice with gold. That grateful man, however, fell victim to political ingratitude: suspected of actual or potential treason, he was degraded and put to death by the emperor.

2378 *She gave an order setting free Miss Hoạn, | who gratefully fell prostrate*
–79 *on the ground.]* In the Chinese novel, Ts'ui-ch'iao also spared Miss Huan's life, but she made her pay dearly for it: she had her stripped stark naked, hung by the hair to a beam, and then whipped with four horsewhips from four different directions at the same time until "not a single piece of her skin remained whole." Each of those condemned to death was executed in a special fashion, with all the gruesome details carefully and gleefully described.

2401 *Two wanderers will part ways]* "The water fern and the cloud, after getting together, will part."

2406 *Tam Hợp]* San-ho in Chinese.

2422 *this frail reed]* "a little person [like] a rush [or] a willow". See note 746.

2439 *bamboos split fast; tiles slip, soon fall apart]* "bamboos split, tiles fall apart" (*trúc chẻ ngói tan*). The phrase describes a rout before a lightning attack: bamboos, once slit, will split all by themselves, and loose tiles will cause others to slip, thus toppling the whole roof.

2446 *those racks for coats, those sacks for rice]* giá áo túi cơm. "Racks for coats and sacks for rice" (from the Chinese *y giá phạn nang*) are useless men only concerned with their material needs and wants.

2452 *Hồ Tôn Hiến]* Hu Tsung-hsien in Chinese. In the Chinese novel, his role looms less large because he has many other people helping him.

2459 *two waiting maids]* In the Chinese novel, they are clearly identified as spies and agents planted beside Ts'ui-ch'iao to induce a surrender mood in her, playing on her homesickness, her vanity, and her desire for wealth and rank.

2462 *Lord Từ himself felt gnawing doubts and thought, . . .]* In the Chinese novel, Hsü Hai is portrayed realistically and, through his way of thinking and reasoning, made to look like a politician carefully weighing gains and losses, pros and cons, and not like an epic hero who wants to be his own master.

2475 *"A fern that floats on water," she now thought ...]* The thoughts expressed in this interior monologue correspond, in the Chinese novel, to bits of advice given to Ts'ui-ch'iao by the two waiting maids.

2486 *a skiff]* "a cypress boat" (*chiếc bách*). See note 1957.

2494 *the Wayward Stream]* So called because it has often shifted its course, the Wayward (Wu-ting) River is a tributary of the Yellow River, flowing from Suiyüan in Inner Mongolia to Shensi. It was the site of many bloody battles between the Chinese and the Tartars. Ch'en T'ao (Trần Đào), a T'ang poet of the ninth century, wrote this quatrain entitled "Lung-hsi Song": "They pledged their lives to sweep the Huns away. / Five thousand braves in furs bit Tartar dust. / Pity their bones which rim the Wayward Stream. / As men, they haunt their women's dreams in spring."

2496 *Huang Ch'ao]* An unsuccessful scholar, he led his fellow rebels to capture Ch'ang-an, the capital, in 881 and proclaimed himself emperor, but he was soon defeated and slain in 884. His revolt dealt the T'ang dynasty a blow from which it was not to recover. See also note 2173–74.

2581 *We're destined for each other]* "[You and I are probably bound together by a troth sworn with] incense and fire [which will be kept in the course of] three existences" (*hương-lửa ba sinh*). See note 257.

2582 *Let me restring your lute and make it whole.]* "[I] beg to splice the [broken] strings [of the lute with] phoenix [glue] and make them whole again for someone." See note 726.

2586 *My heartstrings broke just like Hsiao-lin's lute strings.]* Hsiao-lin, concubine of the king of Ch'i, was forced to marry a warlord upon the collapse of that state. As she was playing the lute one day, its strings broke. She was moved to compose a poem with the following lines: "You want to know how my poor heartstrings snapped? / Look at the strings of the lute on my knees" (*Dục tri tâm đoạn tuyệt. / Ưng khán tất thượng huyền*).

2593 *to toy with love]* "[to engage in] a play of the moon and the wind." See note 1290.

2638 *the fragrant gem]* "jade" (*ngọc*) and "fragrance" (*hương*).

2645 *But dawn / succeeds the dark]* "When *yin* reaches its extreme, *yang*
–46 returns" (*âm cực dương hồi*).

2667 *an inmate twice / at those resorts of mirth, and twice a slave]* "[she
–68 stayed in] a green pavilion twice [and she put on] the blue smock [of a slave] twice."

2711 *Her soul was wandering through a grove of dreams]* "The spirit was dreaming of cassia shrubs, the souls of plum trees." See note 1715.

2743 *his dear Kingfisher's nest]* "the Kingfisher's garden" (*vườn Thúy*). See
note 280.

2744 *the scene had changed]* How Chin Chung discovered what had hap-
pened to the Wang family is told less elaborately in the Chinese novel:
"As soon as he got back to his lodgings, he hurried to the Kingfisher
View porch and asked about Ts'ui-ch'iao: she had left home four
months ago and *Yüan-wai* Wang's whole family had also moved
somewhere else. Thereupon he walked down the old path and looked
for a long time without seeing a single soul. When he asked the
neighbors, they told him all about old Wang's misfortune, about Ts'ui-
ch'iao's selling herself, etc.: he was stunned. At once, he inquired and
found his way to old Wang's new home: he saw a small hovel quite
different from the former scene."

2747 *peach blossoms of last year / were smiling, flirting yet with their east*
–48   *wind]* The T'ang poet Ts'ui Hu (Thôi Hộ) wrote a quatrain entitled
"Inscribed at a Place Visited Once Before": "A year ago, within this
gate, / her face and peach blossoms both blushed alike. / I do not know
where to look for her face. / Peach blossoms, though, still smile at their
east wind." See note 793.

2777 *Our daughter Kiều is cursed by evil fate]* "[Our] daughter Kiều's lot is
as thin as a sheet." Figuratively, to be "as thin as a sheet [of paper]"
(*mỏng như tờ*) is to be marked by poverty, failure, or misfortune. See
also notes 33, 411 and 753.

2794 *he ached]* "[he] wilted [with pain] like some vegetable salted and
pickled" (*dàu như dưa*).

2801 *The plank's now nailed and fastened to the boat.]* *Ván dã đóng thuyền.*
This proverb expresses resigned acceptance of an irreversible situation.

2837 *his parents]* "the cedrela and the day lily" (*xuân-huyên*). See notes 224
and 534.

2860 *the honor roll]* "the spring roster" (*bảng xuân*). Examinations for the
chin-shih or highest degree, the equivalent of a doctorate, were usually
held in spring.

2861 *flowers hailed them / in His Majesty's park, fame reached their*
–62   *heaths]* "flowers greeted [them along] the lanes [planted with] almond
trees [in the Imperial Gardens, and] fragrance wafted to the paths
[planted with] elm trees [in their native villages]."

2867 *blue clouds]* thanh-vân, an official career for *chin-shih* graduates.

2869 *exchanged those vows of troth]* "given promises [as precious as] jade
[and] sworn oaths [engraved in] bronze." See note 513.

2870 *sharing jade and gold]* "[crossing together] the Golden Horse [Gate]
and [living together in] a jade mansion." About the Golden Horse
Gate, see note 410.

2875 *his yamen]* "the lute-hall" (*cầm-đường*). Tzu Chien (Tử Tiện), a disciple of Confucius, was such a wise magistrate that law and order prevailed in his subprefecture though he spent most of his time playing the lute. The yamen of an enlightened mandarin has become known as a "lute-hall."

2875 *he lived leisured days / amidst the lute's sweet sounds, the crane's soft*
-76 *cries]* Under the Sung dynasty, Chao Pien (Triệu Biện) was an honest official with a simple way of life: when he was sent as governor to Shu (modern Szechwan) he took nothing with him but a lute and a crane.

2883 *kindred souls]* "sound and spirit [that] seek each other" (*thanh khí tương tầm*). See note 193.

2886 *Đô]* Tu in Chinese.

2970 *the bird]* "the wild goose's wing" (*cánh hồng*). The fall of a wild goose as a metaphor for quick, often heroic, death comes from an old Chinese saying: "There is a way of dying lighter than the feather of a wild goose" (*Tử hoặc khinh ư hồng mao*). See also notes 945 and 2247.

2972 *the bird's disconsolate soul]* "the *ching-wei*'s soul" (*hồn tinh-vệ*). According to Chinese mythology, after the daughter of Emperor Yen (*Viêm-đế*) drowned at sea, her unhappy soul turned into a little bird called *ching-wei* (*tinh-vệ*), which has tried ever since to fill up the deep with twigs and pebbles.

2999 *She'd gone the way of night, they dwelt with day]* "[Between] darkness and sunlight [there are] two [separate] ways."

3000 *those Nine Springs]* *cửu-nguyên*. See notes 94, 710, 734 and 1685.

3010 *Father]* "the cedrela" (*xuân*). See note 534.
Mother] "the day lily" (*huyên*). See note 224.

3017 *her mother's]* "[those of] the old day lily" (*huyên già*). See note 224.

3051 *Old Vương exclaimed ...]* The father's little speech corresponds, in the Chinese novel, to what was said by three other people: the nun Chüeh-yüan, the mother, and Chin Chung.
Other times, other tides] "Now is one time and then [was another time]" (*bỉ thử nhất thì*). Now is now, and then was then.

3052 *a saint]* "[someone who] lives the religious life" (*tu-hành*).

3067 *Amber and mustard seed, lodestone and pin]* "[it's] the lot of a mustard [seed], the fate of a pin" (*phận cải duyên kim*). Predestined, people are drawn together in love and marriage just as a mustard seed is attracted by amber and an iron pin or needle by lodestone. See also note 769.

3068 *when blood is spilt, the gut turns soft]* *máu chảy ruột mềm*. This is a proverb about family solidarity: when a relative gets hurt, the other members of the family feel hurt and cannot remain unconcerned about his or her trouble.

3071 *the mirror cracked is whole again]* *gương vỡ lại lành* (in Chinese, *phá kính trùng viên*). Lovers, spouses, or members of a group, separated or estranged from one another, are happily reunited.

3072 *Heaven]* "the sacred potter's wheel" (*khuôn thiêng*).

3075 *The tree still bears some three or seven plums]* Vân implies that Kiều is
not yet too old for marriage by alluding to a courtship song (Poem 20)
in *The Book of Odes*: "Plop drop the plums, / but there are seven
left. / Good sirs who're courting me, / choose quick a lucky day. / Plop
drop the plums, / but there are three left still. / Good sirs who're court-
ing me, / make up your minds right now. / Plop drop the plums— / a
basket gathers them. / Good sirs who're courting me, / speak up while
there's still time."

3076 *The peach stays fresh]* The young, fresh peach tree (*dào non*) is the
image of a beautiful bride according to a wedding song (Poem 6) in *The
Book of Odes*. See also note 1010.

to tie the knot] "to spin the silk thread" (*xe tơ*). See notes 333 and 549.

3104 *the homespun costume of a virtuous wife]* "coarse cloth [for a skirt] and
a thorn [for a hairpin]" (*bố-kinh*). See note 505.

3110 *let's turn it into friendship—let's be friends]* "[let's] turn the love [of
two people who play a duet with] the lute and the harp [into the
friendship of two people who play] the lute or chess [together]." The
duet on the lute and the harp (*cầm-sắt*) stands for married love and
harmony while playing the lute or chess (*cầm-kỳ*) symbolizes
friendship.

3111 *marriage with its red silk thread]* See notes 333 and 549.

3126 *Hsiao, a passerby ignored]* Under the T'ang dynasty, young Hsiao
(Tiêu-lang) had a beautiful wife named Lu-chu (Lục-châu, "Green
Pearl"). She was abducted and offered as a concubine to the powerful
general Kuo Tzu-i (Quách Tử Nghị). After that time, she no longer
recognized her former husband and looked away when she saw him in
the street. That incident is alluded to in a couplet by the T'ang poet
Ts'ui Chiao (Thôi Giao). Forced by poverty to sell a beautiful and
talented concubine into the household of a court official, he still loved
her and wrote a poem for her: "Once you enter the gate of the great it's
as deep as the sea. / Since then young Hsiao has become a mere
passerby in the street" (*Hầu môn nhất nhập thâm như hải. / Tòng thử
Tiêu lang thị lộ nhân*). According to tradition, the concubine's new
master was so moved by the poet's devotion to her that he let her go
back to him.

3137 *a lotus sprout]* About the lotus and love, see note 2242.

3175 *If I long searched the sea for my lost pin]* "To grope for a pin on the
bottom of the sea" (*dáy bể mò kim*) is the Vietnamese equivalent of "to
look for a needle in a haystack."

3176 *it was true love, not lust, that urged me on]* "[it was] mostly [because of
a troth etched in] bronze and stone and [not because I wanted] to look
for [the pleasures of a love that is as fickle as] the moon and flowers."
See notes 513 and 1448.

3178 *to live in concord]* "[to behave toward each other like two people who play a duet with] the harp and the lute" (*sắt-cầm*). See note 3110.

to share one bed] "[to share] a blanket and a pillow" (*chăn-gối*). The two items, used together, suggest sexual intimacy or marital relationship.

3200 *Was it a butterfly or Master Chuang?]* A well-known passage in the *Chuang-tzu*, a Taoist classic, reads: "Chuang Chou once dreamed that he was a butterfly, fluttering to and fro and enjoying itself. Suddenly he woke up and was Chuang Chou again. But he did not know whether he was Chuang Chou who had dreamed that he was a butterfly, or whether he was a butterfly dreaming that it was Chuang Chou."

3201 *And who poured forth this rhapsody of love? | The king of Shu or just a*
-02 *cuckoo-bird?]* Emperor Wang (Wang-ti or Vọng-đế), whose name was Tu Yü (Đỗ Vũ), ruled Shu (in modern Szechwan) as an exemplary sovereign until he fell in love with his minister's wife and had an affair with her. Discovered, he yielded the throne to the offended husband and fled into shamed seclusion in the mountains. He died there and turned into the cuckoo (or nightjar), whose mournful cry bemoans the double loss of his realm and his love.

3204 *Lan-t'ien]* a mountain in Shensi renowned for its jade. Lines 3200, 3202, 3203, and 3204 are adapted from the four middle lines of "The Ornamented Zither," the best known and least understood poem of the T'ang poet Li Shang-yin (Lý Thương Ẩn; 813–58): "Chuang-tzu's dawn dream evokes a butterfly. / Wang-ti's spring heart rests in a cuckoo-bird. / On the vast sea moon-lit pearls gleam with tears. / On Mount Lan-t'ien sun-warmed jade gives off smoke" (*Trang sinh hiểu mộng mê hồ diệp. | Vọng đế xuân tâm thác đỗ quyên. | Thương hải nguyệt minh châu hửu lệ. | Lam diễn nhật noãn ngọc sinh yên*).

3220 *who'd with her favors skip from man to man]* "[who'd give] peaches [to one man] in the morning and plums [to another man] in the evening." The phrase *sớm đào tối mận*, with its connotations of sexual promiscuity and infidelity, is here given a pejorative twist that it does not necessarily have in Line 1289.

3237 *a stooping tree]* Poem 4 in *The Book of Odes* speaks of a "stooping tree" (*cù-mộc*), a tree with down-curving branches around which cling many vines. Originally, it must have referred to a lord, who shelters and supports many dependents and retainers. In Vietnamese literary tradition, it has mainly stood for a first-rank wife as the protector of her husband's concubines (see also notes 902, 1350, 1480 and 1633 for creepers and climbers that metaphorically represent concubines). In this line, while the "stooping tree" clearly designates Vân as Kim's chief spouse, it can also be broadly interpreted to mean a mother who takes good care of her numerous brood of children, a tree that casts its shade over "a yardful of sophoras and cassia shrubs."

3238 *a yardful of sophoras and cassia shrubs]* Under the Sung dynasty, Tou

Yü-chün (Đậu Vũ Quân) was blessed with five brilliant sons: they all took the highest honors at literary examinations. The poet Feng Tao (Phùng Đạo) celebrated them in a poem as the Five Cassias (*Ngũ Quế*). About sophoras as offspring, see note 1257.

3248 *talent and disaster form a pair]* The word for "talent" (*tài*; in Chinese, *ts'ai*) rhymes with the word for "misfortune" (*tai*; in Chinese, *tsai*).

BIBLIOGRAPHY

Baruch, Jacques. *Notes sur le poème vietnamien Kim-Vân-Kiều de Nguyễn Du.* Casteau (Belgium), 1961.

Bằng Phong. *Luận-đề Đoạn Trường Tân Thanh.* Sài-gòn: Á-Châu, 1959(?).

Bùi Giáng. *Một vài nhận-xét về truyện Thúy Kiều và truyện Phan Trần.* Sài-gòn: Tân-Việt, 1957.

Durand, Maurice. *Mélanges sur Nguyễn Du.* Paris: École Française d'Extrême-Orient, 1966.

——— and Nguyễn Trần Huân. *Introduction à la littérature vietnamienne.* Paris: G. P. Maisonneuve & Larose, 1969.

Đàm Quang Thiện. *Ý-niệm bạc-mệnh trong đời Thúy Kiều.* Sài-gòn: Nam-Chi Tùng-Thư, 1965.

Đào Duy Anh. *Từ-điển truyện Kiều.* Hà-nội: Khoa-Học Xã-Hội, 1974.

Hoàng Trung Chính and Trần Ngọc. *Thân-thế và sự-nghiệp Nguyễn Du và truyện Kiều (Đoạn Trường Tân Thanh).* Sài-gòn: Á-Châu, 1950(?)

Huỳnh Sanh Thông. *The Heritage of Vietnamese Poetry.* New Haven and London: Yale University Press, 1979.

Lê Đình Ky. *Truyện Kiều và chủ-nghĩa hiện-thực của Nguyễn Du.* Hà-nội: Khoa-Học Xã-Hội, 1970.

Lê Ngọc Trụ and Bửu Cầm. *Thư-mục về Nguyễn Du.* Sài-gòn: Bộ Giáo-Dục, 1965.

Lê Thành Khôi. *Le Việt-Nam—histoire et civilisation.* Paris: Éditions de Minuit, 1955.

Marr, David G. *Vietnamese Anticolonialism.* Berkeley: University of California Press, 1971.

Nguyễn Bách Khoa. *Nguyễn Du và truyện Kiều.* Hà-nội: Hàn Thuyên, 1946.

———. *Truyện Kiều và thời-đại Nguyễn Du.* Hà-nội: Xây-Dựng, 1956.

———. *Văn-chương truyện Kiều.* Hà-nội: Hàn Thuyên, 1945.

Nguyễn Du. *Dẫn-giải truyện Kim-Vân-Kiều.* Edited and annotated by Huyền Mặc Đạo Nhân. Sài-gòn: Tin-Đức Thư-Xã, 1952.

———. *Đoạn Trường Tân Thanh khảo-lục.* Edited and annotated by Vũ Văn Kính. Sài-gòn: Vạn-Lợi, 1971.

———. *Kiều.* Edited, annotated, and translated into French by Nguyễn Khắc Viện. Hà-nội: Editions en Langues Étrangères, 1965.

———. *Kiều-truyện dẫn-giải.* Edited and annotated by Hồ Đắc Hàm. Huế: Đắc-Lập, 1929.

————. *"Kim-Van-Kieou," le célèbre poème annamite.* Translated into French by René Crayssac. Hà-nội: Lê Văn Tân, 1926.

————. *Kim-Vân-Kiều.* Edited, annotated, and translated into French by Nguyễn Văn Vĩnh. Hà-nội: Alexandre de Rhodes, 1943.

————. *Kim-Vân-Kiều.* Edited, annotated, and translated into French by Xuân Phúc & Xuân Việt. Paris: Gallimard, 1961.

————. *Kim-Vân-Kiều.* Edited, annotated, and translated into English by Lê Xuân Thủy. Sài-gòn: Khai-Trí, 1968.

————. *Kim-Vân-Kiều bình-giảng.* Edited and annotated by Lý Văn Hùng. Chợ-lớn: Cawa, 1954.

————. *Kim-Vân-Kiều chú-thích.* Edited and annotated by Bùi Khánh Diễn. Hà-nội: Ngô Tử Hạ, 1926.

————. *Kim-Vân-Kiều tân-truyện.* Edited and translated into French by Abel des Michels. Paris: Ernest Leroux, 1884–85.

————. *The Tale of Kieu.* Edited, annotated, and translated by Huỳnh Sanh Thông. New York: Random House, 1973.

————. *Truyện Kiều.* Edited and annotated by Nguyễn Văn Hoàn et al. Hà-nội: Văn-Học, 1965.

————. *Truyện Kiều.* Edited and annotated by Nguyễn Thạch Giang. Hà-nội: Đại-Học và Trung-Học Chuyên-Nghiệp, 1972.

————. *Truyện Kiều chú-giải.* Edited and annotated by Lê Văn Hòe. Sài-gòn: Ziên Hồng, 1959.

————. *Truyện Thúy Kiều.* Edited and annotated by Bùi Kỷ & Trần Trọng Kim. Sài-gòn: Tân-Việt, n.d.

————. *Truyện Thúy Kiều chú-giải.* Edited and annotated by Hoàng Trunh Chính. Sài-gòn: Á-Châu, 1957.

————. *Vương Thúy Kiều chú-giải tân-truyện.* Edited and annotated by Nguyễn Khắc Hiếu. Hà-nội: Tân-Dân, 1941.

Nguyễn Đăng Thục. *Thế-giới thi-ca Nguyễn Du.* Sài-gòn: Kinh Thi, 1971.

Nguyễn Đình Diệm, trans. *Thanh Tâm Tài Tử.* Sài-gòn: Nha Văn-Hóa, 1971.

Nguyễn Sỹ Tế. *Luận-đề về Nguyễn Du và Đoạn Trường Tân Thanh.* Sài-gòn: Thăng-Long, 1959.

Nguyễn Văn Y. *Thơ vịnh Kiều.* Sài-gòn: Lạc-Việt, 1973.

Thái Văn Kiểm. *Étude littéraire, philosophique, et scientifique du "Kim-Vân-Kiều."* Sài-gòn: France-Vietnam, 1951(?).

Trần Cửu Chấn. *Étude critique du "Kim-Vân-Kiều," poème national du Việt-Nam.* Sài-gòn: Imprimerie de l'Union Nguyễn Văn Của, 1948.

Trương Bửu Lâm. *Patterns of Vietnamese Response to Foreign Intervention, 1850–1900.* New Haven: Yale Southeast Asia Studies, 1967.

Trương Tửu. See Nguyễn Bách Khoa.

Viện Văn-Học. *Kỷ-niệm 200 năm năm sinh Nguyễn Du (1765–1965).* Hà-nội: Khoa-Học Xã-Hội, 1971.

Vietnamese Studies (April 1965). Hà-nội: Foreign Languages Publishing House.

Vũ Hạnh. *Đọc lại truyện Kiều*. Sài-gòn: Cáo Thơm, 1966.

Woodside, Alexander B. *Vietnam and the Chinese Model*. Cambridge, Mass.: Harvard University Press, 1971.

Also available from Yale University Press

An Anthology of Vietnamese Poems
From the Eleventh through the Twentieth Centuries
Edited and Translated by Huỳnh Sanh Thông

"Huỳnh Sanh Thông is *the* outstanding translator of Vietnamese literature, into *any* Western language, anywhere in the world. It's a windfall and a godsend for English speakers that he happens to work in English—and what English! Lucid, supple, never pretentious or contrived in any way, and on many occasions witty. The translations in this [anthology] are—as one would expect—definitive and impeccable."

—Alexander Woodside, University of British Columbia

"Truly a rare compendium of Vietnamese poetry and will be much in demand for use in college courses on Vietnamese history and culture." —*World Literature Today*

Huỳnh Sanh Thông, a professional translator, has taught at Yale University. For his efforts to keep alive the literary and poetic traditions of the Vietnamese people, he won a MacArthur Fellowship in 1987.

Please visit our website at http://www.yale.edu/yup/